मानवी मनाच्या गुंतागुंतीचा प्रामाणिक आणि निर्भय शोध.

मारिया अरोरा कुटो,

'गोवा : ए डॉटर्स स्टोरी' या पुस्तकाची लेखिका

'The Cry Of The Kingfisher' या इंग्रजी पुस्तकाचा अनुवाद

धीवराची आर्त साद

बेलिंडा व्हिएगस

अनुवाद

श्यामल चितळे

मेहता पब्लिशिंग हाऊस

Mehta Publishing House, Pune 411030.
✆ +91 020-24476924 / 24460313 / Mob. No. 9545000513
Email : production@mehtapublishinghouse.com
Website : www.mehtapublishinghouse.com

THE CRY OF THE KINGFISHER by BELINDA VIEGAS

The English Language Edition by Goa,1556 (goa1556.in)
The Original cover by Bina Nayak (www.binanayak.org)
Translated into Marathi Language by Shyamal Chitale

धीवराची आर्त साद / अनुवादित कादंबरी

अनुवाद : श्यामल चितळे

Email : author@mehtapublishinghouse.com

प्रकाशक : सुनील अनिल मेहता, मेहता पब्लिशिंग हाऊस,
१९४१, सदाशिव पेठ, माडीवाले कॉलनी, पुणे ४११०३०.

मुद्रक : पार्कसन्स ग्राफिक्स

मुखपृष्ठ : मेहता पब्लिशिंग हाऊस

प्रथमावृत्ती : फेब्रुवारी, २०१९

किंमत : ₹ २९५

P Book ISBN 9789353171896

प्रिय आई-बाबास
तुमच्या निस्सीम प्रेमानं माझ्यात
समृद्धीची मुळं पेरली
आणि भरारी घ्यायला पंख दिले.
धन्यवाद.

Canst thou not minister to a mind diseased;
Pluck from the memory a rooted sorrow,
Raze out the written troubles of the brain;
And with some sweet oblivious antidote
Cleanse the stauff'd bosom of that perilous stuff
Which weighs upon the heart?
-Shakespeare (Macbeth)

उपोद्घात

एक काळ असा होता की, मला वाटायचं, वेडेपणा हा एखाद्या चवताळलेल्या राक्षसासारखा असतो. स्वतःचा बळी ठरलेल्या माणसाला तो खेळण्यातल्या बाहुलीसारखं पकडतो आणि इकडे-तिकडे आदळत राहतो. मग काही जणांना स्वतःच्या जखमा चाटण्यासाठी सोडून देतो, तर इतरांना पायदळी तुडवेपर्यंत त्याचं समाधान होत नाही. मग त्या गर्विष्ठ माणसांचं बरळणाऱ्या, लाचार, दुःखी प्राण्यात रूपांतर होतं.

– मायोला

सुक्कोरिना : **पुन्हा मुलगीच**

अगदी सुरुवातीपासूनच सुक्कोरिनानं त्या घरात जन्म घेणं म्हणजे दुर्दैवाचे भोग, असं मानलं गेलं आणि त्या बाबतीत तिला काही करता येणं शक्यच नव्हतं. नऊ महिन्यांची एकाकी लढत तिनं यशस्वीपणे पूर्ण केली. आपला विजय मोठ्यानं रडून, ओरडून व्यक्त करण्यापूर्वीच त्या कळकट खोलीतील एका मोठ्या पलंगाभोवती जमा झालेल्या सगळ्या आशा तिनं धुळीला मिळवल्या होत्या.

तिच्या आईनं फारच अपुरा हुंडा आणला होता. त्यातला हा पलंग ही एकमेव भव्य गोष्ट होती. स्वतःच्या मुलीच्या वैवाहिक आयुष्यात सुसंवाद राहावा या इच्छेनं सुक्कोरिनाच्या आजोबांनी तो खरेदी केला होता. आत्तासुद्धा त्यावर जुनीपुराणी, मळकी आणि रक्ताळलेली चादर टाकली होती. तरी कोण्या अपरिचित स्थानिक कलाकारानं मन लावून सागावर कोरलेली ती भव्य सुबक कलाकुसर झाकोळून गेली नव्हती. त्यावर द्राक्षाचे रसरशीत घड आणि बारीकसारीक तपशिलासह फुलं कोरली होती. त्यांना प्रसवशक्तीची प्रतीकं समजलं जाई. आधीच भारंभार माणसांनी तट्ट फुगलेल्या या देशात, संसाराची स्वप्नं पाहणाऱ्या नववधूला तो आशीर्वाद दिला होता.

आशा वेगानं मावळत गेली आणि निर्माण झालेली पोकळी भरायला संतप्त उद्वेग उफाळून आला, असं स्पष्ट जाणवलं. कोणे एके काळी तिची आई प्रफुल्लित वधू होती. आताचा स्वतःचा रया गेलेला चेहरा तिनं प्लॅस्टिकच्या निळ्या फुलदाणीकडे वळवला. त्यात फुलं होती, तीसुद्धा कागदाची... रंग उडालेली. त्यावर कोळ्याची जाळी, धूळ आणि मळ यांच्या पुटाचे अनेक थर चढले होते. त्याकडे तिनं निर्विकार नजरेनं पाहिलं. अचानक मनात भरून आलेल्या दुःखानं तिच्या डोळ्यांतली अश्रूंची धार आटली. तिनं दैवी मदतीसाठी धावा करण्याचा प्रयत्न केला; पण नेहमी काळजी दूर करणाऱ्या कुमारीमातेचं नाव तिच्या गळ्यातच अडकलं होतं. त्यामुळे तिला घुसमटल्यासारखं, श्वास अडकल्यासारखं वाटलं.

चुकलं तरी काय होतं? तिनं अनेकदा नोवेनाच्या प्रार्थना कळकळीनं म्हटल्या होत्या. अवर लेडीच्या विविध पवित्र स्थानांच्या मोठ्या श्रद्धेनं वाऱ्या केल्या होत्या. उपासतापास करून प्रायश्चित्तही घेतलं होतं. आणि आता तिच्या सगळ्या आशा-आकांक्षाच चुरगळून गेल्या होत्या. क्रूर वास्तवाशी तिला टक्कर द्यायची होती. पुनश्च!

आता तिच्या सासूनं मारलेले जीवघेणे टोमणे ती ताठ मानेनं कशी ऐकणार होती? किंवा तिच्या नणंदा-जावांच्या बोचऱ्या नजरा कशी सहन करणार होती? तिला मनापासून वाटलं की, अंगाचं मुटकुळं करून मरून जावं.

विश्वासू म्हाताऱ्या दाईच्या सुरकुतलेल्या हातात गाठोडं वळवळत होतं. त्याकडे एक नजर टाकली आणि तिच्या बापाचा चेहरा काळवंडला. त्याच्या हाताची मूठ वळली. वांझ संतापानं तोंडातल्या तोंडात पुटपुटत त्यानं आपला राग दरवाजाजवळच्या खांबावर काढला. त्या आवाजानं, बाहेरच्या बाजूला घुटमळणाऱ्या तिच्या बहिणी तत्काळ जणू बर्फाच्या पुतळ्या बनल्या. फणसाच्या मजबूत लाकडानं तो आघात पचवला. मोठमोठ्यानं शिव्या घालत, दणदण पाय आपटत बाप स्वयंपाकघरात आला. गोड प्रसंग साजरा करण्यासाठी त्यानं काजूची फेणी आणून ठेवली होती. त्या बाटलीकडे त्याचा हात गेला. त्यानं ती बाटलीच तोंडाला लावली. गळा दाबणाऱ्या कडवट निराशेला, फळाचं ते जळजळीत अमृत नाहीसं करेल अशी निरर्थक आशा तो बाळगून होता. त्याला माहीत असणाऱ्या प्रत्येक संताला त्यानं भरभरून शिव्यांची लाखोली वाहिली. त्याचा नेहमीचा पापभीरूपणा, देवाबद्दलचा आदर रागात वाहून गेला होता. कुटुंबावर आलेल्या या दुर्दैवाच्या फेऱ्याबद्दल तो स्वर्ग आणि नरक दोघांनाही बोल लावत होता.

आणखी एक मुलगी! आधीच त्याला तीन मुलींचा शाप मिळाला नव्हता का?

सकाळचे फक्त सात वाजले होते. शेजारपाजारचे लोक येऊन तोंडदेखलं अभिनंदन करायची वेळ येईपर्यंत तो चिडून दारू पिऊन बरळत असेल याचीही त्याला पर्वा वाटत नव्हती.

तिच्या बहिणींच्या जवळून तो गेला तेव्हा त्याच्या नजरेतील घृणा पाहून त्या दचकून भानावर आल्या आणि हाकलून लावलेल्या उंदरांसारख्या घाईघाईनं बाहेर धावल्या. सर्वांत मोठी मारिया फक्त सात वर्षांची होती; पण आफतीपासून लांब राहावं, हे ती अनुभवातून शिकली होती. तिनं पटकन सर्वांत धाकट्या अंतोनेतला उचलून कडेवर घेतलं आणि रोझीचा हात पकडून त्यांना बागेत घेऊन गेली. नारळाच्या छोट्या झाडामागे त्या लपल्या आणि आता पुढे काय होणार, अशा नजरेनं भीतभीतच घराकडे पाहू लागल्या.

त्यांनी मायच्या किंकाळ्या ऐकल्या होत्या. आपला छोटा भाऊ जगात यायच्या वाटेवर आहे हे त्यांना माहीत होतं. छोट्या भावाचा जन्म झाला की, सर्व जगात जादूनं आनंदीआनंद होणार होता. आयुष्य सुखाचं होणार होतं.

आपल्या पहिल्यावहिल्या श्वासानंच किती हलकल्लोळ उडाला आहे याची सुक्कोरिनाला कल्पनाच नव्हती. ती आपली हक्काची, सुखाची झोप घेत होती. संपूर्ण गर्भावस्थेचा काळ तिनं अंधाऱ्या, तरीही उबदार आणि सुखदायी घरात

घालविला होता. आता स्थळ, काळ आणि माणसं असणाऱ्या या झगझगीत, अनोळखी आणि मनोरंजक जगात तिनं प्रवेश केला होता. आपल्या आयुष्यातील या क्षणानं ती आनंदित झाली होती.

या जगात तिचं किती थंड स्वागत झालं होतं, तिला कसं झिडकारलं गेलं होतं याची तिला जाणीव झाली नव्हती- अजून तरी!

मायोला : **पकडापकडी**

वाडवडिलांच्या जन्मभूमीपासून हजारो किलोमीटर अंतरावर हिंदी महासागराला ओलांडून, पश्चिमेच्या बाजूला असणाऱ्या परकीय महाखंडात माझा जन्म झाला.

स्वतःला प्रिय असणाऱ्या गोव्याच्या वाळूच्या किनाऱ्यावरून मोंबासाच्या गजबजलेल्या बंदराच्या शहराला जाणारा पहिला माणूस म्हणजे माझे वडील! हा धोकादायक जलप्रवास त्यांनी खिळखिळ्या बोटीतून केला. त्यांचे वडील अचानकच वारले आणि सर्वांत मोठा मुलगा म्हणून आपल्या धाकट्या भावा-बहिणींना खाऊपिऊ घालण्याची आणि कपडालत्ता पुरवण्याची जबाबदारी त्यांच्यावरच पडली.

ते केवळ १७ वर्षांचे होते. त्यांना भीती वाटत होती, पण त्यांनी आपलं कायद्याचं शिक्षण घेण्याची इच्छा दडपून टाकली. मॅट्रिक झाल्याचं प्रमाणपत्र हातात घेऊन खोल समुद्र ओलांडून जाण्यासाठी त्यांनी बोटीवर पाय टाकला. नैरोबीच्या एका शाळेत त्यांना मास्तरची नोकरी मिळाली तेव्हा स्वतःच्या निष्फळ आशाआकांक्षा त्यांनी खंबीरपणे बाजूला सारल्या आणि छोट्या मुलांमध्ये शिक्षणाविषयीचं प्रेम आणि आशा फुलवायला सुरुवात केली.

वाचवलेला प्रत्येक शिलिंग ते घरी पाठवायचे. त्यांना आशा होती की, त्यांचे भाऊ वकील, डॉक्टर किंवा इंजिनिअर असं काहीतरी बनतील. पण त्यांनी शाळा अर्धवटच सोडून जेव्हा बोटीवर केबिनबॉइज म्हणून कामं धरली, तेव्हा त्यांनी स्वतःला वाटलेली दारुण निराशा गिळून टाकली आणि कष्ट उपसतच राहिले. त्यांची इच्छा एकच होती की, भरपूर हुंडा देऊन आईला मुलींना चांगल्या स्थळी देता यावं. त्यांचं गोव्यातलं कुटुंब पुरेसं स्थिरस्थावर झाल्यानंतरच त्यांनी स्वतःच्या लग्नाचा विचार केला. तोपर्यंत त्यांचं स्वतःचं अध्यापकीय प्रशिक्षण पूर्ण झालं होतं.

माझ्या आईचा जन्म कराचीला झाला होता. देशाची फाळणी झाली आणि सहा महिन्यांच्या त्या कोवळ्या मुलीला तिथून बाहेर पडून गोव्यात नव्यानं रुजावं लागलं. त्यांचं तरुण कुटुंब स्वतःच्या वडिलोपार्जित घरी परत आलं आणि त्यांना हादरवून टाकणारा धक्का बसला. आजोबांना दिसून आलं की, त्यांच्या धाकट्या भावानं कागदपत्रांवर बनावट सह्या केल्या होत्या आणि आता त्यांच्या घराचा, जमिनीचा आणि शेतीचा तो

एकमेव मालक होता. दोघांत तीव्र कौटुंबिक कलह निर्माण झाला आणि अनेक दिवस रखडलेल्या कायदेशीर झगड्यात मोलाचा वेळ आणि पैसा बरबाद झाला.

फारशा ओळखी किंवा वशिला नसल्यामुळे आजोबा एका विभागाकडून दुसऱ्या विभागाकडे खेटे मारत राहिले. गरज असलेल्या महत्त्वाच्या फायली रहस्यमयरीत्या गहाळ होत गेल्या. नोकरशाहीच्या यंत्रणेतील लोकांचे हात त्यांनी ओले केले असते तर त्या परत सापडल्याही असत्या; पण आजोबांची तशी वृत्ती नव्हती आणि त्यांच्याकडे पैसाही नव्हता. जसजसा त्यांचा न्याय आणि कायदा यावरील विश्वास कमी होत गेल, तसतसा त्यांनी गावातच गाळल्या जाणाऱ्या फेणीत स्वतःचं दुःख बुडवण्याचा प्रयत्न केला; आणि शेवटी त्या नादानंच त्यांचा बळी घेतला.

त्यांच्या तीन मुलांची काळजी घेण्यासाठी आजीनं मुंबईला जाऊन काम शोधण्याचा निर्णय मोठ्या धिटाईनं घेतला. म्हणजे पुन्हा एकदा माझी आई एका जागेतून दुसरीकडे जाऊन वांद्र्याच्या कॉन्व्हेंटमध्ये दाखल झाली. तिथल्या नन्सनी तिचं पालनपोषण केलं आणि काळजी घेतली.

उज्ज्वल भविष्याकडे वाटचाल करण्याच्या इच्छेनं तिनं मन लावून अभ्यास केला; पण व्यावसायिक कॉलेजात प्रवेश मिळवण्याइतके चांगले मार्क तिला मिळाले नाहीत. निराश होऊन कडवटपणेच तिनं शॉर्टहँड आणि टायपिंगच्या वर्गात नाव घातलं, पण तिच्या मनात खोलवर अपयशी असल्याची आणि अपुरेपणाची भावना रुजली गेली.

एकदा पपा भेटीसाठी घरी आलेले असताना सुट्टीसाठी गोव्याला गेलेल्या ममाला त्यांनी पाहिलं. त्यांना ती आवडली. त्यांनी आईला पुढे करून तिला मागणी घातली आणि तिच्या आईच्या सल्ल्यानं ममानं 'हो' म्हटलं. गडबडीनंच लग्नाची तयारी केली गेली आणि मोठ्या धैर्यानं नव्या आयुष्याची सुरुवात करण्यासाठी ममानं अनोळखी आणि कुतूहल वाटणाऱ्या देशाकडे जहाजातून प्रयाण केलं.

वर्षभरातच त्यांना मुलगी झाली. माझी मोठी बहीण झरेला! झरेला हुशार आणि आनंदी मुलगी होती. तिला ज्यात-त्यात कुतूहल वाटायचं आणि भीती मात्र कशाचीच वाटायची नाही. सगळेच म्हणायचे की, झरेला चारचौघींसारखी नाही; विशेष आहे. मला आठवतं, एके दिवशी संध्याकाळी झरेलाच्या शाळेतल्या कामगिरीबद्दल ममाचं तिचे मित्र-मैत्रिणी अभिनंदन करत होते.

"नशीबवान आहेस तू; किती हुशार आहे तुझी मुलगी," ते म्हणाले.

"हो ना," ममा म्हणाली, "तिचा जन्म झाला तेव्हाच लक्षात आलं होतं माझ्या ते."

ममाचा चेहरा गर्वानं किती फुलून आला होता ते मला आजही आठवतं.

झरेलाच्या नंतर चार वर्षांनी जन्माला आलेली मी मात्र सुरुवातीपासूनच 'हळुबाई'

होते. मी आईच्या पोटातच रेंगाळत बसले होते. शेवटी डॉक्टरांचा धीर सुटत चालला आणि फॉर्सेप लावून मला बाहेर काढलं. चालणं, बोलणं आणि शिकायलाही मी बराच वेळ घेतला. प्रेम आंधळं असतं असं म्हणतात; पण माझी खात्री आहे की, एकमेकींत पुष्कळ फरक असणाऱ्या स्वतःच्या दोन मुलींना एका पातळीवर आणायची माझ्या आई-वडिलांना इच्छा होती. त्यामुळेच ते मला जगातील सर्वांत सुंदर मुलगी म्हणायला लागले.

काळजीपूर्वक जपून ठेवलेले फोटो मात्र खोटं बोलत नाहीत. दुर्दैवच म्हणायचं. गच्च मिटलेले डोळे आणि चुरगाळल्यासारखा लाल लाल चेहरा वेगळंच सांगतात. आपल्या आदिकाळातील पूर्वजांच्या एका जातीच्या प्राण्याशी त्याचं साम्य दिसतं. कदाचित याच कारणामुळे माझ्यावर रागावली की, झरेला अनेकदा मला माकड म्हणायची.

काहीही झालेलं असलं तरी मला माहीत आहे की, माझी बहीण मला खूप आवडायची. ती नेहमी माझ्यासमोर नाचत, खोड्या काढत आणि हसत जात असायची. मी धावत जाऊन तिला गाठावं म्हणून वाकुल्या दाखवायची. इतकी वर्षं उलटून गेली असली तरी मला एक गोष्ट पचायला अजूनही जड जातं– तिच्या अचानक जाण्यामुळे निर्माण झालेली शहारे आणणारी पोकळी!

आम्ही रुरकी रोडवर एका फ्लॅटमध्ये राहत होतो. त्या रस्त्याला 'छोटा इंडिया' असं नावही शोभलं असतं. शहराच्या मधून वाहणाऱ्या लहरी नदीवर असणारा पूल आमच्या घरासमोरच होता. त्यावरून रोज संध्याकाळी गर्दीच्या वेळेला राष्ट्राध्यक्ष जोमो केन्याटा चकाकत्या काळ्या मोटारींच्या ताफ्यांतून जायचे. त्यांना वाट करून द्यायला मोठ्या आवाजाच्या फटफट्या असायच्या.

मला ते छोटं घर नीट आठवतं. त्याला मोठमोठ्या खिडक्या होत्या. शाळेला जाण्यासाठी आम्हाला उठवायला आईनं पडदे बाजूला केले की, माझे डोळे दिपून जायचे. संध्याकाळी अधीरतेनं वडिलांची वाट बघत मी तिथंच उभी असायचे.

याच मुशीत मी तयार झाले आणि इथंच माझ्या व्यक्तिमत्त्वाच्या खोल गाभ्यावर संस्कार झाले.

डॉना : आदर्श कुटुंब?

पृथ्वीच्या मोठ्या भागावर ज्यानं एके काळी सत्ता गाजवली, अशा बेटावर डॉनाचा जन्म झाला. त्यातील निधड्या छातीचे प्रवासी आणि विजय मिळवून दुसऱ्यांना लुबाडणारे लोक यांमुळे ते बेट प्रबळ ठरलं होतं.

तिचा जन्म झाल्यानंतर हॉस्पिटलमधील तिच्या आईच्या खोलीचं रूप बदललं

होतं. ती एखाद्या घुसमटवणाऱ्या रंगीबेरंगी फुलांच्या चित्रासारखी दिसायला लागली होती. तरीही हे सुवासिक स्वागत काही तिची दखल घेण्यासाठी नव्हतं. त्यावर खरा हक्क होता तिच्या वडिलांचा- डॉ. मार्क डिसूझांचा. त्यांच्या वैद्यकीय कौशल्याला साजेसा मानाचा मुजरा होता तो.

नुकत्याच घेतलेल्या नवीन घरात तिचं नाव ठेवण्याच्या निमित्तानं तिच्या आई-वडिलांनी एक जंगी पार्टी ठेवली होती. शँपेन वाहत होती, शोभेचं दारूकाम डोळे दिपवत होतं. जिभेचे चोचले पुरवले जात होते आणि मौजमजेला रंग चढत होता. तिच्या कुटुंबातील, चर्चमधील आणि समाजातील हक्काचा स्वीकार साजरा करायला शंभरएक पाहुणे जमा झाले होते आणि आनंद, गजबज, कौतुक आणि हेवा यांच्या धाग्यांत ते गुंफले गेले होते.

आठ वर्षांपूर्वी इंग्लंडला आलेल्या डॉ. मार्क डिसूझांची प्रॅक्टिस खूप जोरात चालत होती. त्यांच्या कल्पक मेंदूला मिळालेली कष्ट करण्याच्या वृत्तीची जोड आणि त्याला महत्त्वाकांक्षेचं मिळालेलं खतपाणी यांचाच परिणाम होता तो.

तिची आई कॅथरिन सुंदर होती. दुसऱ्याला सहजपणे चाळवण्यासारखं व्यक्तिमत्त्व होतं तिचं. तिला सुंदर आणि विलासी गोष्टींची फार आवड होती आणि तो आनंद मिळवणं तिला सहज परवडतही होतं. विशेषतः जेव्हा एका बुद्धिमान आणि सहज भेटता येतं अशा या डॉक्टरची ख्याती 'हा हा' म्हणता पसरत गेली आणि त्याच्या व्यवसायाची भरभराट होत गेली, तेव्हा तर ते जास्तच सोपं झालं.

जरी त्यांच्या रक्तातली गोव्याच्या रूढ गुणविशेषणांची लक्षणं कमी झाली होती, तरी त्यांची जल्लोषोत्सवाची आवड गेली नव्हती. ही धुमधामीची पार्टी त्यांनी आतापर्यंत केलेल्या प्रवासाचा विजय साजरा करण्यासाठी होती. तशीच ती त्यांचं कुटुंब आता परिपूर्ण झालं याचा आनंद व्यक्त करण्यासाठीही होती. दोन वर्षांच्या गुटगुटीत मुलानंतर झालेल्या या छानशा मुलीनं एका आदर्श कुटुंबाचं चित्र पूर्ण केलं होतं.

"किती नशीबवान बाळ आहे!"

"नामकरण समारंभ तरी किती थाटाचा!"

"एखाद्या बाळाला हव्याशा वाटतील अशा सगळ्या गोष्टी तिला मिळतायत!"

तिला गुलाबी लेस- झालर, फितीची फुलं यांनी सजवलेल्या पाळण्यात ठेवलं होतं. त्याच्या अवतीभोवती फिरत फिरत सगळे जण बोलत होते. सर्वांना वाटत होतं की, या चिमुकल्या तारकेचं भविष्य खूप उज्ज्वल आहे. कारण तेव्हाच ती चकाकणाऱ्या दीप्तिमान ताऱ्यासारखी दिसत होती. असं वाटत होतं की, बारा दयाळू पऱ्यांनी अगोदरच त्यांची जादूची कांडी फिरवली होती आणि आता ते नशीबवान कुटुंब कायम आनंदात आणि समाधानात राहणार होतं.

पण डॉनानं तिची घेतली जाणारी काळजी आणि तिच्यावर होणारा प्रेमाचा वर्षाव याबद्दल खूश असण्याऐवजी स्वतःचा हट्टीपणा आणि कृतघ्नता यांचेच रंग दाखवायला सुरुवात केली. कानठळ्या बसतील आणि डोकं दुखेल एवढ्या जोरात किंचाळायला तिनं सुरुवात केली. स्वतःच्या भोकाड पसरलेल्या मुलीला शांत करायचे तिच्या आईनं खूप प्रयत्न केले. त्यात तिच्या या खास समारंभासाठी मुद्दाम बनवलेल्या झग्याला डाग पडले. त्याचीही आईनं पर्वा केली नाही; पण शांत होण्याऐवजी डॉना रडतच राहिली आणि तिच्या आईची मातृत्वाची कळकळ डोकेदुखीत बदलली.

समारंभाला जमलेल्या जबाबदार प्रौढ बायकांना आपलं मुलांची काळजी घेण्याचं कौशल्य दाखवायला एक चांगली संधी मिळाली. त्या हिरिरीनं पुढे सरसावल्या; पण प्रत्येक नवा अनोळखी चेहरा समोर आला की, आधीच कानठळ्या बसवणारा तिचा आवाज जास्तच कर्कश झाला. जणू ती नवा उच्चांकच निर्माण करत होती. अशा गोष्टींचा अनेक वर्षांचा अनुभव असणाऱ्या, चेहऱ्यावर माया आणि मनाची शांतता ओसंडणाऱ्या वृद्ध बायकांनी रडणाऱ्या मुलीला शांत करण्यासाठी ताब्यात घेतलं. मग स्वतःला नीटनेटकं करण्यासाठी कॅथरिन खाली गेली.

तेरावी परी लपूनछपून, न दिसता, न ऐकू येता, तिचं वाईट जादू करण्याचं काम करत होती का?

सुक्कोरिना : **मेजवानी, अव्हेर...**

"आ... आ... आ... आ..."

या ओळखीच्या आवाजानं परसातल्या पक्ष्यांत चढाओढीनं फडफडाट सुरू झाला. त्यांचा स्मरणशक्ती कमी काळ टिकत असल्यामुळे क्वचित होणाऱ्या मेजवानीसाठी सकाळी त्यांना काय भोगावं लागत होतं, त्याची त्यांना आठवणच नव्हती. नाहीतर त्यांनी सावधगिरीचं धोरण बाळगलं असतं. ते असे जोरात कलकलाट करत, या अचानकच मिळणाऱ्या दाण्यांसाठी चोहोबाजूंनी अर्धवट उडत, अर्धवट पळत आले नसते.

मारियाला स्वयंपाकघराच्या दाराआड उभं केलं होतं, रोझीला पुढच्या खोलीत उघडणाऱ्या दाराजवळ! अंतोनेत खिडकीजवळ उभी होती आणि चिमुकली सुक्कोरिना या सगळ्या गनिमी काव्याच्या हालचालींकडे निर्विकार नजरेनं पाहत होती.

स्वयंपाकघर काही मोठं नव्हतं. साध्या तीन विटांची चूल बनली होती आणि भिंतींवर आणि घराच्या वाशांवर काजळी ओकणाऱ्या लाकडाच्या विस्तवावरच मातीच्या भांड्यांत अन्न शिजवलं जायचं. भिंतीतील खिळ्यांवर अन्न शिजवायची लाल मातीची नाजूक भांडी टांगली होती.

खोलीच्या मध्यावर एक जुनंपुराणं कायम डुगडुगणारं टेबल ठेवलं होतं. त्याच्या एका पायाला तोल साधण्यासाठी लाकडाच्या पाचरीचा टेकू दिला होता. टेबलाभोवती असलेल्या चार खुर्च्या पुरेशा व्हायच्या; कारण पाय कधीतरीच जेवणाच्या वेळेला हजर असायचा आणि माय जमिनीवरच फतकल मारून बसायची.

आदल्या रात्रीच्या शिळ्या भाताची शितं इकडे-तिकडे पसरत माय अंगणातून घरात सावकाश परतली. आधाशी कोंबडं आपोआपच त्या सापळ्याकडे झेपावलं. सगळ्यांचे डोळे त्या रुबाबदार कोंबड्यावर खिळले होते.

त्याला कसलीच शंका आली नव्हती. स्वतःच्या लाल, काळ्या आणि सोनेरी पिसाऱ्याचा रुबाब दाखवत सगळ्या माद्यांवर छाप पाडण्याकडे त्याचं लक्ष लागलं होतं. त्यानं स्वतःचं लाल तुरा असलेलं डोकं उर्मटासारखं तिरकं केलं होतं आणि अधूनमधून भाताचं शीत उचलण्यासाठी तो धुळीत चोच मारत होता.

त्यांचं सावज खोलीत येईपर्यंत सगळ्या गनिमी सरदारांनी आपला श्वास रोखून धरला होता.

''आत्ता!'' माय ओरडली आणि सगळा घोळका नेमून दिलेलं काम करायला धावला. दारं आणि खिडक्या धडाधड बंद होऊन, सावज आणि सावजाला पकडणारेही एकत्रच बंदिवान झाले. घाबरलेले पक्षी पाच जणांचे हात चुकवत आणि कर्कश ओरडत इकडे-तिकडे उडायचा प्रयत्न करायला लागले आणि सगळीकडे जणू पिसांचा पाऊस पडला. हसत हसत आणि झोंबाझोंबी करत खोलीभर पळताना, आनंदाच्या भरात मुलं एकमेकांवर कोसळत होती. आईनं परवानगी दिलेला असा दंगा करायला त्यांना मजाच येत होती.

''पकडलंय मी त्याला!'' मारिया ओरडली. पण जेवणातील मुख्य पक्वान्न धडपड करायला लागलं आणि तिनं दचकून त्याला सोडलं. पुन्हा पकडापकडीला सुरुवात झाली. एक भांडं खाली पडून फुटलं आणि झालेल्या नुकसानामुळे चिडून, कोणी कल्पना केली नसती इतक्या चपळाईनं मायनं त्याच्यावर झडप घातली. ओरडून ओरडून विरोध करणाऱ्या त्या पक्ष्याला तिनं विजयानं स्वतःच्या हातात घट्ट धरलं आणि खंबीर पावलं टाकत ती स्वयंपाकघरातील सुऱ्याकडे गेली.

''ठीक. खिडक्या उघडा,'' तिनं ओरडून सांगितलं.

खोलीत एकदम उजेड झाला आणि पकडले न गेलेले नशीबवान पक्षी फडफडत बाहेर गेले. जाता जाता या जगाबद्दल थोडा वेळ का होईना, वाटलेली तीव्र नापसंती त्यांनी ओरडून जाहीर केली. काही तासांतच ते सकाळची भयावह गोष्ट विसरून जातील आणि अन्न खायला बोलावल्यावर पुन्हा लगबगीनं येतील.

माय गुडघ्यावर बसली आणि त्या अभागी कोंबड्याचं डोकं तिनं सफाईनं उडवलं. तिच्या हातावर आणि जमिनीवर रक्ताची चिळकांडी उडाली. तुटलेलं डोकं

अजूनही अस्पष्ट आवाजात ओरडत होतं आणि बिनमुंडक्याचं धड तिच्या घट्ट पकडीतून सुटण्यासाठी धडपडत होतं. त्यानं एक शेवटचा आचका दिला आणि ते निर्जीव आणि मलूल झालं.

"तिनं जर त्याला मोकळं सोडलं असतं तर ते मुंडकं नसलेलं धड खोलीभर धावलं असतं," रोझीनं गंभीरपणे तिच्या बहिणींना माहिती पुरवली. त्यांच्यावर तिची छापही पडली. रोझीला नेहमी सगळ्या गोष्टी माहीत असायच्या.

"मूर्खासारख्या उभ्या काय राहलायत?" मायनं त्यांना तंबी भरली, "आपल्याला मासला जायला उशीर होईल." त्या पुन्हा घाई करायला लागल्या. मारिया आणि अंतोनेत कांदे, टोमॅटो आणि बटाटे सोलायला-चिरायला लागल्या. विहिरीचं पाणी आणायला रोझी धावली, तर सुक्कोरिना मधूनमधून खडे आणि अळ्या वेचत तांदूळ निवडायला लागली.

"वर्षातला सगळ्यात चांगला दिवस उगवला एकदाचा," रोझीनं उसासा टाकला, "असं वाटायला लागलं होतं की, हा दिवस कधीच येणार नाही."

"हो ना, दिवस किती हळूहळू जात होते."

"चर्चच्या बाहेर उभा केलेला फिरता पाळणा मी पाहिला," मारिया म्हणाली. "त्यात लाल, निळे आणि पिवळे घोडे आहेत आणि घोडे ढकलणारा माणूस चांगला शक्तिवान दिसत होता. माझी खातरी आहे की, तो पाळणा खूप खूप जोरात पळवेल."

'अवर लेडी ऑफ होप'चा उत्सव होता आणि आज सगळेच जण त्यांच्या गावाला चिनचिनिला येत होते.

"मी लाडू विकत घेणारेय," अंतोनेतनं मिटक्या मारल्या. "मिठाईच्या दुकानात लाडवांचे डोंगर पाहिले मी."

"फक्त बावळट माणसंच खाऊन संपणाऱ्या गोष्टींवर पैसे खर्च करतात," रोझी म्हणाली, "मी साबणाचे फुगे उडवायची बाटली घेणारेय आणि मग रोज मी थोडे थोडेच इंद्रधनुषी रंगाचे साबणाचे मोठे फुगे उडवेन. ते किती मस्त दिसतात आणि मग मी अशी कल्पना करेन की, त्यात बसून मी नारळाची झाडं, तळी आणि नद्या पार करत निळ्या आकाशातून उडत चाललेय."

"आणि मग तुझा फुगा फुटला की तू समुद्रात पडशील."

"आणि शार्क मासा तुला खाऊन टाकेल."

हास्याचा गडगडाट झाला. सुक्कोरिना खाली वाकून मन लावून स्वतःचं काम करत होती. ती एक शब्दही बोलली नाहीये हे कुणाच्या लक्षातच आलं नाही. तिला मिळालेले चार आणे ती कसे खर्च करणारेय, हे कोणी विचारलंच नाही.

अचानक दार दणकन आपटलं आणि मोठमोठ्यांदा घातलेल्या शिव्यांत स्वयंपाकघरातले आवाज दबून गेले. त्या पाचही बायका क्षणभर थबकल्या आणि जाणीवपूर्व शांत राहून परत कामात गढून गेल्या. शेवटी त्यांनी कपाटाचं दार धाडकन लावल्याचा आवाज ऐकला आणि शिव्यांचा आवाज हळू झाला. पाय जे शोधत होता ते त्याला सापडलं होतं आणि तो निघून गेला होता.

"चढलीय परत त्याला," मायनं मोठ्यांदा उसासा सोडला, "तुझा जन्म झाला त्या दिवसापासून तो दारूच्या आहारी गेला." तिनं जरी नेमकं कोणाकडे असं पाहिलं नसलं तरी सुक्कोरिनाचे खांदे ताठ झाले आणि चेहरा जास्तच गंभीर झाला. तिच्याकडे बारीक लक्ष असणाऱ्याच्याच ते लक्षात आलं असतं; पण तिच्याकडे कोणीच पाहत नव्हतं.

जेवण तयार झाल्यानंतर त्यांनी घाईघाईनं चांगले कपडे घातले. उत्सवाच्या माससाठी त्यांना वेळेवर पोहोचायचं होतं. मारिया मोठी असल्यानं तिचा फायदा होता. तिला नवा झगा शिवला होता. आधीच्या वर्षी मारियानं घातलेला झगा रोझीनं घातला होता, अंतोनेतनं रोझीनं घातलेला झगा आणि शेंडेफळ असल्यामुळे सुक्कोरिनाच्या वाट्याला तीन वर्षं वापरलेला झगा आला होता. तिला त्याचं काहीच वाटत नव्हतं. ती आधीच स्वप्न रंगवायला लागली होती. तिच्या मनात येत होतं की आजच्या दिवशीची गंमत ही ख्रिसमस किंवा वाढदिवसाला येणाऱ्या गमतीपेक्षा जास्त चांगली असेल.

"या आल्या त्या!"

"एकदाच्या!"

"मला वाटलं होतं, आता येतच नाहीत त्या!"

सणासाठी नटलेली-थटलेली त्यांची मावस भावंडं, त्यांच्या घरापुढच्या रस्त्यावरून पळत पळत आली. त्यांच्या मावश्या सवय नसलेले उंच टाचांचे बूट घालून जरा डुगडुगतच हळूहळू चालत आल्या. स्वतःच्या बहिणींना भेटताना मायचा चेहरा फुलून आला होता. क्वचितच तिच्या चेहऱ्यावर अशी चमक यायची.

उत्साहानं बडबड करत त्यांनी एकमेकींना कपडे ठाकठीक करायला, तसंच केस सारखे करायला आणि लिपस्टिक नीट करायला मदत केली. आणि मग दर्शनी भाग पांढरा असणाऱ्या दोन घुमटांच्या भव्य चर्चकडे जायला त्या निघाल्या. नजर वर करून सुक्कोरिनानं जीझस बाळाला हातात जोजवणाऱ्या पवित्र कुमारीमातेच्या पुतळ्याकडे बघितलं. क्रॉसच्या खाली पवित्र आत्म्याच्या संरक्षक पंखाखाली, एका कोनाड्यात तो पुतळा विसावला होता– कसल्याशा ओढीनं तिच्या मनात कळ आली.

भरभक्कम लाकडी दरवाजापाशी थांबत तिनं आपला उजवा हात पवित्र पाण्याच्या पात्रात बुडवला आणि शरीरावर क्रॉस केला. आतल्या बाजूच्या अंधूक प्रकाशाला

तिचे डोळे सरावले. खूप उंचावरच्या पांढऱ्या वाशांमुळे तिला जास्तच खुजं आणि नगण्य झाल्यासारखं वाटलं. आजूबाजूला अस्वस्थ नजर फिरवत ती डोक्यावर घेतलेल्या काळ्या पडद्यामागे लपली आणि अगदी पुढे असलेल्या बिनपाठीच्या व्हेल्वेटच्या बाकड्याकडे आपल्या मावस भावंडांपाठोपाठ गुमान चालत गेली.

त्या वेळेपूर्वी आल्या होत्या. तिनं समोरच्या पवित्र वेदीकडे बघितलं- सोनेरी रंगानं ती छान मढवली होती. वेदीच्या वर आणखी एक जीझस बाळ होता. त्याच्या आईच्या हातात तो सुरक्षित होता. तिनं पटकन स्वतःची नजर बाजूला केली- पुन्हा अस्वस्थ करणारी आणि जळवणारी भावना मनात यायच्या आत!

त्यापेक्षा वेदीच्या घुमटाच्या निळ्या छतावर असलेल्या पांढऱ्या चांदण्यांच्या नक्षीकडे तिनं टक लावून पाहायला सुरुवात केली. तिनं कल्पना केली की, त्या दिव्य गुटगुटीत चिमुकल्या देवदूतांबरोबर तीही आकाशात विहार करतेय. पण तिची काही तेवढी लायकी नाही, या जाणिवेनं ती खाडकन जमिनीवर आली.

कुठलाच भक्तिभाव न बाळगता तिच्या बहिणी फिदीफिदी हसत होत्या. मावस भावंडं बरोबर असल्यामुळे जणू त्यांना चावटपणा करायला अनौपचारिक मुभाच मिळाली होती. बाकीचे लोक छोट्या पिशवीत कोंबून भरलेल्या काजूंपेक्षा गच्च बसले होते. उष्ण, दमट हवेमुळे जडशीळ वाटत होतं. घामेजल्या चेहऱ्यांवर फुंकर मारायला वाराही नव्हता. कंटाळवाण्या हवेशी दोन हात करताना अधूनमधून एखाद्याची हार व्हायची आणि तो कोसळायचा. काही जण बटाट्याच्या जड पोत्यासारखे खाली पडायचे आणि संपूर्ण चर्च थरथरायचं. काही जण हवेत हेलकावे घेणाऱ्या पानांप्रमाणे अलगद पडायचे. पण बाहेरच्या ताज्या हवेत नेलं की लगेच ते शुद्धीवर यायचे.

सुक्कोरिनाची मनःस्थिती द्विधा झाली होती. वेदीवर चालणाऱ्या गूढ घटना आणि तिच्या बहिणी करत असलेल्या गमतीजमती, दोन्हीकडे तिचं लक्ष जात होतं. भाविकांनी गुणगुणत म्हटलेल्या प्रार्थनेचा आवाज ऐकण्यात ती तल्लीन झाली होती. स्तोत्रांच्या चढत्या आवाजाच्या लाटेत जणू व्हायोलिनचा आवाज दबला गेला होता आणि प्रार्थना स्थळाच्या त्या मनात भरणाऱ्या उंच लाकडी वाशांपर्यंत त्या लाटा पोहोचल्या होत्या. समुदायाच्या एकत्रित आवाजाच्या शक्तीनं त्या काळापुरती अशांतता आणि दुही-दुफळी दाराबाहेर ठेवली होती. त्यामुळे तिला स्वतःचा उद्धार झाल्यासारखं वाटलं. या साजऱ्या होणाऱ्या स्वर्गीय आनंदाचा आपणही एक हिस्सा असावं, असं तिला निकरानं वाटलं.

अंतिम अनुग्रहाचा कार्यक्रम झाला. उघड उघड सुटकेचा निःश्वास टाकत समुदाय बाहेर पांगला. कर्तव्य पूर्ण करून झालं होतं आणि आता मौजमजेला सुरुवात करता येणार होती. त्या विशाल चर्चच्या आडोशानं एका रात्रीत बटबटीत

टपऱ्या उभ्या राहिल्या होत्या. त्यात मांडलेल्या आकर्षक सजावटीकडे बच्चेकंपनी डोळे फाडफाडून बघत होती. घरी जाऊन सणावाराची मेजवानी मांडण्याची घाई असणाऱ्या त्यांच्या आया मात्र अधीरतेनं आपल्या घरी जायला नाराज असणाऱ्या मुलांना ओढत होत्या.

आधी मेजवानी. डुकराची चमचमीत सागुती आणि वाफवलेले मऊ फणस, नारळाच्या दुधात मंद शिजवलेला लाल भोपळा, कोळंबीची आमटी, तळलेले मासे, खमंग वासाचा पुलाव आणि अर्थातच तो कमनशिबी कोंबडा. क्वचितच दिसणारं भरपूर अन्न पुढे आल्यामुळे सुक्कोरिना पोट फुटेतोवर जेवली. मग तिला जमिनीवर ताणून देऊन झोपण्यापेक्षा दुसरं काही करता येण्यासारखंच नव्हतं!

ती जागी झाली तेव्हा परत खाण्यासाठी आणखी गोष्टी तयार होत्या. त्यांची आई हाडाची यजमानीणबाई होती. तिनं केळ्याचे काप तळले होते. सगळे जण म्हणाले की, याहून जास्त खाता येणं शक्य नाही; पण कौतुक करत करत पाहुण्यांनी सगळं फस्त केलं. मुलांनी झटपट चहा प्यायला आणि ते उत्साहानं जत्रेला जायला निघाले.

गोव्याच्या सगळ्या भागांतून जत्रेसाठी विक्रेते आले होते. हातानं केलेलं सुंदर कोरीवकाम असणारं फर्निचर मांडलेले सुतार होते. कुंभारांची मातीची भांडी होती. पितळ्याचा व्यापार करणारे, विहिरीतून पाणी काढण्यासाठी मोठ्या कळशा-घागरी, आणि अंघोळीचं पाणी आणि साळं उकळण्यासाठी त्याहून मोठी भांडी घेऊन आले होते. दोरखंड आणि चटया, साबण आणि मेणबत्त्या, इंद्रधनुष्यातील सगळ्या रंगांच्या काचेच्या बांगड्या, मण्यांचे हार आणि लांब केसांत घालण्यासाठी चकाकणाऱ्या सटरफटर वस्तू, इतक्या गोष्टी होत्या. खरंतर विकत घ्यावीशी वाटावी अशी प्रत्येक गोष्ट आणि कोणतीही गोष्ट तिथे होती.

"फक्त आठ आणे! फक्त आठ आणे!"

निळ्या रंगाचं प्लॅस्टिकचं पॅरेशूट हवेतनं अलगद उतरलं.

"माय, माय, प्लीज, मी घेऊ का एक?" रोझी ते विकणाऱ्या माणसासमोर थांबली.

"फक्त आठ आणे! फक्त आठ आणे!"

"तुला आठवतं का, गेल्या वर्षी तू खेळणं घेतलं होतंस त्याचं काय झालं ते? पहिल्यांदा तू त्याच्याशी खेळलीस तेव्हाच ते मोडलं. हे काही त्याच्यापेक्षा चांगलं नाहीये," मायनं समजावलं.

"फक्त आठ आणे! फक्त आठ आणे!" तो माणूस रोझीच्या डोक्यावरून एक भडक गुलाबी रंगाचं पॅरेशूट उडवत परत म्हणाला.

"प्लीज माय, प्लीज, प्लीज?" रोझीनं हट्ट केला.

"तुझ्याकडे चार आणे आहेत," माय ठामपणे म्हणाली, "त्यात घेता येईल असं काहीतरी निवड."

"घेऊ दे तिला ते," असं म्हणत माजोर्दा मावशीनं पर्स उघडली.

"ते खेळणं टिकण्यासारखं नाहीये," माय म्हणाली, "पैसे वाया जातील नुसते आणि लुच्चे लोक श्रीमंत बनतील."

"जाऊ दे गं. आज सणाचा दिवस आहे." माजोर्दा मावशीनं त्या विक्रेत्याला चकचकीत नाणं दिलं. तोवर रोझीनं काळजीपूर्वक एक जांभळ्या रंगाचं पॅरेशूट निवडलं.

"आलो बरं आम्ही," गात-गातच तिनं ते स्प्रिंगमध्ये बसवलं आणि उडवलं. पॅरेशूट त्यांच्या सगळ्यांच्या डोक्यावरून उडालं, पण डौलानं उतरण्याऐवजी ते दगडासारखं धपकन खाली आलं. ते उचलायला रोझी धावली आणि तिला दिसलं की, प्लॅस्टिक फाटलं होतं.

"गेलं ते कामातून." रडत रडत ती त्या माणसाकडे वळली. तो तिच्याकडेच पाहत होता. त्यानं खांदे उडवले आणि त्याच्याकडे उत्साहानं धावत येणाऱ्या दुसऱ्या मुलाकडे तो वळला.

"फक्त आठ आणे! फक्त आठ आणे!"

मायनं त्याच्याकडे तिरस्कारानं पाहिलं. "चल रोझी," ती म्हणाली. "रडणं बंद कर. आता तरी तू धडा शिकशील असं वाटतंय."

भजी आणि सामोसे तळण्याचा वास हवेत पसरला होता. त्यातच उदबत्तीचा सुवासही मिसळला होता.

"तो तिकडेय फिरता पाळणा," मारिया ओरडली. तिला रंगीबेरंगी घोडे दिसले होते. "मला बसायचंय त्याच्यावर."

"पळा रे पोरांनो," माय म्हणाली, "आम्हाला चादरी आणि दुसऱ्या काही गोष्टी घ्यायच्या आहेत. घरी जाण्यासाठी आम्ही तुमची वाट बघत थांबणार नाही; पण फार उशीर करू नका."

फिरत्या पाळण्यासाठी थोरा-पोरांची लांबलचक रांग लागली होती. त्या शक्तिवान माणसाचे खिसे भरलेले होते आणि त्याचा चेहरा आनंदी दिसत होता.

"हे काही बरोबर झालं नाही. त्यानं आपल्याला फक्त दोनदा फिरवलं." विरस होऊन मारिया कडवटून म्हणाली. तिला बर्फाचं आइस्क्रीम चाटणारी सुक्कोरिना दिसली. "माझ्या पैशानं मीसुद्धा तसलं बर्फाचं आइस्क्रीम घ्यायला हवं होतं," ती हळहळली.

सुक्कोरिनानं गुपचूप खिशात हात घालून चार आण्याचं नाणं बाहेर काढलं आणि मारियाला दिलं.

"मग तुला कसं आइस्क्रीम मिळालं?" मारियानं प्रश्न केला.

"ती आइस्क्रीम विकणाऱ्याच्या गाडीजवळ उभी होती. एक श्रीमंत बाई तिच्या मुलांसाठी आइस्क्रीम घेत होती. सुक्कोरिनानं नक्की तिच्याकडे मागितलं असणार. कारण त्या बाईनं फक्त तिलाच दिलं ते. आम्ही जवळच उभ्या होतो, पण आम्हाला काहीच मिळालं नाही," रोझीनं मत्सरानं सांगितलं, "नक्कीच तिनं मागितलं असणार."

"मुळीच नाही."

"मग तिनं फक्त तुलाच का दिलं ते?"

"ती म्हणाली, मी गोड चिमुरडी आहे."

"भिकारी! भिकारी!" रोझीच्या मत्सरानं इतरांनाही तसंच वाटायला लागलं आणि गाण्याचं ध्रुपद म्हणत असल्यासारखं ते परत परत तसंच म्हणू लागले. फक्त मारिया सोडून. त्यांच्या चुकीच्या गोष्टीचा विरोध करायला तिनं तोंड उघडलं. पण लगेच बंद केलं आणि वळून तिनं स्वतःसाठी आइस्क्रीम विकत घेतलं.

मायोला : **भावंडांतील स्पर्धा**

मला आठवतं तेव्हापासून मला गोष्टी ऐकायला आवडायच्या. ऐकलेलं सगळं मला समजत नसे तेव्हापासून. ममा झरेलाला गोष्टी वाचून दाखवत असे, त्या मी गादीवर लोळत लोळत शांतपणे ऐकायचे. त्यात मोठे मोठे, मला माहीत नसणारे शब्द असायचे. पण मी झरेलाला अर्थ विचारला की, ती माझी टिंगल करायची. मग मी विचारायचीच थांबले.

मग झरेलाला वाचता यायला लागलं. ममा आणि पपा दोघंही तिच्याजवळ बसायचे आणि तिला मोठे मोठे शब्द वाचायला मदत करायचे. मी जवळच खेळत असायचे आणि लक्ष देऊन ऐकायचे. माझा कधीकधी खूप विरस व्हायचा. कारण पुष्कळदा गोष्ट रंगात आली, की झरेला मध्ये सांगायचं थांबवूनच टाकायची.

"पुरे झालं आता," ती ठामपणे म्हणायची.

"झरेला बेटा, आणखी एक पान." ममा विनवायची, "पुढे काय झालं हे समजावंसं नाही का वाटत तुला?"

"नाही!" झरेला ओरडायची आणि पळून जायची, "मला खेळायला जायचंय."

ममा सुस्कारा सोडून पुस्तक बंद करायची आणि स्वयंपाकघरात जायची. मग मी पुस्तक उचलून घ्यायचे आणि अधीरपणे त्यातली सुंदर सुंदर चित्रं बघायचे. आपल्याला वाचता यावं असं मला मनापासून वाटायचं. म्हणून मी ती चित्रं बघत बघत स्वतःचीच गोष्ट तयार करायचे.

"पुस्तकं नीट वापर," पपा आणि ममानं ते बघितलं तेव्हा मला दम भरला आणि मग "अजून पुस्तकं वाचायला तू लहान आहेस. खेळ जा बाहेर जाऊन," असं म्हणाले.

आमच्या शेजारीपाजारी चिक्कार मुलं होती. पण मी त्यांच्याशी खेळायला गेले की झरेला मला फुटवायची.

"जा गं बाई! तू लहान आहेस अजून. छोट्या मुलांच्यात जाऊन खेळ."

मला छोट्या मुलांच्यात जाऊन खेळायचं नव्हतं. मला झरेलाचे खेळ आवडायचे. पण झरेला म्हणेल ते सगळे जण ऐकायचे. तीच सगळ्यांची पुढारी होती. त्यामुळे मी आपली कोपऱ्यात बसून त्यांचा खेळ पाहायचे. मी पुरेशी मोठी केव्हा होईन याची मनातल्या मनात वाट बघत राहायचे.

माझा शाळेत जाण्याचा पहिला दिवस आला. मी तर त्याची अतिशय आतुरतेनं वाट पाहत होते. आता मला झरेलाला येणाऱ्या सगळ्या गोष्टी शिकायला मिळणार होत्या. ममा मला वर्गात घेऊन गेली आणि मी एका मुसमुसणाऱ्या मुलीच्या शेजारी बसले. तिच्यामुळे माझीही चुळबुळ व्हायला लागली. मग मी ताठ बसून एकटक समोर बघायला लागले. तसं सगळं ठीक झालं असतं; पण तेवढ्यात ते एका मुलाला वर्गात घेऊन आले. तो लाथा झाडत होता आणि वाटेत येणाऱ्या सगळ्यांना ढकलत होता.

"मला माझी आई हवीय," तो किंचाळला, "मला नाही शाळेत जायचं. मला आई हवी."

मी वर्गावर नजर फिरवली आणि माझी लिहायला-वाचायला शिकायची इच्छाच गेली. मी जागेवरून उठले आणि उघड्या दाराकडे धावले.

"नाही हं, तसं नाही चालणार!" बाईंनी माझं बखोट धरलं आणि पुन्हा मला बाकावर बसवलं. एव्हाना त्या शेजारच्या मुलीनं मोठ्यानं भोकाड पसरलं होतं.

तिच्याकडे बघून मी पण रडायला लागले. आमच्या पुढे बसलेल्या मुलानं मागे वळून पाहिलं आणि वाकुल्या दाखवल्या.

"तुम्ही जर रडायच्या थांबल्या नाहीत," तो खालच्या आवाजात म्हणाला, "तर राक्षस येईल आणि तुम्हाला दोघींना पकडून नेईल!"

आम्ही रडायच्या थांबलो, पण शाळेत जाण्यातला मला वाटणारा आनंद नाहीसाच झाला. पुढे जेव्हा आम्ही एबीसी शिकायला लागलो तेव्हा ते काम संथ आणि कठीण वाटायला लागलं. आपल्याला सोपंसं चित्रांचं पुस्तक तरी वाचता येईल की नाही, याविषयी माझ्या मनात शंकाच यायला लागली. एव्हाना झरेलाची एनिड ब्लायटनची पुस्तकं वाचण्याइतकी प्रगती झाली होती.

उरलेलं वर्ष पार पाडताना मला बरीच धडपड करायला लागली; पण झरेलानं

ते हसत-खेळत पार केलं. आमचा निकाल लागला तेव्हा झरेला अनेक बक्षिसं मिळवून वर्गात पहिली आली होती आणि मी मात्र वर्गातल्या खालच्या गाळासाळात होते.

"ती काही तिच्या बहिणीइतकी हुशार नाहीये," माझ्या बाई ममाला सांगताना मी ऐकलं. त्या वेळी पहिल्यांदाच माझ्या मनात बहिणीबद्दल वाईटसाईट विचार आले. त्यानंतर कोणीही तिचं कौतुक केलं की मला रागच यायचा. या भयानक विचारांमुळे मला अपराध्यासारखं वाटायचं आणि दुःखीही. कारण त्या वेळपर्यंत मला झरेलाची बहीण असल्याचा अभिमान होता. कदाचित तिला ते जाणवलं असावं; कारण ती माझी जास्तच टवाळी करायला लागली. विशेषतः भोवती तिच्या मित्र-मैत्रिणी असताना!

"मायोला, लोला!" ती गायची.

"लोलाचा अर्थ काय?" मी ममाला विचारलं.

तिनं माझ्याकडे चमत्कारिकपणे पाहिलं, "हुशार नसणाऱ्या मुलाला गावंढळ कोकणीत तसं म्हणतात." ती म्हणाली, "कुठे ऐकलास हा शब्द तू?"

मी काहीच बोलले नाही.

"तुला कोणी म्हणालं का तसं?" ममानं चमकून विचारलं.

मी डोकं हलवलं आणि माझ्या डोळ्यांतील अश्रू तिला दिसण्यापूर्वीच खोलीतून सटकले. माझा झरेलाबद्दलचा राग वाढत गेला आणि मला तिची खुन्नसच वाटायला लागली.

एके दिवशी शेजारपाजारची मुलं सात दगडांची लगोरी खेळायला जमले. झरेला आणि दुसरा एक मुलगा संघ निवडत होते. प्रत्येक संघनायकानं एकेका मुलाचं नाव घेतलं की तो त्यांच्या संघात जाऊन उभा राहायचा.

मी ज्या घोळक्यात उभी होते, तो हळूहळू लहान व्हायला लागला आणि माझी आशा मावळायला लागली. आतापर्यंत अनेकदा झालं होतं तसं आताही मला कोणी घेणार नव्हतं.

"झरेला, तू तुझ्या बहिणीला का घेत नाहीस?" तिच्या संघातल्या एका मुलानं विचारलं.

ती माझं नाव घेईल म्हणून मी श्वास रोखून वाट पाहत होते. उलट ती म्हणाली, "मला नको असली बावळट बहीण!"

मला एकदम सुन्न वाटलं आणि तोंड वळवून स्फुंदत स्फुंदत रडतच मी पळून गेले. त्या वेळी मला तिचा फार तिरस्कार वाटला आणि तिला अगदी वाईट्ट आणि दुःखदायक असं मरण यावं, अशी इच्छा माझ्या मनात आली.

एके दिवशी संध्याकाळी मी बाहुलीसाठी कागदाचे कपडे बनवत घरीच बसले

होते. मोठ्या खिडक्यांतून येणारा हसण्याचा आवाज ऐकू येऊ नये म्हणून मी कान बंद करण्याचा प्रयत्न करत होते.

आपण कोणाशीच खेळायचं नाही, असा ठाम निश्चय मी केला.

अचानक कोणीतरी ओरडल्याचा आवाज आला. आधी मी लक्षच दिलं नाही, पण मग ममा घाईघाईनं दाराबाहेर जाताना दिसली. कुतूहल वाटून मीसुद्धा तिच्या पाठोपाठ दाराबाहेर धावले. आता शब्द नीट ऐकू येत होते.

"मावशी! मावशी! झरेलाला अपघात झालाय."

जेव्हा मी रस्त्यावर पोहोचले तेव्हा शेजारच्या इमारतीच्या दारात एका गाडीभोवती घोळका जमा झालेला दिसला. मग ते रक्तानं भरलेल्या एका छोट्याशा माणसाला उचलताना दिसले. तो रक्तानं माखलेला चेहरा ओळखू येत नव्हता; पण मला खात्री होती की, ती झरेलाच होती. ममाला तिच्याबरोबर गाडीत बसताना मी पाहिलं आणि मग ते निघून गेले.

आता घोळका माझ्याभोवती जमा झाला, पण त्यांना हवा होता तो तपशील काही मला सांगता आला नाही. मी कोणीतरी महत्त्वाचा माणूस असल्यासारखं मला वाटलं. पण त्यांना माहीत आहे त्याच्यापेक्षा जास्त काहीही मला सांगता येत नाहीये, असं कळल्यावर ते पांगले आणि मी एकटीच उरले. मला काय वाटलं पाहिजे हेच मला समजत नव्हतं आणि गोंधळून मी इकडे-तिकडे भटकत बसले.

रात्र पडल्यानंतर माझे आई-वडील घरी आले. खोलीत बरेच शेजारी जमले होते. पपा आणि ममा ढसढसा रडत होते. यापूर्वी त्या दोघांपैकी कोणालाच रडताना मी पाहिलं नव्हतं. म्हणून मी एकदम घाबरून गेले. झरेला मेली असणार, अशी शक्यता माझ्या मनातच आली नव्हती. तिला ते दवाखान्यात घेऊन गेले हे मला माहीत होतं आणि ती बरी होईल असंच मी धरून चालले होते. त्यासाठीच तर दवाखाने असतात.

मग माझ्या डोक्यात एक भयानक विचार आला आणि माझे हातपायच गळाले. झरेला मरावी अशी इच्छा मी केली होती आणि माझी इच्छा पूर्ण झाली होती. माझ्या बहिणीला मी मारलं होतं! मी खुनी होते. मी गार पडले आणि एका कोपऱ्यात खांदे पाडून बसले. दोन शेजाऱ्यांनी मला पाहिलं. त्यातला एक म्हणाला, "बघ किती दुःख झालंय तिला. तिचं बहिणीवर फार प्रेम आहे."

मी आणखीनच अंग चोरलं. त्यांना जर खरी परिस्थिती कळली तर? खुन्याचं पुढे काय होतं, हा विचार मला त्रास द्यायला लागला. कल्पना तशी भीतिदायकच होती. मी आपली त्या गर्दीच्या आसपासच घुटमळत राहिले.

जेव्हा ते परत दवाखान्यात निघालेत असं माझ्या लक्षात आलं, तेव्हा माझ्या मनाला आशा वाटली आणि त्यांच्याबरोबर जाण्याचा मी हट्ट धरला. जर मी इच्छा

केली म्हणून झरेला मेली असेल तर खूप मनापासून इच्छा करून मी ती वाईट गोष्ट सुधारूसुद्धा शकेन. दवाखान्यात पोहोचेपर्यंत सगळा वेळ झरेला जगावी अशी इच्छा मी मनापासून करत होते.

आम्ही एका मंद प्रकाशाच्या पॅसेजमधून गेलो आणि काचेच्या बंद दाराबाहेर उभे राहिलो. उदास वाटणाऱ्या पॅसेजचं काचेत प्रतिबिंब पडलं होतं. कुठलाही प्रश्न विचारायची मला धास्तीच वाटत होती. तिकडच्या भयाण वातावरणामुळे मी जास्तच गप्प बसले. खूप वेळानंतर दरवाजा उघडला आणि हिरवे कपडे घातलेले दोन जण बाहेर आले. त्यांनी तोंडाला मास्क बांधले होते. दोघं एक मोठी ढकलगाडी ढकलत होते. त्यावर एक छोटीशी व्यक्ती होती. तिच्यावर पांढरी चादर घातली होती. झरेला – तिचे डोळे मिटले होते आणि ती अगदी हलत नव्हती!

"ती बरी होईल ना?" ममानं भीतभीतच विचारलं.

"आपल्याला थोडी वाट पाहून नंतरच कळेल काय ते," मास्क घातलेल्या एका माणसानं सांगितलं.

झरेला जिवंत होती! एकाच वेळी सुटका वाटून आणि अत्यानंदानं मी भारून गेले. त्या रात्री दवाखान्यातच मी शपथ घेतली की, पुन्हा कधी झरेलाबद्दल वाईट इच्छा मनात आणणार नाही.

तिच्या डोक्याला दुखापत झाली होती आणि उजव्या पायाचं हाड वाईट रीतीनं मोडलं होतं. तिला बरेच दिवस दवाखान्यात राहायला लागणार होतं. दिवसाकाठचा बराच वेळ ममा तिथं घालवायची आणि इतर मुलांबरोबर मी मोकाट उंडारायचे. माझ्या मनातली अढी निघाली होती. मी एक चांगली आणि प्रेम करणारी बहीण बनायचं ठरवलं होतं. ते फारसं कठीणही नव्हतं. कारण आता मला झरेलाबद्दल कणव वाटायला लागली होती.

आगाखान दवाखान्यात भेटण्यासाठी छोट्या मुलांना बरोबर न्यायची पूर्ण बंदी होती. पण पुष्कळदा त्या विभागाची मेट्रन लोपटबाई पाहत नसली की, मी हळूच झरेलाच्या खोलीत शिरून तिची चौकशी करायचे. तिला खूप दुखत असायचं म्हणून तिचं माझ्याकडे लक्ष जायचं नाही. पायाला खेचण्यासाठी लावलेलं वजन काढून टाकण्यासाठी ती सारखी ममाच्या विनवण्या करायची. माझ्यामुळे तिला दुःख सोसावं लागतंय याचं मला वाईट वाटायचं; पण काही बोलता यायचं नाही. मग मी तिच्यासाठी आणलेलं जेवणच खायचे. तिला जेवायची भूक नाहीतरी नसायचीच आणि पपांनी बनवलेल्या स्वयंपाकापेक्षा वेगळं, चांगलं काहीतरी मला मिळायचं. लोपटबाई मला पकडून मोठं इंजेक्शन द्यायची भीती घालायच्या, म्हणून त्यांच्या लक्षात येण्यापूर्वीच मी पुन्हा चोरट्यासारखी बाहेर जायचे.

दवाखान्यात अनेक ठिकाणी मनाई केलेल्या गूढ गोष्टी असल्या तरी माझ्यावर

त्याचा खूप प्रभाव पडला. इथंच त्यांनी माझ्या मेलेल्या बहिणीला परत जिवंत केलं. ती परत हसायला-खेळायला आणि पळायला लागली. माझ्या मनात खोलवर कुठंतरी जाणवलं की, कधीतरी मला डॉक्टर व्हायचंय.

डॉना : **सुरुवातीचे इशारे**

त्या वर्षीची सौंदर्यस्पर्धा सुरू होती. आईचा हात धरून डॉना अलगदपणे रॅम्पवरून पुढे आली. भाग घेणाऱ्या सगळ्याच स्पर्धक नटल्या-थटल्या होत्या. पण फिक्क्या हिरवट रंगाच्या जाळीच्या कापडाचा झालरीझालरींचा झगा, त्यावरचं सुंदरसं भरतकाम आणि सॅटिनचे बो यांमुळे निसर्गतःच सुंदर असणाऱ्या डॉना आणि तिच्या आईवर सगळ्यांच्या नजरा खिळून राहिल्या होत्या.

डॉनाच्या गोऱ्या गालांवर हलकीशी लाली लावली होती. त्यामुळे तिची नितळ कांती अधिकच खुलली होती. तिच्या आईच्या हेअरस्टायलिस्टनं तिचेही कुरळे केस छानसे विंचरले होते. त्यामुळे ते उसळत होते.

''हसरा चेहरा ठेव!'' कॅथरिन कुजबुजली आणि डॉनानं आज्ञाधारकपणे स्वतःचा चेहरामोहरा बदलला. तिचे वडील अभिमानानं त्यांचे फोटोमागून फोटो काढत होते, भावी पिढ्यांना दाखवायला!

जेव्हा शेवटच्या फेरीतील दहा जणींना, मांचे धीर देणारे हात सोडून एकेकटीनं पुढे यायला सांगितलं तेव्हा त्यांच्या डौलदार भपक्यांचं रूपांतर भोकाड, अश्रू आणि निषेध दाखवण्यात झालं. अंतिम ट्रॉफी मिळवण्याची स्वप्नं पाहणारे उत्सुक आई-वडील, आपल्या कंटाळलेल्या मुलांनी नीट उभं राहावं म्हणून खूप प्रयत्न करत होते, त्यांना प्रोत्साहन देण्यासाठी लाडीगोडीनं चुचकारत होते, लालूच दाखवत होते आणि रागावतसुद्धा होते.

स्टेजच्या मध्यावर डॉना एकटीच गुपचूप उभी होती. तिच्या भोवतालचं रडणं आणि गोंगाट तिच्या गावीही नव्हता. ती तिच्या चकचकीत बुटांकडे बघत उभी होती. तीन वर्षांच्या मुलीचा आत्मविश्वास तितपतच दिसू शकला असता. पण तेवढ्यानंच तो हवाहवासा वाटणारा विजयमुकुट तिला मिळाला.

''हस जरा!'' कॅथरिन पुन्हा कुजबुजली आणि डॉनानं आज्ञाधारकपणे ओठ फाकले. तिच्या विजयानं आई-वडिलांना आनंदोत्साह वाटत होता. मुकुट आणि सॅश घातलेला तिचा चकचकीत फोटो मोठा करून त्यांनी फ्रेममध्ये घातला आणि त्याला साजेशा इतमामानं दिवाणखान्यात लावला. सगळ्यांनी कौतुक करावं म्हणून!

काही दिवसांनी कॅथरिन बैठकीच्या खोलीत आली तेव्हा डॉना इमारत बनवण्याच्या

ठोकळ्यांशी खेळत होती. ती उंच मनोरा बनवण्याचा प्रयत्न करत होती आणि तो परत परत कोसळत होता.

"हॅलो, डार्लिंग."

डॉनाचा चेहरा उजळला. ती उडी मारूनच आईला मिठी मारण्यासाठी धावली. "अलो, ममी."

कॅथरिननं तिच्या मुलीच्या गालाचा पापा घेतला. "ममी आता खूप दमलीय," ती म्हणाली. पायातले उंच टाचांचे बूट भिरकावून देत ती समाधानानं सोफ्यावर बसली. "जा, तुझ्या खेळण्यांशी खेळ जा, सोने."

डॉना धडपडत सोफ्यावर चढली आणि आईच्या कुशीत शिरण्याचा तिनं प्रयत्न केला.

"आत्ता नको गं, डॉना. ममीनं आताच तुला सांगितलं ना की ती खूप दमलीय आणि तिला एकटीनं पडावंसं वाटतंय. नंतर हं."

"शप्पथ?"

"श-प-थ-"

डॉना खाली उतरली. तिचे ठोकळे तिनं सोफ्याजवळ आणले आणि पुन्हा ती डगमगणारा मनोरा बनवण्यात गुंतली. स्वयंपाकघरातून त्यांची मोलकरीण सुझी त्या खोलीत येईपर्यंत कॅथरिननं डोळे मिटले होते.

"सुझी, मुलांना जेवण वाढ आणि जरा लवकरच त्यांना झोपव. त्यांच्या वडिलांना आणि मला रात्रीच्या जेवणासाठी बाहेर जायचंय. आम्हाला परतायला..."

तिचं बोलणंही संपलं नव्हतं; तोच डॉनानं सोफ्यावर झेप घेतली. "नाही, नाही!" ती किंचाळायला लागली, "ममी, तू जाऊ नकोस!"

"बावळटपणा करू नकोस, डॉना." कॅथरिन ठामपणे म्हणाली, "तुमच्याबरोबर सुझी आहेच."

"चल डॉना, स्वयंपाकघरात मी तुझ्यासाठी एक गंमत ठेवलीय," डॉनाचा हात पकडत सुझी म्हणाली.

"गंमत नक्को!" डॉनानं सगळा जोर काढून सुझीला लाथ मारली.

"बस कर डॉना!" कॅथरिन रागावली आणि तिनं डॉनाच्या गालावर एक थप्पड ठेवून दिली. डॉना आणखीनच जोरात किंचाळायला आणि लाथा झाडायला लागली. त्या दोन्ही बायकांनी तिला पकडायचा प्रयत्न केला; पण ती हातांनी जोरजोरात मारत होती आणि चावायचाही प्रयत्न करत होती.

"पुरे झालं डॉना!" कॅथरिनही किंचाळायला लागली. तिचाही तोल गेला आणि तिनं परत मुलीला मारलं, "पुरे कर!"

डॉना काही थांबली नाही.

"आपल्याला तिला तिच्या खोलीतच बंद करावं लागेल." शेवटी कॅथरिन म्हणाली, "तिचं तिलाच शांत होऊ दे... दिवे बंद ठेवायचे."

"नको, नको, नको..." डॉनाच्या आवाजातील रागाची जागा भीतीनं घेतली आणि जसं अचानकच तिचं आकांडतांडव सुरू झालं होतं तसं ते एकदम बंद झालं.

"नको, नको, नको..." ती मुसमुसली. ती जमिनीवर वाकून बसली आणि पुढे-मागे झुलायला लागली.

"तुझ्यामुळे माझं डोकं परत असह्य दुखायला लागलंय," रागानं कॅथरिन म्हणाली. हातांनी ती कपाळ चेपत होती. "मी माझ्या खोलीत जाऊन गोळी घेतेय. मला त्रास द्यायचा नाही." ती उठली आणि निघून गेली.

"चल, डॉना मला स्वयंपाकघरात मदत कर," सुझी तिला शांत करत म्हणाली. मनात तिला भीती होतीच की न जाणो, पुन्हा आकांडतांडवाला सुरुवात होईल.

पण डॉना तालात झुलतच होती आणि "नको, नको, नको!"चा घोष चालूच होता. आता तिच्या आवाजात कोणतीच भावना नव्हती आणि डोळेही निर्विकार होते. सुझी तिच्याकडे पाहताना अस्वस्थ झाली होती आणि काय करावं ते नकळून ती स्वयंपाकघरात परत गेली. अधूनमधून ती बाहेर नजर टाकत होती. डॉनाचं हे विचित्र वागणं, किंकाळ्या मारण्याच्या झटक्याइतकंच वाईट होतं. जेव्हा ते पूर्ण थांबलं तेव्हा सुझीला सुटका वाटली.

संध्याकाळी उशिरा जेव्हा डॉनाचे वडील परत आले त्या वेळी त्यांची बायको ड्रेसिंग टेबलसमोर बसून पापण्यांना मस्कारा लावत होती.

"तिला आज पुन्हा एक झटका आला होता," तिनं त्याला सांगितलं, "आता हे सगळं सहन होईनासं झालंय!"

"आणखी एक?" मार्कचा चेहरा आकसला. "आज सौंदर्यस्पर्धेच्या वेळी तर ती किती शहाण्यासारखं वागली. मला वाटलं, आता तिचे हे झटके थांबले असतील." तो विचारात गढला, "कशामुळे तिला झटके येत असतील?"

"आपण आज रात्री घरीच राहावं असं तिला वाटतंय. तसं करता येणार नाही हे समजवायचा मी खूप प्रयत्न केला; पण ती ऐकायलाच तयार नाही."

"आपण जवळजवळ रोजच संध्याकाळी बाहेर जातोय," मार्क सावकाश म्हणाला.

"हो, पण दिवसभर कामात गढल्यानंतर तुला थोडंसं मोकळं होण्याची गरज असते," कॅथरिन झटक्यात वळली. "डॉनाला ज्या गोष्टी हव्याशा वाटू शकतात त्या सगळ्या तिला मिळतात. ती इतका त्रास का देते, हेच मला कळत नाही. डॅनियल कसा सरळ आहे." नवऱ्याकडे पाठ करून ती उभी राहिली. "मदत

करशील का जरा?'' तिनं घातलेल्या झग्याची झिप त्यानं कर्तव्य केल्यासारखी वर सरकवली.

''मी विचार करत होतो, की माझ्या आईला आपल्याबरोबर राहायला बोलावलं तर चांगलं होईल का?'' तो चाचरतच पुढे म्हणाला, ''पा गेल्यापासून ती एकटी पडलीय आणि आजी बरोबर असली तर कदाचित मुलांच्या दृष्टीनंही ते चांगलं ठरेल.''

''पण तुझ्या आईला काहीच इंग्लिश बोलता येत नाही,'' कॅथरिन गांगरून म्हणाली, ''तिला कुठं जायचं झालं तर कोणालातरी बरोबर जावं लागेल आणि तिला नाही इकडे चैन पडायचं. तुला माहितीय, तिला शेजाऱ्यांशी, बाजारातल्या कोळिणींशी आणि भाजीवाल्यांशी गप्पा मारायला किती आवडतं ते! इथं कोणाशी बोलेल ती?''

मार्कनं सुस्कारा सोडला. ''खरंय ते,'' तो संथपणे म्हणाला, ''शिवाय मला नाही वाटत, तिला इकडची थंडी सहन होईल.'' त्यानं टाय घट्ट केला. ''नुसताच मनात विचार आला.''

''कशी दिसते मी, डार्लिंग?'' कॅथरिननं उंच टाचांचे बूट घालून स्वतःभोवती गिरकी घेतली आणि स्वतःचा प्रमाणबद्ध पार्श्वभाग तोऱ्यात हलवला.

''छानच दिसतेयस तू हनी,'' तो प्रेमानं म्हणाला. त्याच्या डोळ्यांत कौतुक दिसत होतं. ''बघ ना, तू दोन मुलांना जन्म दिलायस हे कोणालाच पटणार नाही.''

''थँक्यू,'' कॅथरिननं त्याच्या गळ्याभोवती नाजूक हात घातले. त्याचं दीर्घ चुंबन घेतलं. मग त्याचा हात धरून तिनं त्याला मजेमजेतच ओढलं. ''निघू या.''

सुक्कोरिना : **आनंदाचे दिवस**

ती तिच्या बहिणी आणि आईबरोबर स्वयंपाकघरात आहे. नेहमीप्रमाणे घरकामात मदत करतेय आणि अचानक तिच्या लक्षात येतं की, ती लहान होतेय. त्या सगळ्या तिच्यापेक्षा खूप उंच आहेत. ती आधीच लहान झालीय आणि त्याहूनही लहान होत चाललीय. त्यांनी तिच्याकडे लक्ष द्यावं म्हणून ती ओरडतेय. पण त्यांना काहीच ऐकू जात नाहीये. ते तिच्या आजूबाजूला चालतायत. त्यांचे अजस्त्र पाय चुकवण्याचा ती जीव तोडून प्रयत्न करतेय. न जाणो, त्याखाली सापडून तिचा चुराडाच व्हायचा.

***

"कॅव्हलोसिम मावशीनं आपल्याला थोडे दिवस राहायला बोलावलंय आणि..."

आनंदानं माय मोठ्यानं सांगत होती. तिचा आवाज नीट ऐकू येत नव्हता.

"मी हो म्हटलंय, पण डुकरांना आणि कोंबड्यांना खायला घालायसाठी एकीला कोणालातरी थांबावं लागेल."

चार जणींचे डोळे गर्रकन सुक्कोरिनाकडे वळले. तिनं आधीच ना खंत, ना खेद अशा भावनेनं मान खाली घातली होती.

कोणीच बोललं नाही. खोलीत जणू सन्नाटा पसरला. सर्वांनाच माहीत होतं की, आदल्या वर्षी जेव्हा त्या माजोर्दाकडे गेल्या होत्या तेव्हा सुक्कोरिनाच मागे थांबली होती.

"कॅव्हलोसिम मावशी माझी गॉडमदर आहे. म्हणून मला गेलंच पाहिजे," मारिया ठामपणे म्हणाली आणि अडचणींतून अंग काढून खोलीबाहेर पळाली.

"मला शंखशिंपले गोळा करून आपल्या सगळ्यांसाठी हार बनवायचेयत," रोझीनं लाडीगोडी लावली.

"मला नाही एकटीला राहायचं," अंतोनेतनं रडका सूर लावला.

मायनं सुक्कोरिनाकडे बघत सुस्कारा टाकला. पळी उचलून तिनं चुलीवरचा भात ढवळला. मग ती वळली आणि परत सुक्कोरिनाकडे बघत तिनं आणखी एक सुस्कारा टाकला.

"मी तितिनला विचारलं तर कदाचित ती दाणापाणी करायला येईल," सरतेशेवटी ती म्हणाली.

सुक्कोरिना गप्पच राहिली. तितिन म्हणजे तिच्या वडिलांची सगळ्यात धाकटी बहीण. ती नाहीसुद्धा म्हणू शकेल.

पण तितिन 'हो' म्हणाली आणि दोन दिवसांनी आई आणि त्या चार मुली बाजारात अधीरतेनं वाट बघत थांबल्या होत्या. भडक रंगाची कॅमाव एकदाची आली. मागची दोन दारं उघडल्यावर आधीपासूनच आत बसलेल्या घामट माणसांचं दर्शन झालं.

"आत चढा! आत चढा!" कंडक्टर ओरडला आणि घाईघाईनं त्यांच्याकडून बसचं भाडं घेऊन त्यानं त्यांना आत कोंबलं.

"नीट बघ! माझ्या पायावर पाय देतेयस!" आधीच आत बसलेली एक जाडी बाई कावली.

"आणि माझ्या पोटात कोपर घुसवायची थांब आधी!" एक म्हातारी रागावली.

"मी तरी काय करू?" मायनं समजावण्याचा प्रयत्न केला. ते जरा सरकून अंग चोरून बसले. धक्के देत त्यांची बस सुरू झाली. आत बसलेली जिवंत हाडामासाची माणसं कशीबशी विसावली. ड्रायव्हरनं वेग वाढवला आणि रस्त्यातील

खाचखळगे चुकवत तो व्हॅन चालवू लागला. वाटेत त्यांच्या व्हॅनखाली मरायला धडपडणाऱ्या कुत्र्यांना आणि डुकरांना टाळण्यासाठी तो गर्रकन गाडी वळवायचा. त्यामुळे इकडे-तिकडे फेकल्या गेल्या की, दर वेळी त्या पोरी मजा वाटून खिंकाळायच्या.

"असोल्ना! असोल्ना!" कंडक्टर ओरडला.

माय दचकली. "लवकर गं पोरींनो! आपल्याला इथंच उतरायचंय!" त्या धडपडत व्हॅनमधून उतरल्या, जरा दम घेतला आणि साल नदीच्या दिशेनं निघाल्या. नाव पलीकडच्या तीराला होती म्हणून रोझीनं तोंडात बोटं घातली आणि सणसणीत शिट्टी वाजवली.

"हे कुठं शिकलीस तू?" मायनं आश्चर्यानं विचारलं.

रोझीनं परत शिट्टी वाजवली. नदीच्या पलीकडच्या तीराला नावाडी मचव्यात चढला. तो सावकाश वल्हवत येऊ लागला. त्याला कसली घाई दिसत नव्हती. म्हणून त्या स्वच्छ उथळ पाण्यात पाय ओढत चालत गेल्या. छोट्याशा अनोळखी माशांच्या थव्याकडे निरखून पाहू लागल्या. मासे हुलकावणी दिल्यासारखे जवळ यायचे आणि एकदम चहूबाजूला पांगायचे. फुलबाजीतून उडणाऱ्या चांदण्यांसारखे.

"न हलता उभं राहा," रोझी म्हणाली, "म्हणजे ते येऊन पायाला कुरतडतील."

"ईऽऽ" अंतोनेत ओरडली आणि पाण्याबाहेर पळाली.

"भित्री भागूबाई!" रोझीनं खिजवलं, "काहीसुद्धा दुखत नाही. उलट गुदगुल्या होतात."

मायचं लक्ष जवळ येणाऱ्या बोटीकडे होतं. "अरेच्च्या, तिला तोलकाठी नाहीये." ती घाबरूनच म्हणाली, "म्हणजे ती हलणार पण आहे आणि कलंडणार पण आहे. पोरींनो, ते धोक्याचं असतं बरं का, म्हणून प्लीज स्वस्थ बसा."

वाळूवर बोटीचा चरचर आवाज आला. नावाड्यानं त्यांना बोटीत बसायला मदत केली. ओल्या अरुंद लाकडी पोकळीत त्या मांडी घालून बसल्या. बोटीच्या बाजूला त्यांनी गच्च पकडलं होतं. नावाड्यानं लांब बांबूच्या मदतीनं बोट किनाऱ्यापासून दूर रेटली. त्यानं ती पाण्यात खुपसली आणि तो किती खोल गेला हे पाहिल्यावर त्यांचे डोळे आश्चर्यानं विस्फारले. त्यांच्यापैकी कोणालाच पोहता येत नव्हतं. गिरगिरत मागे जाणाऱ्या पाण्याकडे त्या आदरयुक्त भीतीनं पाहत होत्या.

नव्यानंच आलेली मासेमारीची यांत्रिक बोट वेगानं त्यांच्याकडे आली.

"हळू कर! ए हळू कर मूर्खा!" नावाडी ओरडला. पण तिनं उद्दामपणे या जोरदार विनवणीकडे दुर्लक्ष केलं आणि बेपर्वाईनं, वेगानंच त्यांच्या जवळून गेली. तिच्यामागे राहिलेले तरंग मोठमोठे होत गेले आणि त्यांच्या लाटा बनून मचवा डळमळला. काळोख्या खोल पाण्यात फेकले जाण्याचे भीतिदायक विचार त्या सगळ्यांच्या मनात तरळले.

''हलू नका!'' मचव्याच्या मागच्या टोकाला बसलेल्या नावाड्यानं त्या सर्वांना सूचना दिली.

पण त्यानं धोक्याची सूचना देण्याची काही गरजच नव्हती. घाबरल्यामुळे त्या आधीच गच्च धरून बसल्या होत्या. हातांची घट्ट वळलेली बोटं पांढरी दिसत होती. असं बसायची सवय नसल्यानं त्यांचे गुडघे अवघडले होते आणि दुखतही होते. पण त्या सगळं धीरानं सहन करत होत्या. हातपाय ताणायची त्यांची हिंमत नव्हती. त्यांना भीती वाटत होती की, थोडी जरी हालचाल केली तरी बोट कलंडून उपडी होईल.

त्यांच्यातील आणि पलीकडच्या किनाऱ्यातील कमी होत जाणारं अंतर त्या तल्लीनतेनं पाहत होत्या. नावाड्यानं बोट खडीवर ओढण्यापूर्वीच त्या उडी मारून गुडघाभर पाण्यात उतरल्या. निव्वळ सुटल्याच्या आनंदात त्यांची रिकामी बडबड सुरू झाली.

रबरी चपला हातात घेऊन त्या झाडीतून आणि निवांत शेतातून अनवाणीच धावल्या. अचानक झालेल्या या दंग्याचा चकचकीत निळ्या रंगाच्या धीवर पक्ष्यानं कर्कश ओरडत निषेध नोंदवला. मायनं वैतागून वर बघितलं. ''जपून गं,'' ती म्हणाली, ''हा आवाज म्हणजे पनवतीच असते, अशुभ.''

धीवर पक्षी पुन्हा एकदा टिच्चून ओरडला. सुक्कोरिनानं मोठ्या कौतुकानं त्याच्याकडे बघितलं. ''किती सुंदर आहे तो,'' ती म्हणाली, ''इतकी सुंदर दिसणारी गोष्ट वाईट कशी असेल?''

''तुला काय कळ्तंय चांगल्या-वाईटातलं?'' माय करवादली.

तिच्या बहिणी नाचत-खेळत पुढे चालल्या होत्या. भातशेतीतल्या बंधाऱ्यावरून तोल सावरत जात होत्या त्या. विचारात गढलेली सुक्कोरिना त्यांच्यामागून संथपणे जात होती. मावशीच्या घरापाशी त्या पोहोचल्या आणि त्यांची मावस भावंडं धावत-पळतच त्यांना भेटायला आली. माजोर्दा मावशी तिच्या मुलांना घेऊन आधीच पोहोचली होती. त्यामुळे घर भरलेलंच होतं.

''इतका वेळ का लागला तुम्हाला?''

''चल ना निघू या! निघू या!''

सहलीला जाण्यासाठी त्यांच्या मावश्यांनी दोन वेताच्या बास्केट्स आधीच भरून ठेवल्या होत्या. माय आणि कॅव्हलोसिम मावशीनं त्या उचलून डोक्यावर घेतल्या आणि ते सगळे निघाले.

''प्यायचं पाणी कोणी घेतलंय?''

एक मोठी मावसबहीण घाईनं परत गेली आणि कमरेवर पाण्याचा माठ घेऊन आली.

हिरव्यागार पानांनी दाट भरलेल्या काजूच्या झुडपांमधून वळणं घेत ते चालले होते. वाटेत पिवळे आणि लाल काजूही ते शोधत होते. तेवढीच तहान भागली असती. उन्हाळा फारच कडक होता.

"बिया घ्यायला विसरू नका गं," माजोर्दामावशीनं ओरडून सांगितलं, "नंतर आपण भाजू त्या."

"आणि मालक येतायत की काय तिकडे लक्ष ठेवा," त्यांची मावसभावंडं हसतच म्हणाली, "लोकांनी काजू चोरलेले त्यांना आवडत नाहीत."

ते वाळूचं एक टेकाड चढले आणि समोर मनोवेधक देखावा होता. भव्य निळा समुद्र सर्वदूर पसरला होता. त्याच्या गरजणाऱ्या आणि धडकणाऱ्या लाटा, त्याची काबूत ठेवलेली शक्ती दाखवून देत होत्या. खारा वारा त्यांच्या नाकाला झोंबत होता. उत्तेजित होऊन बेभानपणे ते वाळूतून धावत सुटले आणि स्वतःला त्यांनी पाण्यात झोकून दिलं.

"सांभाळून रे पोरांनो!" काळजी वाटून आया ओरडल्या. ती अविचारी बेपर्वा मुलं पुढे धावली आणि त्यांच्यामागून डोक्यावर तोलून धरलेली बास्केटं कशीबशी सांभाळत त्यांच्या आया –

"तुमच्यापैकी कोणालाच पोहता येत नाही?"

"गुडघ्यापेक्षा जास्त खोल पाण्यात जाऊ नका!"

कुठलाही प्रतिकार न करता सुक्कोरिनानं स्वतःला लाटांच्या ताब्यात दिलं. त्यांच्याबरोबर ती वाळूवर गडगडली. मागे जाणारी लाट तिला आपल्याबरोबर नेत होती आणि परत पुढची लाट तिला घेऊन पुढे जात होती. असा न संपणारा खेळ चालला होता. ती टक लावून निळ्या आकाशाकडे पाहत होती. नारळाच्या झाडांकडे पाहत होती; शक्तिवान असणाऱ्या निळ्या-हिरव्या पाण्याकडेसुद्धा.

समुद्रामुळे तिच्या अंतर्मनातील भावना उचंबळून आल्या होत्या. त्यांचा अर्थ तिला समजत नव्हता; पण त्यामुळे तिला थकवाही आला. थोड्याच वेळापूर्वी तिनं निर्जीव नारळ समुद्रात फेकला होता. तिचीही परिस्थिती काहीशी तशीच झाली होती. समुद्राला हवं तसं तो तिच्याशी वागू शकत होता. तिला पुढे ढकलू शकत होता किंवा मागे ओढू शकत होता.

तिनं डोळे मिटले आणि ती त्याच्या स्वाधीन झाली. जिच्यावर तिचा कुठलाच ताबा नव्हता अशा भव्य ताकदीनं तिला कुठंही नेलं तरी तिची तक्रार नव्हती. लाटांनी तिला पार समुद्रात नेलं असतं तरी तिला पर्वा नव्हती. तिला कशाचीच काळजी उरली नव्हती. तिचं शरीर पूर्ण तणावमुक्त झालं होतं. तिच्या मनाला अजब हलकं वाटत होतं आणि तिच्या मनावरचा नेहमीचा बोजा दूर झाला होता. आजचा समुद्र कनवाळू होता. तिला फक्त किनाऱ्यावर इथून तिथे लोळवत होता.

"जेवायची वेळ झाली, चला!" माय हाका मारत होती.

भुकेनं कळवळल्यामुळे तिला वाटणारी अनास्था बाजूला ठेवून सुक्कोरिना स्वतःला सावरून उठली आणि नारळीच्या सावलीत बसलेल्या इतर जणांत सामील झाली. मावशीनं तिच्या हातात बशी ठेवली. कोळंबीचा पुलाव आणि डुकराचं सॉसेज आजच्याइतकं चांगलं कधीच लागलं नव्हतं. खाल्ल्यामुळे तिला परत तरतरी आली.

किनाऱ्यावरच्या वाळूत ओढून आणलेल्या एका मचव्यावर एक मावसभाऊ चढला आणि त्यानं आग्रह केला, "चला, सगळ्यांनी या! आपण अशी कल्पना करू या की आपण कुठल्यातरी मोहिमेवर निघालोय आणि एका प्रचंड सागरी वादळात सापडून हरवलोय."

उन्हं उतरल्यावर ते पुन्हा पाण्यात गेले. त्यांच्या मावश्यांनी त्यांना पायाच्या बोटांनी वाळूत खोदायला आणि वाळूत लपलेली कालवं शोधायला शिकवलं.

"बघू या, कोणाला सगळ्यात जास्त मिळतात ते!" मायनं धूर्तपणा दाखवला.

"आणि मग उद्याच्या सहलीसाठी आपण ती शिजवू," तिच्या बहिणीनं दुजोरा दिला.

सूर्य मावळला तेव्हाच थकलीभागली पोरं घराकडे वळली. विहिरीपाशी जाऊन ती स्वच्छ होत होती, तोवर त्यांच्या आयांनी रात्रीच्या जेवणासाठी भात आणि माशाची आमटी शिजवली.

"तुझ्या सुक्कोरिनासारखी कामसू मुलगी मला असायला हवी होती," कॅव्हलोसिम मावशी मायला म्हणाली, "बाकीची सगळी पोरं हुंदडत असतात. पण ती नेहमी मदतीला येते."

माय मसाला वाटत राहिली. तिला ऐकू आल्याचं काहीच चिन्ह दिसत नव्हतं; पण पाणी आणून मोठ्या हौदात ओतणाऱ्या सुक्कोरिनाच्या मात्र ते कानावर पडलं. तिच्या वाट्याला कधीच कौतुक येत नसल्यामुळे ते ऐकून ती सुखात न्हाऊन निघाली. ती स्वयंपाकघरात काम करत राहिली. बाहेर आरडाओरडा करत खेळणाऱ्या मुलांच्यात गेली नाही.

जेवण झाल्यानंतर ते शेणानं सारवलेल्या जमिनीवर चटया आणि चादरी टाकून झोपण्यासाठी आडवे झाले. त्यांची शरीरं थकली होती, पण मनात अजूनही उत्साह ओसंडतच होता. सतत उच्चारवात चाललेली रातकिड्यांची किर्रकिर्र आणि मध्येच ओरडणाऱ्या क्रौंचपक्ष्याचा आवाज यांनी रात्र भारली गेली होती. अंधाऱ्या खोलीत एकुलत्या एका छोट्या तेलाच्या दिव्याचा मिणमिणता उजेड पडला होता. तेव्हा गोव्यातल्या कितीतरी खेड्यांत वीज पोहोचली नव्हती. त्यांच्या खेड्यातला अंधार दूर करायला उजेड आला नव्हता.

"काय होतं ते?" एका छोट्या मावसभावंडानं विचारलं. एक पाणथळीतला पक्षी रात्रीच्या अंधाराला चिरत कर्कश ओरडला होता.

"मेलेल्या माणसाचं भूत," रोझी पटकन उद्गारली. सगळीकडे अस्वस्थ शांतता पसरली.

"वडाच्या झाडाजवळ तुझ्या आईनं तीन भुतं बघितली होती त्याची गोष्ट सांग ना," एका छोट्या भावानं मोठ्या धीरानं आईची मनधरणी केली.

"शऽऽ नको! त्यांच्याबद्दल बोलायचं नसतं," मायनं सावध केलं. पण कदाचित पुष्कळ जण जमले होते त्यामुळे माजोर्दामावशीला धीर आला असावा.

"एकदा आजा आणि आजी एका लग्नाहून रात्री उशिरा परतत होते. अमावास्येची काळीकुट्ट रात्र होती. त्यामुळे त्यांनी वाट दिसावी म्हणून थोड्या नारळाच्या झावळ्या पेटवल्या. घराच्या अर्ध्या वाटेवर त्यांना तीन अनोळखी माणसं भेटली. त्यांना आगीवर विड्या पेटवायच्या होत्या. आजानं आनंदानं परवानगी दिली; पण विड्या काही पेटेनात. वैतागून त्या तिघांनी पाठ फिरवली. त्यांचे लालभडक डोळे विचित्रपणे चमकत होते.

"आजा विचारात पडला होता. कारण गावातल्या सगळ्या लोकांना तो ओळखत होता आणि या तिघांना तर त्यानं यापूर्वी पाहिलं नव्हतं. ते जात असताना त्यांच्याकडे बघत तो थांबला. एकाएकी ते अदृश्य झाले आणि सन्नाटा पसरला. त्याला किती धक्का बसला असेल कल्पना करा. कारण तेव्हाच त्याच्या लक्षात आलं की ती भुतं होती. खूपच घाबरला तो. मग त्यानं आणि आजीनं धूम ठोकली. ..थेट घरी पोहोचेपर्यंत! अगदी पूर्ण वेळ ते अंगावर क्रॉसची खूण करत होते बघा!"

"पण कदाचित अंधारामुळे ते दिसेनासे झाले असतील."

"जिकडे-तिकडे वाळक्या पानांचा खच पडला होता. जरी त्यांना दिसलं नसतं, तरी पावलांचा आवाज तर निश्चित आला असता. ती अनोळखी माणसं हवेतच विरून गेली!"

"शिवाय आजीला नंतर आठवलं की, त्यांची पावलं उलट्या दिशेनं वळली होती. तिनं पाहिलं होतं ना... तशी तर भुतांचीच असतात."

तेलाचा दिवा अजून जळत होता याचं सगळ्यांना बरंच वाटलं.

"एफी आठवते?" माजोर्दामावशीनं बहिणींना विचारलं.

"अं... अं..." माय म्हणाली. कॅव्हलोसिममावशीनं पांघरूण डोक्यावर ओढलं.

"लहानपणी आम्ही कधीकधी तिच्याशी खेळायचो," माजोर्दामावशी धिटाईनं पुढे सांगू लागली, "तिचं एका श्रीमंत माणसाशी लग्न ठरलं होतं. तो तिला

मुंबईला घेऊन जाणार होता; पण तिला एक पिसाळलेलं कुत्रं चावलं आणि लवकरच ती मेली. स्वप्न पूर्ण होण्यापूर्वीच तिला मरण आल्यामुळे तिचा निराश, दुःखी आत्मा स्वतःच्या इच्छा पूर्ण करण्यासाठी वेगवेगळ्या वाटा शोधायचा.''

''तिला न मिळालेला आनंद दुसऱ्यांना मिळू नये असा तिचा प्रयत्न असायचा.''

''कसा काय?''

''ती तरुण पुरुषांना आणि बायकांना झपाटायची. मग ते किंकाळ्या मारायचे, कपडे काढून टाकायचे, जमिनीवर गडाबडा लोळायचे आणि वेड्यासारखं करायचे. कधीकधी ती त्यांना आगीत, नाहीतर विहिरीत उडी मारायला लावायची. तिच्या अंगात इतकी शक्ती होती की, तिनं झपाटलेल्या माणसाला आवरायला चार-पाच माणसं लागायची.''

''अशा माणसांचं पुढे काय व्हायचं?''

''पाद्री येऊन त्यांच्यासाठी प्रार्थना करायचे. त्याचा परिणाम झाला नाही तर त्यांना मांत्रिकाकडे न्यायचे. त्यांतले काही बरे झाले; पण तिनं दोघांचा तरी बळी घेतलाच! बिचाऱ्या पेद्रोला तिनं कमळांच्या तळ्यात बुडवून मारलं आणि टुडीला तिनं पेटवून दिलं. असं म्हणतात की म्हाताऱ्या कैतानलासुद्धा तिच्यामुळेच वेड लागलं. आता आपण बघतोच ना, त्याला फाटके कपडे घालून हिंडताना, बिच्चारा! त्याच्याकडे बघून कोणालातरी पटेल का, हा श्रीमंत घरातला माणूस आहे असं?''

''ती... मलासुद्धा... धरेल... का?'' अंतोनेतनं चाचरत विचारलं.

''ती कोणालाही, केव्हाही धरू शकते,'' रोझी उत्तरली, ''विशेषतः तुम्ही वाईट वागला असलात तर!''

''म्हणूनच तुम्ही नियमित पवित्र व्हर्जिन मेरीचं चिन्हं घातलं पाहिजे. रोज जप केला पाहिजे आणि छळ होणाऱ्या अतृप्त आत्म्यांना शांतता मिळावी म्हणून प्रार्थना केली पाहिजे. म्हणजे ते तुम्हाला त्रास देणार नाहीतसं वाटतं.''

''आणि जर तुमचं काही चांगलं झालं किंवा तुम्हाला काही चांगलं मिळालं तर त्याबद्दल बोलायचं नाही किंवा भाव खायचा नाही. नाहीतर त्यांना हेवा वाटतो आणि तुमचं वाईट होतं. आजीच्या मावसबहिणीच्या मुलीचं काय झालं, माहीत आहे ना; तसं!''

रात्री उशिरापर्यंत गोष्टी रंगल्या. शेवटी त्यांच्या उत्साहावर थकव्यानं जय मिळवला आणि ते झोपी गेले.

पुढचे दोन दिवसही असेच आनंदात गेले. तिसऱ्या दिवशी संध्याकाळी घरी परतताना, त्या नदी ओलांडत होत्या, तेव्हा एक धीवर पक्षी- कदाचित तो आधीचाच पक्षी असेल- कर्कश आवाज करत त्यांच्या डोक्यावरून गेला.

''पनवती,'' माय पुटपुटली.

सुक्कोरिनानंही तो पाहिला. या वेळी तरी हे नक्कीच खोटं ठरलं. तिनं स्वतःशीच विचार केला. काहीसुद्धा वाईट झालं नाही. उलट, आमचा सगळ्यांचा वेळ खूप आनंदात गेला.

मायोला : **दुःखदायक ताटातूट**

आमच्या इमारतीच्या मोकळ्या जागेत मी पुष्कळ मुलांबरोबर खेळतेय. आम्ही तीन पायांची शर्यत खेळतोय. झरेला माझी जोडीदार आहे. आम्ही आनंदात, हसत सहजपणे सगळ्यांच्या पुढे धावतोय. अचानक झरेला अडखळते आणि पडते. मी तिला मदत करायला वाकते; पण आश्चर्य म्हणजे ती नाहीशी होते. बाकीची सगळी मुलंही नाहीशी झालीयत. मैदान रिकामं झालंय आणि त्याच्या मध्यभागी मी उभीय- एकटीच.

माझ्या बहिणीला मी जवळजवळ कसं ठारच मारलं होतं त्याबद्दल कोणाशी बोलता येणं शक्य नव्हतं. माझं ते काळंकुट्ट गुपित मी मनात खोलवर दडपून टाकलं होतं. शेवटी एकदाची झरेला घरी आली, तेव्हा मी तिच्याशी गोडीनं वागण्याचा जास्तीत जास्त प्रयत्न करायला लागले. ते काही फार कठीण नव्हतं. कारण तिला जे दुःख भोगायला लागलं होतं, त्यामुळे तिचा उर्मटपणा पार नाहीसा झाला होता.

अजूनही तिला व्यायाम करण्यासाठी नियमितपणे दवाखान्यात जावं लागे. त्या वेळीही तिला दुखत असे. मग ती घरी परतल्यावर तिच्या कुबड्या घेऊन चालायचा प्रयत्न करत, धडपडत खोटं खोटं पडत मी तिला रिझवायचा प्रयत्न करायचे. लवकरच ती बरी झाली आणि आमच्या सगळ्यांच्या बरोबर सगळे खेळ खेळायला यायला लागली. पण आता आम्ही दोघी जणी अगदी जोडगोळी झालो होतो.

आम्ही आजूबाजूच्या तळ्यात आणि डबक्यात, बेटकुळ्या, सुरवंट, किडे आणि झुडपं धुंडाळण्यात तास न् तास घालवायचो. कारण तिला निसर्गात रस वाटायला लागला होता.

आमच्या घरात आम्ही निसर्गाचा अभ्यास करण्यासाठी एक टेबल तयार केलं होतं. आम्ही ज्या गोष्टीचा अभ्यास करत असायचो त्याची माहिती देणारी पुस्तकं पपा आणायचे. "माझ्या चिमुकल्या शास्त्रज्ञांसाठी," ते म्हणायचे. अशा पद्धतीन शिकायला खूप मजा यायची. त्यामुळे शाळेत शास्त्र हा माझा सगळ्यात आवडता विषय बनला.

अपघातामुळे झरेलाच्या शाळेतल्या कामगिरीवर काहीच परिणाम झाला नाही. खरंतर सगळ्यांना- अगदी डॉक्टरांनासुद्धा तशीच भीती वाटली होती. पुन्हा ती वर्गात वरच्या नंबरला पोहोचली. बक्षिसामागून बक्षिसं मिळवायला लागली. पण आता मला तिचा हेवा वाटत नसे. तिच्या यशाचा मला आनंदच वाटत असे आणि अभिमानही. विशेषतः आता ती तिच्या सगळ्या गोष्टी दिलदारपणे मलाही वापरायला देत असे म्हणून! पुस्तकं, खेळणी, मित्र-मैत्रिणी आणि तिची गुपितंही ती मला सांगायची.

मोठेपणी झरेला डॉक्टर होणार हे सर्वांनाच माहीत होतं. एके दिवशी पपांनी खेळण्यातला डॉक्टरचा सेट आणला. "आमच्या भावी डॉक्टरसाठी," मोठ्या अभिमानानं ते म्हणाले. त्यात स्टेथॅस्कोप, बँडेजेस आणि इंजेक्शनच्या सुया होत्या. रक्तदाब मोजायचं यंत्रसुद्धा होतं. मला पेशंट बनायला आवडायचं. एखाद्या जन्मजात व्यावसायिकाच्या थाटात झरेला माझ्यावर उपचार करायची. नेहमी नेहमी तीच डॉक्टर बनायची, याचा कुणालाही राग यायचा नाही.

सुरुवातीला या गोष्टी गमतीच्या वाटायच्या, पण जशी-जशी वर्षं जायला लागली तशी त्यात गंभीरता यायला लागली. काहीतरी जीवघेणं वाटायला लागलं. काही दिवसांपासून आमच्या लक्षात यायला लागलं होतं की, ममा आणि पपा एकमेकांच्यात काहीतरी गंभीर चर्चा करतायत. त्यामुळे आम्ही अस्वस्थ झालो होतो. कारण आम्हाला शंका यायला लागली होती, की त्याचा आमच्याशीच काहीतरी संबंध आहे.

"कोण जाणे, ते आपल्याला रानात सोडून देणार असतील, हॅन्सेल आणि ग्रेटेलसारखं!" झरेला म्हणाली, "किंवा रापून्झेलसारखं आपल्याला मनोऱ्यावर कोंडून ठेवणार असतील."

शेवटी त्यांनी आमच्याजवळ जेव्हा गौप्यस्फोट केला तेव्हा आम्हाला सारं तितकंच भयानक वाटलं.

"झरेला..." ममानं शक्य तितक्या हळुवारपणे सुरुवात केली, "आम्ही तुझ्याच भविष्याचा विचार करतोय. तुला जर डॉक्टर व्हायचं असलं तर आपल्याला त्यासाठी आतापासून योजना ठरवायला लागेल.

"आपलं इकडचं भवितव्य तसं डळमळीतच आहे. शेजारच्या देशात, युगांडामध्ये इदी अमिनचं काय झालं हे तुला माहीत आहेच. तिकडच्या बहुतेक आशियाई लोकांचं सर्वस्व लुटलं गेलं. आम्हाला अशी भीती वाटते की, कोणत्याही क्षणी इथंसुद्धा तशीच परिस्थिती निर्माण होऊ शकते.

"म्हणजे इकडच्या वैद्यकीय कॉलेजात जाणं तुझ्यासाठी धोक्याचं ठरू शकतं. तुला वैद्यकीय पदवी मिळण्यापूर्वीच आपल्याला हा देश सोडण्याची वेळ येऊ शकते."

"शिवाय..." पपा मध्येच म्हणाले, "केनियाच्या पदवीला कदाचित हिंदुस्थानात मान्यता नसेल आणि शेवटी आपण परत तर तिकडेच जाणार आहोत."

"पण ममा, आतापासूनच कशाला काळजी करायची?" झरेला कोड्यात पडली, "मी सातवीतच तर आहे. कॉलेजचा विचारसुद्धा करायला अजून पुष्कळ वेळ आहे."

ममा आणि पपांनी एकमेकांकडे पाहिलं. माझ्या छातीत एकदम धडकी भरली. का ते कळेना मला!

"नाही झरेला, आता वेळ नाही," पपा म्हणाले, "ममा तुला असं सांगायचा प्रयत्न करतेय की तुला डॉक्टर व्हायचं असेल तर भारतातच शिकावं लागेल."

"आणि कोणत्याही व्यावसायिक कॉलेजात तुला प्रवेश घ्यायचा असेल तर तुला पाच वर्षांच्या अधिवासाचं प्रमाणपत्र लागेल."

"अधिवास म्हणजे काय?"

"अधिवास म्हणजे वैद्यकीय कॉलेजात प्रवेश घेण्यापूर्वी तू पाच वर्षं भारतात राहत असली पाहिजेस."

"तसं कसं करता येईल मला?" झरेलानं बिचकत विचारलं. आई-वडिलांच्या चेहऱ्याकडे बघून आम्हाला दोघींना वाटणारी धास्ती वाढतच होती.

"यापुढचं उरलेलं शालेय शिक्षण तुला गोव्यात घ्यावं लागेल."

"तुम्हाला असं म्हणायचंय का की आपण इकडचं सगळं सोडून देऊन गोव्याला जाऊन राहणार आहोत?" ती बातमी चांगली आहे की वाईट; हेच आम्हाला कळत नव्हतं.

"नाही बाळांनो," पपा खेदानं म्हणाले, "आपल्याला इतक्यात नैरोबी सोडता येणार नाही. ममाची आणि माझी नोकरी आहे तोपर्यंत इथं काम करून आम्हाला जास्तीत जास्त पैसे साठवावे लागतील. आमच्या वाढत्या वयामुळे आम्हाला कदाचित गोव्यामध्ये चांगल्या नोकऱ्या मिळणार नाहीत आणि तिकडेसुद्धा बेरोजगारीचा मोठा प्रश्न आहेच. इतक्यात आम्हाला नोकऱ्या सोडता येणार नाहीत."

"मग ही सगळी चर्चा कशासाठी चाललीय?" झरेलाचा आवाज कापला.

जीवघेणी शांतता पसरली. मग ममानं तोंड उघडलं.

"झरेला बेटा, शाळेचं हे वर्ष संपलं की तुला गोव्याला पाठवण्याचा आम्ही विचार केलाय," ती घाईघाईनं म्हणाली. जणू काही झरेलानं तिचे शब्दच अडवले असते. झरेला काहीच करू शकत नव्हती. ती सुन्न झाली होती; मीसुद्धा. "आम्ही डॅनीकाकाला पत्र लिहिलंय. त्यानं आता बोटीवरचं काम सोडलंय आणि घराशेजारीच एक छोटंसं दुकान घातलंय. त्याचं उत्तर आलंय की

मोठ्या आनंदानं तुला तो त्याच्या कुटुंबामध्ये ठेवून घेईल. तुला माहितीय, त्याला तीन मुलं आहेत. त्यांच्याबरोबर मजा येईल तुला.''

''त्यांच्याबरोबर तुला खाडीवर मासे पकडायला जाता येईल. कैऱ्या, काजू पाडायला जाता येईल.'' पपांनी ओढूनताणून चेहऱ्यावर आनंद आणला. ''तू नेहमी तक्रार करत असतेस की, इकडे मोकळेपणानं वावरता येत नाही. गोवा तसं सुरक्षित आहे. मनात आलं की, तुला मित्र-मैत्रिणींबरोबर कुठेही हिंडता येईल.''

''मला नाही गोव्याला जायचं!'' झरेलानं निर्धारानं उत्तर दिलं. पण तिचा आवाज जास्तच कापायला लागला होता.

''तुला डॉक्टर व्हायचं असेल तर तुला जावंच लागेल.''

''मला नाही व्हायचं डॉक्टर!'' एकाएकी झरेला संतापली.

''कुठलंही व्यावसायिक कॉलेज निवडलंस, तरी तुला अधिवासाचं प्रमाणपत्र लागतंच, झरेला,'' आईच्या आवाजात हुकुमत होती.

''मला नाही कुठल्या व्यावसायिक कॉलेजात जायचं! मला तुमच्या सगळ्यांबरोबर राहायचंय! आपण एक कुटुंब आहोत.''

मी माझे हात झरेलाभोवती टाकले आणि तिला घट्ट धरलं. ''मी नाही झरेलाला कुठं जाऊ देणार. ती मला इथंच हवीय!'' मी रडायला लागले.

ममानं झरेलाला जवळ घेण्याचा प्रयत्न केला; पण तिनं ममाचे हात झिडकारले आणि दाणकन दार आपटत ती घराबाहेर पळाली.

''मला तुम्ही मुळीच आवडत नाहीत. तुम्ही दोघंही आवडत नाहीत मला –'' मीसुद्धा झरेलाच्या पाठोपाठ धावले आणि धावता-धावता किंचाळून ममा आणि पपांना म्हणाले. ती कुठे सापडेल ते मला माहीत होतं. एका जुन्यापुराण्या मोडकळीला आलेल्या ढकलगाडीवर ती बसली होती. त्या ढकलगाडीला चाक नव्हतं आणि ती अडगळीतच टाकली होती. झरेलाच्या गालावरून अश्रू ओघळत होते आणि माझ्यासुद्धा!

मी दुसऱ्या बाजूनं वर चढले. दूरवर ममा आणि पपा आम्हाला हाका मारत होते. त्या ऐकू येत असूनही आम्ही काहीच उत्तर न देता बसून राहिलो. या बाजूला कोणी फिरकायचं नाही. त्यामुळे आम्ही निवांत होतो.

''मी घरातून पळून जाणारेय.'' डोळे पुसत झरेला शेवटी म्हणाली, ''पळून जाणारेय मी.''

''मी पण पळून येईन तुझ्याबरोबर,'' मी मनापासून म्हणाले.

आम्ही ढकलगाडी पुढे-मागे झुलवत होतो आणि त्या हालचालीनं आम्हाला बरं वाटत होतं. झरेला थोडंसं हसलीसुद्धा आणि मलाही बरं वाटलं.

“कुठे पळायचं आपण?” मी विचारलं.

“डिक व्हिटिंग्टनसारखं आपलं नशीब शोधायला जाऊ.”

“पण लंडन तर युरोपमध्ये आहे आणि आपण आहोत आफ्रिकेत,” मी म्हणाले.

“बोटी आणि विमानं जातात ना वेडे!”

झरेलाला सगळं माहीत असायचं. अंधार पडेपर्यंत आम्ही पुढे-मागे झुलत बसलो. निरनिराळ्या साहसांच्या कल्पनांत रमलो. पण मग भूक लागल्यामुळे आम्हाला घरी परतावं लागलं.

आम्ही काही पळून वगैरे गेलो नाही. मला वाटलं होतं की, झरेला आई-वडिलांच्या निर्णयाविरुद्ध बंड करेल. पण तिनं तसं काहीच केलं नाही आणि माझा फार हिरमोड झाला. चिडण्याचा ती आव आणत होती आणि गोव्याला जाणार नाही म्हणून आरडाओरडा करत होती; पण मला जाणवत होतं की, मानत खोलवर ती या हकालपट्टीची तयारी करत होती. ममा आणि पपा आमच्या कुटुंबाची विभागणी करत होते. ते असाहाय्यपणे पाहावं लागत होतं. मी गोंधळून गेले होते.

नोकरी सुटल्यामुळे पपांचा एक मित्र कुटुंबाला घेऊन गोव्याला परत चालला होता. त्यानं झरेलाला बरोबर नेण्याचं कबूल केलं. मुरुमगाव बंदरातून डॅनीकाका तिला घेऊन जाईपर्यंत तो तिच्यावर लक्षही ठेवणार होता.

ममा आणि पपा म्हणत होते की, झरेलाच्या भल्यासाठीच ते तसं करताहेत. त्यामुळे एके दिवशी ती यशस्वी, श्रीमंत आणि सुखी होईल. आम्हाला सोडून जाण्याचं दुःख तिनं सहन केलं, तर याचं महत्त्व तिला कधीतरी कळेल. तिला दूर पाठवताना तिच्याइतकंच त्यांनाही वाईट वाटत होतं आणि लवकरच आम्ही सगळे गोव्यात आनंदानं परत एकत्र राहणार होतो.

त्यांच्यावर विश्वास ठेवावा असं मला फार वाटलं. मला तशी गरजच होती, त्यानंतर ते गोव्याबद्दल सारखं बोलायला लागले. तिकडच्या खूप गोष्टी सांगायला लागले. विशेषतः डॅनीकाकाच्या गोष्टी! त्याला तर झरेला आणि मी कधी भेटलोही नव्हतो. डॅनीकाका आणि त्याचे कुटुंबीय खूप दयाळू, शांत, सगळ्यांत चांगले होते. असे नातलग कुठल्याही मुलीला हवेहवेसेच वाटतील.

मला कबूल करायला हवं की हे सारं ऐकत असताना मला कधीकधी हेवा वाटायचा. झरेलाला खूप मजा करायला मिळणार होती आणि मी माझ्या जुन्या शाळेतच अडकून पडणार होते. तिथे झरेलासुद्धा नसणार होती. पण झरेला गप्पच होती. मला तर शंका येत होती की ती काही ऐकतच नसावी.

त्या वर्षी पहिल्यांदाच झरेलाचा नंबर खाली गडगडला आणि तिला एकही

बक्षीस मिळालं नाही. तिला सहानुभूती म्हणून माझाही नंबर गडगडला आणि मी वर्गाच्या तळाशी पोहोचले; पण आम्हाला त्याची पर्वा वाटलीच नाही.

ममा आणि पपांना मात्र त्याचा त्रास झाला.

"झरेला, नव्या शाळेत तुला खूप अभ्यास करायला हवा. वैद्यकीय शाखेला प्रवेश मिळवणं काही सोपं काम नाही. त्यासाठी सगळ्यात वरचा नंबर लागतो."

झरेला गप्पच राहिली.

ती जाण्यापूर्वी सुट्टी घालवायला आम्ही मालिंदीला गेलो. आम्ही एक आनंदी कुटुंब असायला हवं होतं. पण ओझ्याखाली दबून आम्ही एकमेकांपासून दुरावलो होतो. पण समुद्रामुळे झरेलात एक चांगला बदल झालेला दिसला. तिच्यातला आळस नाहीसा झाला आणि ती परत पहिल्यासारखी उत्साही झाली. थोडी जास्तच म्हटलं तरी चालेल. वास्को-द-गामाच्या दीपगृहाकडे जात असताना ती फारच बेपर्वाईनं या खडकावरून त्या खडकावर उड्या मारत होती.

"सांभाळून गं झरेला!" ममा ओरडत होती; पण तिनं लक्षच दिलं नाही. मला तिचं जास्तच कौतुक वाटलं आणि मीसुद्धा तिच्यासारखं करायचा प्रयत्न करू लागले. पण मी थोडी घाबरले होते आणि ती जास्तच धोकादायक गोष्टी करायला लागली होती. वाहत्या रहदारीकडे दुर्लक्ष करून ती बिनधास्त रस्ते ओलांडत होती. लोकांशी उर्मटपणा करत होती आणि एकदा तर आपल्याला पोहता येत नाही, हे माहीत असूनही तिनं धक्क्यावरून चक्क समुद्रात उडी मारली. आजूबाजूला मासे पकडणारे कोळी होते आणि त्यांनी तिला वाचवलं म्हणून नशीब आमचं!

आम्ही वाळूचे किल्ले बांधले. पाण्यात लोळण घेतली आणि मोठं झाल्यावर कोण व्हायचं याच्याबद्दल बोलत बसलो. तिला पाण्यात खेळायला आवडलं. एकदा बोलता बोलता ती म्हणाली, "समुद्र किती भव्य आणि मजेचा असतो. मी बोटीवरून त्यात उडी मारेन. मग कदाचित मी जलपरी होईन आणि समुद्राच्या तळाशी पोवळ्याच्या बनात राहीन. मग तिथं मी काय करावं, हे मला दुसरं कोणी सांगणार नाही."

मोंबासा बंदरावर उभं राहून समुद्रात बोटीच्या डेकवर उभ्या असलेल्या झरेलाला हात हलवून निरोप देताना मला अचानक तिचे शब्द आठवले आणि अंगावर सरसरून काटा आला.

"ममा! पपा! झरेलाला परत आणा," मी किंचाळायला लागले, "ती जलपरी होणार आहे."

त्यांनी माझं ऐकलं नाही. मी ओरडायला लागले. जोरजोरात मारायला आणि हातपाय झाडायला लागले. पण त्यांनी मला तसंच आवरून धरलं. ते स्वतःच्या

दुःखात चूर होते. जहाजानं मोठ्यानं भोंगा वाजवला. मला आलेल्या झटक्यातून मी सावरले. जहाज सावकाश दूर जात असताना तिला मी शेवटचं बघितलं.

आम्ही पाहत असताना बोट हळूहळू लहान होत होती. आता फारच उशीर झाला होता. मला माझ्या आई-वडिलांचा राग आला. सर्वांनी मला सोडून दिलंय, असा एकटेपणा वाटायला लागला.

परतताना आगगाडीमध्ये ते माझ्याकडे खूप लक्ष द्यायचा प्रयत्न करत होते; पण मी त्यांच्याकडे बघितलंच नाही. रडत बसले फक्त. झरेलाशिवाय मी जगूच शकणार नाही असं मला वाटत होतं. असं वाटत होतं की, माझं आयुष्यच संपलंय. मीसुद्धा जलपरी बनायचा प्रयत्न करायला हवा होता.

नैरोबीमध्ये परिस्थिती सुधारली. थोड्या महिन्यांपूर्वी आमच्या वरच्या मजल्यावर एका घरात एक नवीन कुटुंब राहायला आलं होतं. त्यात तीन मुलं होती. स्वतःच्या दुःखात चूर असलेल्या झरेलाला त्यांच्याशी संबंध नको होता. त्यामुळे आम्ही अलिप्तच राहिलो होतो. आता मी एकटीच पडले होते आणि ती मुलं चांगली वाटली. मग हळूहळू आमची मैत्री झाली.

ते खरंच मजा करायचे. आमच्याकडे टेलिव्हिजन नव्हता म्हणून त्यांचे आवडते कार्यक्रम बघण्यासाठी ते मला बोलवायचे– 'हतारी', 'सिंदबाद द सेलर' आणि 'द लँड ऑफ द जायंट्स.' त्यांच्याकडे गाडीसुद्धा होती आणि नवल म्हणजे ममा मला त्यांच्याबरोबर सहलीला, आइस्क्रीम खायला, नाहीतर मासे खायला जायला परवानगी द्यायची. त्यांनी मला एकदा राष्ट्रीय उद्यानातसुद्धा नेलं होतं. तिथं वेगवेगळ्या प्रकारचे प्राणी होते.

मला सिंहाचा कळप नीट आठवतो. एका मोठ्याशा बाभळीखाली तो कळप बसला होता. त्यात आम्ही तेरा तरी मोजले. तसंच सगळीकडे हुप्पेवानर होते. काही जण तर धीटपणे चक्क गाडीच्या खिडकीजवळ येऊन, खायला मागायचे. मोकळ्या मैदानात झेब्रा, जिराफ, वनगायी आणि सगळ्या प्रकारची हरणं होती. अगदी स्वप्नवत वाटलं सारं. ते दयाळू लोक माझ्याशी चांगले वागले याबद्दल मला आजसुद्धा कृतज्ञता वाटते.

आपण या छान छान गोष्टी का करत नाही, असं मी माझ्या आई-वडिलांना विचारलं तर ते म्हणाले की आपल्याला पैसे वाचवायला हवेत म्हणजे गोव्याला गेल्यानंतर आपल्याला सुखानं राहता येईल.

मी इतकी आनंदात होते की, मला झरेलाचासुद्धा विसर पडला. डॅनीकाकांचं झरेला गोव्याला सुखरूप पोहोचल्याचं पत्र आलं तेव्हा मला तिची आठवण आली. तिनं जलपरी बनण्याचा प्रयत्न केला नाही म्हणून मला हायसं वाटलं!

डॉना : **न शोभणारा मत्सर**

आई-वडील आणि डॅनियल यांच्याबरोबर ती एका राजेशाही उपाहारगृहात प्रवेश करतेय. द्वारपाल आदरानं वाकून त्यांचं स्वागत करतो; पण तिनं आत शिरायची वेळ आल्यावर काही न बोलता तिला तो अडवतो. तेव्हा कुठं तिच्या लक्षात येतं की, ती कळकट दिसतेय आणि तिचे कपडेही फाटकेतुटके आहेत आणि ते तिघं मात्र छान पोशाखात आहेत. गांगरून ती आई-वडिलांना हाका मारते; पण ते आधीच त्या महागड्या उपाहारगृहात दिसेनासे झाले आहेत. घाणेरड्या फुटपाथवर ती एकटीच उभं राहून आत डोकावतेय आणि तिच्या चेहऱ्यावरून अश्रू ओघळतायत.

"किती सुंदर आहे ना ती! आणि तूसुद्धा नशीबवान आहेस!"

डॉनानं चिडूनच तिच्या प्रिय मैत्रिणीकडे, नंदिताकडे बघितलं. त्या दोघी जणी तिच्या खोलीत खेळत होत्या. बाहुलीचं भलंमोठं घर त्यांच्यापुढे उघडलेलं होतं. त्यात हातानं बनवलेलं अतिशय मोहक असं छोटं छोटं फर्निचर होतं. सगळीकडे बाहुल्या दिसत होत्या, कारण नंदितानं बार्बी बाहुलीच्या केनबरोबरच्या लग्नाच्या स्वागत-समारंभाचा घाट घातला होता. डॉना जमिनीवर हातपाय ताणून आडवी झाली होती आणि चित्रकलेच्या पुस्तकातलं एक चित्र रंगवत होती. तिला नाही आवडायचं बाहुल्यांशी खेळायला. नंदिता डॉनाच्या नव्याकोऱ्या नखरेल बार्बी बाहुलीला गोंजारत होती. बाहुलीला पाहून का कोण जाणे तिला आईच आठवली.

"मी नशीबवान आहे?" तिनं वैतागानं विचारलं, "मला ना तुझा कंटाळा आलाय आणि रागही आलाय. मी किती नशीबवान आहे असं म्हणणाऱ्या सगळ्यांचा मला राग येतो. मला काय वाटतं माहितेय? मला वाटतं, तूच नशीबवान आहेस, मी नाही!"

नंदिता आश्चर्यानं डॉनाकडे बघायला लागली. "मी नशीबवान?" तिनं शंकेनं विचारलं, "तुझ्याकडे काय काय आहे बघ!" तिनं खोलीभर हात पसरला. "तुझ्याकडे छानसं घर आहे. स्वतःची स्वतंत्र खोली आहे. दोन गाड्या आहेत. सुंदर सुंदर कपडे आहेत आणि इतकी सगळी मस्त खेळणी आहेत. माझ्याकडे एकतरी बार्बी बाहुली असायला हवी होती- मी जगातली सगळ्यांत सुखी मुलगी झाले असते आणि तुझ्याकडे तर कितीतरी आहेत."

"त्यातली तुला जी हवी असेल ती घे. सगळ्या घेतल्यास तरी मला काही वाटणार नाही."

"खरंच म्हणतेयस?" नंदिताचे डोळे चमकले, "मग मी ही घेऊ का?" तिनं हातातली बाहुली उंच धरली.

"घे," डॉनानं डोळे वर करून बाहुलीकडे बघितलंसुद्धा नाही. आपल्या चित्राकडे पाहत ती थोडा वेळ गप्प बसली. "तुझ्या घरातलं मला काय आवडतं माहितेय?" तिनं विचारलं. पण ती उत्तरासाठी थांबली नाही. "तुझी आई दिवसभर घरी असते आणि तुझे वडील कामावरून परतल्यावर तुझ्याशी खेळतात. मला वाटतं..." तिनं वाक्य अर्धवटच सोडलं.

"तुझी आई किती सुंदर आहे आणि मला वाटतं, माझे वडीलही डॉक्टर असते तर किती छान झालं असतं. आमचंही स्वतःचं घर असतं. आमच्या त्या घरात किती गर्दी असते."

नंदिताच्या घराला दोन झोपण्याच्या खोल्या होत्या. त्या घरात नंदिता, तिचे आई-वडील, भाऊ, बहीण, काका, काकू, चुलत भावंडं आणि आजी इतके सगळे जण एकत्र राहायचे.

"पण तुमच्या घरात किती गडबड सुरू असते आणि किती माणसं असतात!"

"मला वाटतं, मी तुझ्या घरात राहायला हवं होतं."

"आणि मला वाटतं, मी तुझ्या."

नंदिता परत तिच्या लग्नाच्या स्वागत समारंभात रंगली आणि डॉना तिच्या चित्रात!

"आज सुनीलमामा जेवायला येणारेय," थोड्या वेळानंतर नंदिता म्हणाली.

"ओह्! मी आले तर चालेल?" डॉनानं विनवणी केली. "मला तुझा सुनीलमामा खूप आवडतो. तो किती मजा करतो. आपल्याला सारखं हसवतो; पोट दुखेपर्यंत. माझी आई मला कळसूत्री बाहुल्यांच्या खेळाला घेऊन जाते. त्या खेळापेक्षा तुझ्या मामाबरोबर जास्त मजा येते."

"खरंच, सुनीलमामा फार गंमत करतो. आतापर्यंत तो आलाही असेल."

"चल ना, मग जाऊ या आपण."

त्या उठल्या आणि जिन्यावरनं पळतच खाली आल्या. सुनीलमामानं शिकवलेलं एक बडबडगीत त्या गात होत्या. कॅथरिन आणि डॅनियल खोलीत आले. हातवारे करत त्यांचं काही बोलणं चाललं होतं. कॅथरिननं थबकून त्या दोघींकडे बघितलं.

"कुठं चाललायत तुम्ही, बाईसाहेब?" तिनं डॉनाला विचारलं.

"नंदिताच्या घरी." दोघी मुली चुळबुळत होत्या.

"तुझी नवी बाहुली घेऊन काय करतेयस?"

तिच्या छातीत एकदम धस्स झालं. अस्वस्थता जाऊन तिला भीती वाटायला लागली. डॉनाला तिच्या आईचा चेहरा वाचता येत होता.

"मी ती नंदिताला दिली," ती जमिनीकडे बघत चाचरली.

"माझ्याशी बोलताना माझ्याकडे बघायचं. कुणीतरी काळजीपूर्वक निवडून तुझ्यासाठी इतकी महागडी भेट आणली आणि ती तू अशी दुसऱ्याला कशी देऊन टाकतेस? त्यांना किती वाईट वाटेल हे तुला समजतंय का?" नंदिताकडे न बघताच तिनं थरथरत्या हातानंच बाहुली काढून घेतली. "आणि बाईसाहेब, तू नंदिताकडे जाऊ नकोस; मला बोलायचंय तुझ्याशी." मग ती डौलानं वळली आणि परत डॅनियलशी बोलायला लागली.

नंदितानं मैत्रिणीकडे चोरटी नजर टाकली आणि घाईघाईनं ती पळून गेली. डॉना खाली मान घालून उभी राहिली. डॅनियलची शाळेच्या क्रिकेट टीममध्ये निवड झाली होती आणि त्याच्या खेळाच्या साधनसामग्रीबद्दल ते बोलत होते.

"आम्हाला तुझा खूप अभिमान वाटतो, बाळा," आई खोचकपणे म्हणाली. खाली वाकून तिनं त्याचा पापा घेतला आणि डॉनाला त्याच्याबद्दल असूया, हेवा आणि स्वतःबद्दल दुःख वाटलं. डॅनियल आनंदानं शीळ वाजवत त्याच्या खोलीकडे गेला आणि कॅथरिन तिच्या दळभद्री मुलीकडे वळली. तिनं तिच्याकडे रोखून पाहिलं आणि दीर्घ सुस्कारा सोडला. डॉनाची नजर पायाकडे वळली.

"यापुढे नंदिताकडे जायचं नाही," कॅथरिननं सांगितलं.

आधीचे सगळे विचार मावळून धोक्याची घंटा वाजायला लागली. डॉना चमकली. "पण ममी, ती माझी सगळ्यात चांगली मैत्रीण आहे," डॉनानं चाचरतच निषेध नोंदवला.

"तू योग्य मुलींशी का नाही मैत्री करत?" कॅथरिन उद्वेगानं म्हणाली. "तिला वागण्यातली काही रीतभात समजत नाही. शिवाय तिच्या घरचे लोक इंग्रजीही किती घाणेरडं बोलतात. असल्या भिकारड्या लोकांच्यात तू मिसळत राहिलीस तर मोठेपणी तू सभ्य लोकांत वावरायला योग्य कशी होशील?"

"पण मला नंदिताचे ममी आणि डॅडी आवडतात," डॉना म्हणाली.

"त्यापेक्षा स्वतःच्या आई-वडिलांना आवडून घ्यायला शीक," तिच्या आईनं थंडपणे टोमणा मारला. "विशेषतः इतक्या सगळ्या गोष्टी आम्ही तुझ्यासाठी केलेल्या असताना! यावरून आठवलं, तुझ्या डॅडींनी आणि मी असं ठरवलंय की, आता आपण सुट्टीनंतर गोव्याहून परतलो की तुझी शाळा बदलायची."

भीतीनं डोळे विस्फारून डॉनानं आईकडे बघितलं. पण कॅथरिन शांतपणे पुढे म्हणाली, "आम्ही ठरवलंय की, तू चांगलं इंग्रजी शिकायला हवंस, जे आताच्या शाळेत जमेल असं मला वाटत नाही. तिकडे सगळेच जण बोलताना विचित्र उच्चार करतात."

"पण मम्मी..."

"पण-परंतु काही चालायचं नाही बाईसाहेब, आम्ही तुझ्यासाठी चांगली शाळासुद्धा निवडून ठेवलीय. एखाद्याला चांगल्या शाळेत जायला मिळतंय याचा आनंद झाला असता. कारण आजकाल चांगल्या शिक्षणाला महत्त्व आलंय. ज्या इतर संधी दिल्या, त्याबद्दल कधीतरी तुलासुद्धा कृतज्ञता वाटेल अशी आशा करते... जर तुला कृतज्ञता व्यक्त करता येत असेल तर – " तिनं कठोरपणे मुलीकडे पाहिलं आणि निघून गेली.

"आणि नव्या शाळेत तुला योग्य मित्र-मैत्रिणी करता येतील अशी आशा करते," जाता जाता तिनं टोला हाणला.

***

डॉना गोव्याच्या प्रेमातच पडली. अगदी पहिल्यांदा तिला विमानाच्या खिडकीतून गोवा दिसला त्या क्षणापासून! सूर्यकिरणांत न्हाऊन निघालेलं हिरवंगार गाव, त्याच्या पांढऱ्याशुभ्र किनाऱ्याला समुद्राच्या लाटा बिलगत होत्या. पावसाळ्यात उदास वाटणारं राखाडी रंगाचं आकाश आणि तशाच राखाडी रंगाचा समुद्र त्या पार करून आल्या होत्या, त्या दोन्हीच्या पार्श्वभूमीवर विरोधानं गोवा उठून दिसत होतं.

वातानुकूलित विमानातून तिनं पाऊल बाहेर टाकलं आणि परत एकदा आदल्या दिवशी मुंबईत जाणवली होती तशी उन्हाची काहिली जाणवली. पण आता तिला खोलात गेल्यासारखं वाटण्याऐवजी हवेत तरंगल्यासारखं वाटलं. तिला स्वतःतच एक उत्साहाची शिरशिरी उफाळत असल्याचं जाणवलं. एखाद्या शब्दांत न गुंफलेल्या भावस्पर्शी गाण्यासारखी.

तिची आजी विमानतळावर अधीरतेनं वाट बघत उभी होती. तिनं तिला एकदम कवेतच घेतलं. फार उबदार मिठी होती तिची. डॉनाला थोडीशी लाज वाटली. तिची त्रेधातिरपिटही उडाली. कारण एकाएकी तिच्या डोळ्यांतून अश्रूंचा पूर वाहायला लागला. कोळव्याला पोहोचेपर्यंत सगळा वेळ दादीनं तिला आग्रहानं मांडीवरच बसवलं होतं. डॉनानं स्वतःशी कबूल केलं, की तिला तो स्पर्श खूप आवडला होता. नवे, अनोळखी वास, दृश्य आणि आवाज यांचा तिच्यावर काही वेगळाच परिणाम होत होता. पण तिला तो वेगळेपणा आवडला.

दादीचं जुनं घर ऐसपैस होतं. त्याच्या भोवतीच्या बगिच्याची छान निगा राखली होती. घरात खूप माणसं होती. आत्या, काकू, काका, चुलत आणि आते भावंडं, शेजारी, नात्यातली माणसं आणि मित्र-मैत्रिणी. सगळ्यांनी तिच्याभोवती गर्दी केली. तिला माहीतच नव्हतं की, तिचं विस्तारित कुटुंब एवढं मोठं होतं.

चकाकती झुंबरं, गुंतागुंतीचं कोरीवकाम केलेलं लाकडी फर्निचर आणि हसरे चेहरे तिच्या डोळ्यांपुढून ओझरते सरकत होते आणि ओरडून केलेलं स्वागत. ती

किती मोठी आणि सुंदर दिसतेय याबद्दलचे आश्चर्याचे आणि आनंदाचे उद्‌गार यांत ती न्हाऊन निघत होती.

त्या मोठ्या बैठकीच्या खोलीत मैत्रीपूर्ण गोतावळ्याचा सागर उसळला होता आणि ते तिला एकदा या बाजूला, एकदा त्या बाजूला खेचत होते. गंमत म्हणजे या सगळ्याचा डॅनियलवर मात्र फार वेगळा परिणाम झाला होता. सांदीकोपऱ्यात अडकलेल्या वाघासारखा तो उभा होता. त्याच्या डोळ्यांत राग आणि तिरस्कार होता. जवळ यायचा धीर करणाऱ्या सगळ्यांना तो बुक्के मारत होता. मग नाराज झालेल्या नातलगांनी त्याला एकटंच सोडलं. त्यामुळे आपसूकच गोव्यातल्या कुटुंबाची डॉना ही निर्विवाद एकमेव 'लाडूबाई' बनली.

पुढच्या काही दिवसांत तिला त्या अनोळखी माणसांच्या खिचडीतून चेहरे वेगवेगळे ओळखता यायला लागले. मधल्या अंगणाच्या भोवती असणाऱ्या खोल्यांच्या चक्रव्यूहातून तिला नीट वाटही सापडायला लागली. ती आणि तिची चुलत बहीण यांना एकच खोली दिली होती. डोरोथी तिच्यापेक्षा थोडी मोठी होती; पण दोघींचं चांगलं जमलं. तिला डोरोथीची एकच गोष्ट आवडली नाही- ती म्हणजे प्रत्येक गोष्टीतलं तिचं कुतूहल. ती सारखी सारखी इंग्लंडमधल्या आयुष्याबद्दल कंटाळवाण्या प्रश्नांची लांबड लावायची. ते सोडल्यास मात्र त्यांना एकमेकींबरोबर खूप मजा यायची.

जवळजवळ रोज त्या इतर भावंडांबरोबर दंगामस्ती करत समुद्रकिनाऱ्याला जायच्या. एकमेकांच्या अंगावर मुक्तपणे पाणी उडवायच्या, नाहीतर उड्या मारायच्या. कधीकधी बाकीचे जण डॉनाला खांद्यापर्यंत वाळूत पुरायचे. डॉनाही त्यांना तसं करू द्यायची.

तिच्या अंगावर ते वाळूचा वर्षाव करत, तितकाच प्रेमाचा वर्षाव करायचे. सगळे जण अगदी मोठी माणसंसुद्धा तिचे खूप लाड करायचे. तिचा शब्द झेलायला तयार असायचे. त्यामुळे डॉनाला आपण स्वतः जणू भेट द्यायला आलेली राजकन्या आहोत असं वाटायचं. यापूर्वी कधीच डॉनाला असा अनुभव आला नव्हता आणि तिला तो फार हवासा वाटत होता. दुसऱ्या बाजूला डॅनियल घुमेपणानं सगळ्यांपासून दूर राहायचा. बहुतेक वेळ तो स्वतःच्या खोलीत एकटाच वाचत बसायचा.

तिचे आई-वडील तिच्याजवळ फार नसायचे. पण तिला त्याची काहीच पर्वा वाटली नाही. ती आनंदात होती. खरोखरच आनंदात! संपूर्ण घर दादीभोवती घुटमळत असायचं.

"अख्ख्या जगात दादी सर्वांत चांगली माणूस आहे." तिनं डोरोथीला विश्वासानं सांगितलं, "कध्धी असं म्हणत नाही की आत्ता नको बेटा, किंवा आत्ता जा गं बेटा, मला महत्त्वाचं काम आहे."

मागच्या अंगणात एक मोठी काळी कोंबडी होती. आपल्या बारक्या, लुसलुशीत पिल्लांना नेहमी पंखाखाली घेणारी- तिच्यासारखीच होती दादी! तिच्या मऊ मऊ मांडीवर आरामात पहुडून डॅडींच्या बालपणीच्या जुन्या गोष्टी ऐकायला सर्वांत जास्त आवडायचं. दादीचं इंग्रजी तसं मोडकंतोडकंच होतं; पण म्हणून ते समजायला डॉनाला काहीच अडचण येत नव्हती. तिच्याकडे बघून तिला नंदिताच्या आईची आठवण आली. पण त्याहीपेक्षा चांगली गोष्ट म्हणजे दादी आणि ती एकमेकींच्या होत्या. म्हातारीनं मिठीत घेतलं की, डॉनाला अगदी हाडापर्यंत ते प्रेम जाणवायचं. त्याचा परिणाम म्हणून तिचा ऊरही प्रेमानं भरून यायचा. अगदी दुखेपर्यंत. कारण तिला माहीत होतं की लवकरच या सर्वांचा निरोप घ्यायचाय.

"तू शहाणी आहेस बाळ," दादी म्हणाली आणि डॉना गर्वानं फुगली. "मला कळतच नाही की तुझे मम्मी आणि डॅडी सारखे तुझ्याविषयी तक्रारी का करतात? मला तुझ्या डॅडींशी थोडं बोलायला हवं आणि त्याला थोडा शहाणपणा शिकवायला हवा." डॉनाशी संगनमत करत असल्यासारखा तिनं डोळा मारला आणि तिला जास्तच घट्ट मिठीत घेतलं. डॉनानं आजीच्या मऊ मऊ छातीवर डोकं टेकलं आणि उसासा सोडला.

दादीनं तिला जितकं ओळखलं होतं तितकं दुसऱ्या कोणी ओळखलं नव्हतं. तिला वाटलं की, आपल्या मनात ज्या भीतिदायक गोष्टी येतात, त्या तिला सांगाव्यात. तिची खात्री होती की, दादीला समजेल सगळं. पण त्यांची भीती का वाटते हेच तिला कळायचं नाही, म्हणून तिनं त्या परत दाबून टाकल्या. न बोलणंच तिला जास्त सुरक्षित वाटलं. तोपर्यंत समुद्रातल्या खडकांना कालवं चिवटपणे चिकटतात, तशी ती आजीला चिकटून राहिली.

"तुझा स्वयंपाक इतका चांगला कसा लागतो दादी?" तिनं विषय बदलला.

"कारण मी लाकडाच्या आगीवर, मातीच्या भांड्यात अन्न शिजवते."

"आणि कारण, दादी अन्नामध्ये प्रेम पण मिसळते." डोरोथी प्रेमानं म्हणाली, "दादीचा स्वयंपाक सगळ्यांत मस्त असतो."

"मी स्वयंपाकघरात नोकरांवर फक्त देखरेख करते," आजी हसली, "तेच अन्न शिजवतात आणि त्यात सगळ्या गोष्टी घालतात."

"माझ्या मनात येतं की मी नेहमीसाठी इकडेच राहावं. तसं करता येईल का गं दादी?"

दादीनं तिला आणखीच जवळ घेतलं. "हे घर तुलाही ठेवून घेण्याइतकं मोठं आहे." ती गंभीरपणे म्हणाली, "पण तुझी जागा तुझ्या ममी-डॅडींकडे आहे. डॉना... डॉना..." ती भरभर कोकणीत बोलायला लागली आणि डोरोथीनं तत्परतेनं त्याचं भाषांतर केलं.

"दादी म्हणते, इकडे प्रत्येक जण इंग्लंड-अमेरिकेला जायची स्वप्नं बघत असतो. कारण असं, गोवा म्हणजे एक छोटा तलाव आहे. केवळ निराश होऊन कित्येक जण बाहेर उड्या मारायचा प्रयत्न करत असतात. ज्यांना यश मिळत नाही त्यांची अवस्था खारवलेल्या सुक्या माशासारखी होते. एके दिवशी तुलासुद्धा मोठ्या समुद्रात पोहावंसं वाटेल. त्या वेळी तुझ्या इंग्रजी शिक्षणाचा तुला फार उपयोग होईल."

पुन्हा तेच! दादीसुद्धा असंच सुचवत होती की, तिला जे काही मिळतंय त्याबद्दल तिनं आभारी असलं पाहिजे. तिला माहीत होतं की, सगळ्या चुलत भावंडांना तिचा हेवा वाटतोय. दादीला कधी कळेल का, की इथं गोव्यात तिच्याबरोबर राहायला मिळावं म्हणून डॉना काहीही करायला तयार झाली असती. पण त्यांचं म्हणणं बरोबर असलं तर? त्यांचंच बरोबर असेल! सगळ्यांचंच चुकणार नाही. तिचंच काहीतरी चुकत होतं. सगळ्या गोष्टी मिळतात म्हणून तिनं आभार मानायलाच हवेत. लंडनला पोहोचून नव्या शाळेत गेल्यावर अगदी चांगलं वागण्याचा प्रयत्न करेन- तिनं स्वतःशीच शपथ घेतली.

नवी शाळा! पुन्हा जुनं भय तिच्या मनात दाटून आलं आणि जडशीळ वाटलं तिला. तिनं भय झटकण्याचा प्रयत्न केला. मी माझ्याकडून चांगलं बनण्याचा प्रयत्न करेन. तिनं स्वतःला बजावलं. दादीला माझा अभिमान वाटेल अशी मी बनेन.

सुक्कोरिना : **काम... आणि प्रेरणा**

ती तिच्या बहिणींबरोबर शेतातनं जातेय. त्या उड्या मारत आणि हसत-खेळत पुढे धावतायत आणि ती सावकाश त्यांच्या मागनं जातेय. बाजूला एका छोट्या टेकडीवर एक धष्टपुष्ट बैल चरतोय. सगळं कसं शांत आहे.

नंतर रोझी वळून तिला थोडं मजेत, थोडं रागानं ढकलते. ती धडपडते आणि एकदम एकटीच राहते. ती वर बघते आणि तिला दिसतं की, तो बैल तिच्या दिशेनं उधळत येतोय. ती उठून पळायचा प्रयत्न करते; पण पाय हलत नाहीत. किंचाळण्यासाठी ती तोंड उघडून जागच्या जागी उभीच राहते. बैल मात्र वेगानं तिच्याकडे येत असतो.

"आताच मी कैऱ्या पाहिल्या. चांगल्या मोठ्या आहेत," रोझी उत्साहानं धावत-पळत आली.

"माहितेय, मी त्या थोड्या दिवसांपूर्वीच पाहिल्या," अंतोनेत म्हणाली.

"चल तर! जाऊन पाडू या त्या." रोझीनं मिटक्या मारल्या आणि डोळ्यांची मजेशीर हालचाल केली. "कधी एकदा खाते असं वाटतंय."

"तुला चांगलं माहितेय, त्याला चोरी म्हणतात. भाटकर बाबला नाही आवडायचं ते."

"त्याची कितीतरी झाडं फळांनी लगडलीयत. इतक्यांचं तो करणार तरी काय?"

"विकणारच."

"माझी खात्री आहे, आपण दोन घेतल्या तर तो रागवायचा नाही," रोझीनं अनिश्चितपणेच बहिणींकडे पाहिलं. "त्याला समजायचंसुद्धा नाही. मी तोडणाराय थोड्या," ती निर्धारानं म्हणाली, "कोण येणाराय माझ्याबरोबर?"

मारियानं थोडं का-कू केलं आणि तितक्याच निर्धारानं म्हणाली, "मी नाही, अंतोनेत आणि मी मडगावला जाणाराय."

"सुक्कोरिना, तू चल माझ्याबरोबर."

सुक्कोरिनानं थोडं संशयानंच बहिणीकडे बघितलं. कोवळ्या कैऱ्यांच्या आठवणीनं तोंडाला पाणी सुटलं, पण...

"कोणाला नाही कळायचं," रोझीनं जोर दिला, "झाड तर दूर शेतात आहे. त्या बाजूला कधीतरी कुणी जातं. चल ना, जाऊ या आपण!"

मारियानं खांदे उडवले आणि अंतोनेतला घेऊन ती निघून गेली. "काय वाटेल ते करा," जाता जाता ती म्हणाली.

कैऱ्यांचा मोह सोडता आला नाही आणि पटत नसूनही सुक्कोरिना तिच्याबरोबर निघाली. दोघी जणी हलक्या पायांनी आंब्याच्या झाडाकडे धावल्या. त्याला कोयरीच्या आकाराची फळं लगडली होती. रोझीनं पटकन थोडे दगड गोळा केले आणि नेम धरून सराईतपणे मारले. तीन मोठ्ठाल्या कैऱ्या खाली पडल्या. आपटल्यानं त्यांची थोडीशी साल निघाली होती आणि त्यातून आतला गर दिसत होता.

पटकन आपली लूट उचलून त्या दोघी बदमाश पोरी घराकडे धावल्या. कैरीच्या उभ्या फोडी कापून त्यांना तिखट-मीठ लावलं. लाळ सुटून तोंडं शिवशिवत होती. मग आपल्या लुटीचा आनंद घ्यायला त्यांनी सुरुवात केली. आतापर्यंत खाल्लेल्या सगळ्या कैऱ्यांपेक्षा त्या जास्त चविष्ट लागल्या. जेवणाची वेळ होईपर्यंत त्यांना पत्तासुद्धा नव्हता की त्यांची चोरी कोणीतरी पाहिलीय.

त्यांचा बाप खूप दूर असतानाच त्याचा चढलेला आवाज ऐकू आला. तो ऐकून सगळ्यांच्याच मनात एकदम धडकी भरली. त्याला दारू चढली होती हे तर स्पष्टच होतं. पण इतकं चिडण्यासारखं काय झालं? तो घराच्या जवळ पोहोचायला लागला तसे त्याचे शब्द स्पष्ट समजायला लागले.

"चोर! उचक्के! माझ्या हाडामासाची पोरं!"

'त्याच्या हाडामासाची पोरं' काही न समजून हा असा का पिसाळलाय म्हणून विचारात पडली. त्यांना या वेळेपर्यंत आपल्या सकाळच्या साहसाचा विसर पडला होता.

"त्याच्या मुली चोरी करतात असं दुसरे बोलताना ऐकून बापाला किती शरम येते."

त्याच्या मुली निरागसपणे द्विधा मनःस्थितीत एकमेकींकडे पाहू लागल्या.

"कैऱ्या चोरतायत! कोणाला वाटेल आम्ही त्यांना घरी उपाशीच ठेवतो."

रोझी आणि सुक्कोरिनाचे चेहरे पांढरे पडले. छातीतली धडपड वाढली. माय, मारिया आणि अंतोनेत भयानं; पण कणवेनं पाहू लागल्या.

"आज त्यांना चांगलाच धडा शिकवतो. आयुष्यभर विसरता येणार नाही असा- आपल्या कुटुंबाला आणखी लाज आणण्यापूर्वीच! इकडे या दोघी जणी!"

त्या अपराधी मुली थरथरत पुढे झाल्या. "दोरखंड आणा!" तो इतरांवर खेकसला. मारियानं घरात जाऊन दोरखंड आणला. त्यानं दोघींना खेचतच पेरूच्या झाडाजवळ नेलं. त्याच्या मुळाशीच मुंग्यांनी मोठं वारूळ केलं होतं. तिथंच तो त्यांना दोरानं झाडाला बांधू लागला.

रोझी किंचाळायला लागली. कानठळ्या बसवणारी कर्कश किंकाळी. किंकाळीमागून किंकाळी. मान कापण्यासाठी बांधत असलेल्या डुकरानं मारावी तशी किंकाळी. सुक्कोरिनानं ओठ दाताखाली दाबला आणि आवाज उमटू दिला नाही. मुंग्यांचा आकार छोटा असला तरी बालेकिल्लाच मोडल्यामुळे, हल्ला करणाऱ्यांवर त्या तुटून पडल्या. रोझी जास्तच मोठ्यानं किंकाळ्या मारू लागली. तिच्या आवाजातील उन्मादाची जागा भयानं आणि दुःखानं घेतली. कित्येक लाल मुंग्या चावे घेत असतानाही सुक्कोरिना हूं की चूं न करता उभी होती- तिच्या चेहऱ्यावरही काही भावना दिसत नव्हती.

"तुम्हाला गावभर भटकण्यापेक्षा आणि अडचणीत येण्यापेक्षा काही चांगले उद्योग नाहीत का?" स्वतःच्या कुटुंबाची लाज घालवल्याचा बदला तो घेऊ पाहत होता. त्याचे डोळे रागानं आणि तिरस्कारानं लाल झाले होते. "लवकरच सगळ्यांची लग्नं करायची वेळ येईल. तुम्हा चौघींसाठी हुंडा कुठून आणायचा मी? मला वाटतं तुम्ही कामाला जायला लागलात तर बरं होईल. हो, तुम्हाला लग्न करायचं असेल तर मुकाट्यानं काम करून पैसे साठवायला लागा. माझ्यावर अवलंबून राहू नका."

"पण आम्हाला आता कुठं काम मिळणार?" संतापामुळे मारिया धीट झाली होती. "भातशेतीचं काम परत सुरू व्हायला अजून चार महिने तरी लागतील."

"म्हणे एस्ताफानिया मुंबईहून आलीय आणि नवीन घर बांधायच्या विचारात

आहे. पुष्कळ महिने पुरेल असं काम मिळेल तिकडे."

त्या दोघी मुली पाय जमिनीवर आणि झाडाच्या बुंध्यावर आपटत होत्या. वेड्यापिशा होऊन त्या पायावर चढणाऱ्या मुंग्यांना झटकायचा प्रयत्न करत होत्या. पण त्यामुळे मुंग्यांना जास्तच चेव येत होता. एक मुंगी पडली की, तिची जागा घ्यायला अनेक जणी पुढे यायच्या. जास्तच दुखायला लागलं होतं आणि त्यासाठी काही करता येत नव्हतं त्याचाही त्रास वाटायला लागला.

बापाच्या दारू चढलेल्या चेहऱ्याकडे पाहून सुक्कोरिनाच्या मनात राग आणि तिरस्कार आला. तिला रडताना बघण्याचं समाधान ती बापाला देणार नव्हती. तिनं स्वतःला वाटणाऱ्या रागावर सगळं लक्ष केंद्रित केलं आणि आपोआपच तिच्या डोळ्यांसमोर एक चित्र उभं राहिलं. तिच्या बापाला झाडाला बांधलं होतं आणि काळे कपडे घातलेले दोघे जण त्याला चाबकानं फोडून काढत होते. या कल्पनेमुळे तिला समाधान वाटतंय, यातच तिला पाप वाटलं. पण त्यामुळे गोष्टी स्वतःच्या ताब्यात आल्यासारखं वाटलं आणि प्रत्यक्ष घटनेचं भय कमी झालं.

रोझीच्या किंकाळ्या थांबून ती मुसमुसत हुंदके देत होती. तिचे डोळे वरच्या बाजूला फिरत होते. त्यामुळे तिच्या आईला भीती वाटली.

"मारून टाकणारेस की काय त्यांना?" ती नवऱ्यावर ओरडली. तिच्या नेहमीच्या बुजरेपणावर, आता तिला वाटणाऱ्या रागानं मात केली.

पायनं दुःख भोगणाऱ्या मुलींकडे एकवार पाहिलं.

"सोडा त्यांना," तो गुरकावला, "आणि लवकरच काम शोधायचं बघा." वळून तो निघाला. जाता जाता त्याचं पुटपुटणं ऐकू आलं, "ती मुलगा असायला हवी होती. हूं की चूं न करता उभी होती."

***

"माहितीय? स्वतः मिळवलेल्या पैशांतून ती हे घर बांधतेय," बोलणाऱ्या बाईच्या आवाजात आदर आणि नवल होतं.

"शक्यच नाही," एक माणूस म्हणाला. तो खांद्यावर सिमेंटचं पोतं घेऊन भराभरा त्यांच्या जवळून गेला. लालभडक साड्या नेसलेल्या त्या बायका डोक्यावर इमारतीच्या विटा घेऊन चालल्या होत्या. बाजारातूनच त्या आल्या होत्या आणि एस्ताफानिया जिकडे घर बांधणार होती त्या जागेकडे निघाल्या होत्या. तो माणूस पुढे म्हणाला, "ती खूप मोठं घर बांधतेय. इतका पैसा काही बायकांना मिळवता येत नाही. तिचा नवरा श्रीमंत घरातला होता. त्यानंच पैसे दिले असणार."

"त्याला काय कळतंय?" ती बाई उपहासानं म्हणाली, "हे खरंय की तिला श्रीमंत घरात दिली; पण तिच्या नवऱ्याच्या भावानं त्याला मालमत्तेच्या हिश्शाबाबत

गंडवलं. त्याला फार धक्का बसला आणि त्यानं प्यायला सुरुवात केली. शेवटी भिकारी होऊनच मेला. ती मुंबईला गेली, काम शोधलं आणि तिनं मुलांना वाढवलं आणि आता स्वतःचं घर बांधतेय.''

''मुंबईला कसलं काम मिळालं तिला?'' सुक्कोरिनानं विचारलं. बापाची आज्ञा प्रमाण मानून ती कामावर यायला लागली होती. मजूर म्हणून रोजंदारी मिळवायला लागली होती.

''असं म्हणतात की ती श्रीमंत कुटुंबातल्या मुलांची देखरेख करते.''

''आणि आपल्याला इकडे मिळतात त्याच्यापेक्षा कितीतरी जास्त पैसे मिळवते,'' एक म्हातारी म्हणाली, ''मी तीस वर्षांहूनही जास्त दिवस रोज काम करतेय, पण आजारी पडले तर डॉक्टरकडे जायलाही माझ्याकडे पैसे नसतात.''

''हे असलं काम करण्यापेक्षा देखरेख करणं कितीतरी सोपं असेल,'' सुक्कोरिना म्हणाली, ''दिवस संपता संपता माझं अंग इतकं दुखायला लागतं की झोपसुद्धा लागत नाही.''

''सवय होईल गं,'' म्हातारी हसली, ''हे दुखणं लवकर थांबतं; पण नंतर येणारं दुखणं मात्र असह्य असतं. सांधे पकडतात, सुजतात आणि दुखायला लागतात. डॉक्टरांचं महागडं औषधही काही करू शकत नाही.''

''चकाट्या पिटू नका. कामाकडे लक्ष ठेवा,'' मुकादम खेकसला, ''कसले पैसे मिळतात तुम्हाला? चकाट्या पिटायचे की दगड वाहायचे?''

त्यानं असे कान उपटल्यावर बाया गप्प झाल्या. वाहून आणलेल्या चिपा डोक्यावरून उतरून नीट ढिगारा रचायला त्यांनी एकमेकींना मदत केली आणि पुढचा भारा आणण्यासाठी त्या निघाल्या. मुकादमाला ऐकू येणार नाही इतक्या अंतरावर गेल्यावर, थांबलेलं बोलणं त्यांनी पुन्हा सुरू केलं.

''मलासुद्धा आवडेल मुंबईला जायला आणि श्रीमंत मुलांची देखभाल करायला,'' सुक्कोरिना म्हणाली.

''तुला लिहिता-वाचता येतं का?'' एका बाईनं विचारलं.

''नाही.''

''मग नाही जमायचं.''

रस्त्याला पोहोचेपर्यंत त्या गप्पगप्पच होत्या. तिकडे ट्रकमधून दगड उतरवून ठेवले होते. डोक्यावरचं वजन बोचू नये म्हणून घेतलेल्या चुंबळी त्यांनी सारख्या केल्या. दगडांचा दुसरा भारा डोक्यावर घेतला आणि पायपीट करत परत निघाल्या. शाळेचा गणवेश घातलेल्या आणि खांद्यावर दप्तरं घेतलेल्या मुलांचा घोळका हसत-खेळत त्यांना ओलांडून गेला.

''मला फार वाटतं, माझ्या आई-वडिलांनी पण मला शाळेत घालायला हवं

होतं,'' सुक्कोरिना खिन्नपणे म्हणाली, ''मग मला असं उन्हातान्हातनं वजन घेऊन जावं लागलं नसतं. मी एखाद्या कचेरीत काम केलं असतं.''

''चूप बस!'' एक चिडखोर म्हातारी म्हणाली. बोचरं बोलणारी बाई म्हणून ती सगळ्यांनाच माहीत होती. ''आई-वडिलांबद्दल तक्रारीचा सूर काढू नकोस. त्यांनी योग्यच केलंय. तू मुलगी आहेस. तुला शाळा काय करायचीय? आहे त्यात सुख मानायला शीक.''

''मुलींनी का नाही शाळेत जायचं?'' एका चुणचुणीत तरुण बाईनं विचारलं.

''जर तू शाळेत गेली असतीस तर तुझ्या आई-वडिलांना तुझं लग्न करता आलं असतं असं वाटतं का तुला? तूच सांग, कुठल्या माणसाला शिकलेली बायको आवडेल, डोक्यावर बसायला?''

''बरोबर आहे तिचं!'' काही मोठ्या बायकांनी संमतिदर्शक माना हलवल्या. पण तरुण बायका मात्र असहमती दाखवत पुटपुटल्या.

''काळ बदललाय आता,'' एक धीट बाई म्हणाली, ''मी माझा मुलगा आणि मुलगी दोघांना शाळेत पाठवणार आहे.''

''आणि तुला काय वाटतं? म्हातारपणी ते दोघं तुझी काळजी घेतील?'' म्हातारीनं टोमणा मारला, ''मुळीच नाही घेणार! ते पणजीला नाही तर म्हापुशाला जातील आणि तू एकटीच पडशील. कारण ती दोघं तुला विसरून जातील.''

त्या बांधकामाच्या जागी पोहोचल्या आणि गप्प झाल्या.

एस्ताफानिया आलेली होती आणि घर बांधणाऱ्या इंजिनिअरबरोबर वाद घालत होती. ''मला विहीर स्वयंपाकघराजवळ हवीय,'' ती सांगत होती, ''म्हणजे पावसाळ्यात पाणी आणण्यासाठी मला लांब जावं लागणार नाही.''

''घराच्या इतक्या जवळ विहीर बांधता येणार नाही.''

''का नाही? मी तुला तशी दोन तरी घरं दाखवू शकेन,'' एस्ताफानिया आपल्या म्हणण्यावर ठाम होती, ''तुला जमत नसेल तर तसं करू शकणारा माणूस मी शोधेन.''

सुक्कोरिना लक्ष लावून त्यांच्याकडे पाहत होती. तिनं यापूर्वी एस्ताफानियासारखी कोणी बाई बघितलीच नव्हती. ती बुटकी आणि गोलमटोल होती. तिच्या चालण्या-बोलण्यात आत्मविश्वास ठासून भरला होता. गावातल्या पुरुषांचा तिच्याशी कसं वागावं याबाबत गोंधळ उडायचा; पण बायकांना मात्र तिच्याबद्दल आदर वाटायचा.

''मला माहीत आहे की, चौकोनी खिडक्या आणि दारं बनवायला सोपं पडतं. पण मला अशा आकाराचीच हवीयत,'' तिनं सुतारापुढे आपलं डिझाइन नाचवलं, ''घर माझंय. मी त्याच्यासाठी पैसे खर्च करतेय आणि मला अशा प्रकारची दारं-खिडक्या हवीयत.''

पण मजूर बायकांबरोबर ती नरमाईनं वागायची. त्यांच्या सकाळच्या सुट्टीसाठी ती आधीच मोठं पातेलंभर कांजी शिजवून ठेवायची. त्यांच्यातच ती फतकल मारून बसायची. डावानं ढवळून वाडग्यात कांजी वाढायची आणि छोट्या कैऱ्यांचं लोणचं, नाहीतर ताजा नारळ त्याबरोबर वाटायची. दुपारसाठी मोठं पातेलं भरून दुधाचा चहा बनवायची. तो सुक्कोरिनाला फारच आवडायचा. विशेष म्हणजे त्याच्याबरोबर खायला वेगवेगळ्या प्रकारची बिस्किटंही असायची.

हळूहळू बायकांना तिची पहिल्यासारखी भीती वाटेनाशी झाली आणि धिटाईनं त्या तिला तिच्या आयुष्याबद्दल प्रश्न विचारायला लागल्या.

"माझी मुलं आता स्थिरस्थावर झालीयत," एका प्रश्नाचं उत्तर देताना तिनं सांगितलं, "माझा मुलगा अमेरिकेत काम करतो. मला दोन मुली आहेत. एक मुंबईला काम करते आणि दुसरी लग्न होऊन आपल्या कुटुंबाबरोबर आफ्रिकेला राहते."

"मग तू हे घर कोणासाठी बांधतीयस?" एकीनं आश्चर्यानं विचारलं.

"अर्थातच, माझ्या स्वतःसाठीच!" एस्ताफानिया म्हणाली, "म्हणजे मला काम झेपेनासं झालं की आरामात राहता येईल."

"पण तुझा मुलगा नाही का तुझी काळजी घ्यायचा?"

एस्ताफानियाला हसू आलं, "मला नाही माझ्या मुला-मुलींवर अवलंबून राहायचं." ती पुढे म्हणाली, "त्यांना स्वतःचं आयुष्य आहे आणि मला स्वतःला जे वाटेल ते करण्याचं स्वातंत्र्य हवंय. माझी सून सांगेल तसं वागायची जबरदस्ती नकोय."

त्या बायका गोंधळूनच तिच्याकडे पाहत बसल्या. त्यांना जर तिची बुद्धी आणि कर्तृत्व यांचा आदर वाटत नसता तर त्यांनी तिला वेडंच ठरवलं असतं. म्हातारपणी आपली काळजी घ्यावी म्हणून तर मुलांना जन्म द्यायचा; स्वतःच स्वतःची काळजी घेणं शक्य असतं, अशी कल्पनाच कोणाला सुचली नव्हती.

"माझी सून मला फार वाईट वागणूक देते," एक चिडचिडी म्हातारी हळूच म्हणाली, "पण मला सगळे अपमान गिळावे लागतात, कारण ते मला घरातून हाकलून देतील अशी भीती वाटते. मला जायला दुसरी जागाच नाहीये."

"माझी सासू मला फार त्रास देते," एक लाजरीबुजरी तरुण बाई म्हणाली, "मी केलेल्या सर्व गोष्टींना ती नावं ठेवते आणि फार हुकमत गाजवते. माझ्याच मुलांशी ती मला खेळूसुद्धा देत नाही."

"तुम्हाला जर इतका त्रास वाटतो, तर कशाला सहन करता सगळं?"

बायांनी एकमेकींकडे बघितलं. "कारण हे असंच चालायचं. आपलं नशीब बदलता येत नाही."

"मी जर माझ्या नशिबापुढे मान तुकवली असती," एस्ताफानिया भीतीनं खोटं खोटं शहारली, "तर माझी स्थिती आज कशी असती याची कल्पनाच करवत नाही. माझ्या बिचाऱ्या नवऱ्यानं तसं केलं आणि त्याचा सत्यानाश झाला. मला माझ्या मुलांना घडवायचं होतं. मी झगडले आणि नुसतंच माझं नशीब बदललं नाही तर मीसुद्धा ताकदवान बनले. तुम्हीसुद्धा तुमचं नशीब बदलू शकता."

"माझं बदलायला काय करावं लागेल?" एस्ताफानियाच्या शब्दांनी सुक्कोरिनाला विचारायचा धीर आला.

"सगळ्यात आधी जिद्द- जिद्द हवी. कष्टांचं काम करायला मागे हटायचं नाही..." एस्ताफानिया थबकली, "आणि शिक्षण. तुमच्यापैकी किती जणी मुलींना शाळेत पाठवतात?"

कोणीच उत्तर दिलं नाही.

"आणि मुलांना?" थोड्या जणींनी डोकी हलवली.

"तुम्ही जर तुमच्या मुलींना शिकवलंत," एस्ताफानिया पुढे म्हणाली, "तर तुम्ही त्यांना आत्मविश्वास द्याल आणि अज्ञानातून बाहेर यायची संधी द्याल. तुमच्या मुली शिकल्या तर त्यांची मुलं पण शिकतील आणि तुम्ही ज्या असहायतेत अडकून पडला आहात त्यातून तुम्हाला बाहेर येता येईल. पाठवा मुलींना शाळेत!"

सगळ्या बाया गप्प राहिल्या. आधी ज्यांनी मुलांना शाळेत पाठवायला हिरिरीनं निषेध केला होता, त्यासुद्धा!

एस्ताफानियाचं सगळं बोलणं सुक्कोरिनानं कान देऊन ऐकलं. त्या वृद्ध बाईबद्दल तिला खूप जिज्ञासा वाटायची. तिच्या बहिणींसारखी टाळाटाळ न करता, ती नेमानं बांधकामाच्या ठिकाणी जायची. दगड, विटा, वाळू, खडी आणि सिमेंट वाहून न्यायची, कारण इतरांपेक्षा वेगळ्याच असणाऱ्या या बाईकडून जितकं जमेल तितकं तिला शिकायचं होतं.

घर भरभर वाढत गेलं आणि तिनं त्यात खूप रस घेतला.

"एस्ताफानियानं तिच्या घराच्या दारा-खिडक्यांच्या वरच्या बाजूला लावलेल्या लाल, निळ्या आणि हिरव्या काचा तुम्ही पाहिल्यात का?" तिनं बहिणींना विचारलं, "असं वाटतं की, आपण महालातच गेलोय आणि बाल्कनीतले खांब... त्यावर खरेच द्राक्षाचे घड आणि फुलं लागलीयत असं वाटतं."

एस्ताफानिया उदार बाई होती. पुष्कळदा ती शेजारच्या मुलांना- त्यात सुक्कोरिनाही आली- ती राहत असलेल्या शेडमध्ये बोलवायची. मग मोठी मोठी पुठ्ठ्यांची खोकी उघडून मिठाई, कपडे आणि खेळणी मोकळ्या हातानं वाटायची. "सगळ्यांना कधी ना कधी मरायचंय," ती म्हणाली, "मग आपल्याला बरोबर नेता येणार नाहीत अशा गोष्टी साठवून तरी कशाला ठेवायच्या?"

काम करता करता बायका तिच्या शब्दांवर विचार करायच्या. तिच्या विचित्र कल्पनांची चर्चा करायच्या. एकदाचं घर बांधून पूर्ण झालं आणि स्वतःच्या निर्मितीचा थोडा आनंद घेण्याऐवजी एस्ताफानियानं सरळ त्याला कुलूप घातलं आणि ती मुंबईला गेली.

ती गेल्यानंतरसुद्धा त्यात लाल कौलारू सफेद घराकडे सुक्कोरिना ओढली जायची. ते बांधायला तिनंही मदत केलीच होती की! ती लाल कोब्याच्या जमिनीवर पडवीत बसायची आणि एस्ताफानियाचाच विचार करायची. ती जगत असलेल्या आयुष्यात तिची घुसमट व्हायची आणि त्यापासून दूर पळून जावंसं तिला वाटायचं. एस्ताफानियानं सांगितलं होतं, तिचं नशीब बदलता येईल आणि तिला त्यावर विश्वास ठेवावा असं फार वाटायचं.

धीवर पक्षी कर्कश आवाज करत उडत गेला. स्वतःच्या सौंदर्याची झलक दाखवून गेला. माणसांच्या मनात त्याच्याबद्दल नकारात्मक विचार असले तरी त्याची त्याला काहीच पर्वा नव्हती. गैरसमज असलेल्या त्या पक्ष्याचं तिला फारच कौतुक वाटलं. ती राहत असणाऱ्या जगात आजूबाजूच्या माणसांना काय वाटतंय याचा परिणाम सर्वांवर व्हायचा. तिला वाटलं, आपणही आपल्या भोवतीची जखडून टाकणारी बंधनं तोडून टाकावीत, हात पंखासारखे पसरावेत आणि उंच उडून जावं.

पण ती काही पक्षी नव्हती. ती फक्त एक नगण्य उंदीर होती.

मायोला : **आज्ञाधारक मुलगी**

मी आकाशात उडतेय; डोंगर आणि मैदानं पार करत. खाली मला
दिसतायत जंगलं, नद्या. आणि माझे केस उडवत वाहतोय वारा.
सगळ्यामुळे खूप उत्साह येतोय. कधी हे थांबूच नयेसं वाटतंय.

मी परत आनंदात होते. आजूबाजूच्या सगळ्या मुलांनी मला त्यांच्यात सामावून घेतलं होतं आणि वर्गातही माझी प्रगती होत होती. मला झरेलाची फारशी आठवण येत नव्हती आणि आलीच तर मला तिचा हेवा वाटायचा, हे कबूल करावं लागेल. वाटायचं, गोव्यात झरेलाचे दिवस आनंदात जात असतील. ती खूप मजा करत असेल. फक्त अर्ध्या दिवसाची शाळा. मग मासे पकडायला जा, समुद्रकिनारी खेळायला जा, दिवसभर काहीही केलं तरी चालेल.

मग तिची पत्रं यायला सुरुवात झाली आणि सगळं चित्रच बदलून गेलं. झरेलाला नवी शाळा अजिबात आवडली नव्हती. तिला डॅनीकाका आणि त्याचं

कुटुंब आवडलं नव्हतं. तिला तिकडची कुठचीच गोष्ट आवडली नव्हती आणि 'परत नैरोबीला घेऊन जा,' असा धोशा तिनं लावला होता.

तिच्या पत्रामुळे आमच्याभोवती काळे ढग जमा झाल्यासारखं वाटलं. ममा आणि पपांना त्यांनी जे केलं ते खरंच योग्य होतं का, असा प्रश्न पडला. त्यावर ते उघडपणे बोलत. तिला परत आणण्याबद्दलही खूप बोलत. पण मग ममा बसून पत्र लिहायची आणि झरेलाला उपदेश करायची, की तिला नव्या आयुष्याशी जुळवून घ्यावं लागेल. पूर्व आफ्रिकेतली परिस्थिती खालावत चालली आहे आणि लवकरच आम्ही सगळेच भारतात परत येऊ. तिनं थोडा धीर धरावा.

आता माझ्या आई-वडिलांचं सगळं प्रेम आणि लक्ष माझ्याच वाट्याला येत होतं. मी त्यात न्हाऊन निघत होते. कधीतरी माझ्या मनात अपराधाची भावना यायची; पण आनंदानं करण्यासाठी इतक्या गोष्टी होत्या की त्याचा विसरच पडायचा- पुढचं पत्र येईपर्यंत. त्या काळात पत्रं पोहोचायला साधारण एक महिना लागायचा.

केनियातली परिस्थिती बदलत होती. भारतीय लोकांना असुरक्षिततेच्या भावनेनं पछाडलं होतं. सगळीकडे मोठी माणसं एकाच विषयावर बोलायची- स्थलांतर. भारतात, इंग्लंडला, अमेरिकेला. मग इतका लांबचा प्रवास करणाऱ्या मित्रांच्या किंवा नातलगांच्या अनुभवांचं बारकाईनं विश्लेषण व्हायचं. मी त्याकडे लक्ष लावून असायचे आणि मला बेचैनही वाटायचं.

आमच्या इमारतीतली दोन कुटुंबं सोडून जायची तयारी करत होती.

"आम्ही इंग्लंडला जाणारेय," त्यातल्या एका मुलानं मला सांगितलं, "तुम्ही कुठं जाणार?"

"भारतात!" मी उत्तर दिलं.

त्यानं नाक उडवलं, दुःखानं डोकं हलवलं आणि फक्त म्हणाला, "शीऽऽऽ, शीऽऽऽ, शीऽऽऽ"

असं वाटलं जणूकाही त्यानं माझ्या पोटातच गुद्दा लगावला.

"तुम्ही भारतात कशाला जाताय?" दुसऱ्या मुलानं मला विचारलं, "भारत खूप मागासलेला देश आहे. गरीब आणि अडाणी!"

"आणि तिकडे दाट जंगलं आहेत. त्यात लांडगे, वाघ, कोल्हे आणि साप असतात," त्याच्या बहिणीनं भर घातली, "शिवाय तिकडे वीज नाही म्हणून टेलिव्हिजनही नाही."

मी आई-वडिलांच्या खूप विनवण्या केल्या की, 'झरेलाला परत बोलावून आपण सगळेच इंग्लंडला जाऊ या.' पण त्यांनी मला धीर दिला की, 'सगळं ठीक होईल आणि आपण घरीच जाऊ.'

"काही असलं तरी," त्यांनी समजावलं, "आपण काही इतक्यात जाणार नाही. आमच्या नोकऱ्या आहेत तोपर्यंत आपण इथंच राहू."

मी गोंधळात पडले. मला त्यांच्यावर विश्वास ठेवावासा वाटत होता. पण मला शंका यायला लागली. पहिल्यांदाच माझ्या मनात आई-वडिलांबद्दल अविश्वास उत्पन्न झाला. ते झरेलाला लिहीत होते की, आम्ही लवकरच गोव्याला येऊ आणि मला सांगत होते की, आपण नैरोबीतच राहू. आणखी काय खोटं सांगत असतील ते?

आपण ज्या अनोळखी 'स्वतःच्या गावाला' जाणार आहोत, त्याचं कल्पनाचित्र डोळ्यांपुढे आणायचा मी प्रयत्न करत होते. त्यावर सगळ्यात मोठा प्रभाव एका वेगळ्याच गोष्टीचा पडला होता- स्टॅम्प्स! मी अगदी हावरेपणानं स्टॅम्प्स गोळा करायचे आणि जगातल्या विविध देशांचे स्टॅम्प्स माझ्याकडे होते. सगळी पपांच्या मित्रांची आणि सहकाऱ्यांची कृपा. बहुतेक स्टॅम्प्स- विशेषतः आफ्रिकेतले, हे भडक रंगाचे, पक्षी, मासे, प्राणी आणि फुलं यांचे असायचे. भारतीय स्टॅम्प्स अनाकर्षक आणि कंटाळवाणे होते. झरेलाच्या कृपेनं ते माझ्याकडे खूप होते. जास्त करून तपकिरी नाहीतर राखाडीच. जे काही रंगीत होते, ते म्हणजे फक्त देशाचा नकाशा. पोस्टाचं प्रतिनिधित्व करणारे हे स्टॅम्प्स पाहून मला वाटलं, भारत हा काहीही भविष्य नसलेला अंधकारमय देश आहे. त्यामुळे मला भविष्यकाळच अंधकारमय वाटायला लागला.

पण आम्ही मित्रांना निरोप द्यायला रेल्वे स्टेशनवर गेलो की, गाडीत चढून खिडकीजवळ बसायला, गाडीचा छान वास घ्यायला आणि एकूणच तिकडच्या धांदलीचा अनुभव घ्यायला फार आवडायचं आणि आमची जायची वेळ केव्हा येईल अशी उत्सुकता मला वाटायची.

***

संथ गतीनं अशीच दोन वर्षं गेली. अजूनही गोव्याहून रागारागानं लिहिलेली पत्रं येत होती; पण आता त्यांची संख्या कमी झाली होती. त्यांचा आमच्यावर होणारा परिणामही कमी झाला होता.

पण मग डॅनीकाकाकडूनच एक अस्वस्थ करणारं पत्र आलं. झरेला नववीत नापास झाली होती. परत तिला त्याच वर्गात बसावं लागणार होतं. ममा आणि पपांना धक्काच बसला. त्यांचा विश्वासच बसेना. झरेला नापास? शक्यच नाही. ती खूप हुशार होती.

"कदाचित ती आजारी असेल आणि त्यामुळे तिचा अभ्यास झाला नसेल," ममानं विचार मांडला, "आणि आपण काळजी करू म्हणून डॅनीनं कळवलं नसेल."

डॅनीकाकाच्या पत्रात काळजीचा सूर यायला लागला. त्याला झरेलाला सांभाळणं कठीण जात होतं. ती उद्धटपणे वागत होती आणि सांगितलेलं ऐकतही नव्हती. शिवाय त्याच्या स्वतःच्या मुलांनाही घरचे नियम मोडण्यासाठी चिथावत होती. ती कधीतरी गोत्यात येईल अशी त्याला भीती वाटायला लागली होती आणि तिला सांभाळायची जबाबदारी तो जास्त काळ पार पाडू शकेल, असं त्याला वाटत नव्हतं. त्याच्या पत्रांमुळे माझ्या आई-वडिलांना खूप चीड आली.

तेवढ्यात ममाची नोकरी गेली. पण ती सगळ्यांना सांगत होती की, झरेलाला गरज आहे म्हणून आणि गोव्याला जाऊन तिची काळजी घेता यावी म्हणून तिनंच नोकरी सोडलीय. त्यांनी असं ठरवलं की, शक्य होईल तोवर पपांनी केनियाला राहावं आणि डिसेंबरमध्ये शाळेचं वर्ष संपलं की, ममानं आणि मी गोव्याला जावं.

***

आम्हाला निरोप द्यायला रेल्वे स्टेशनवर छोटासा घोळकाच जमला होता. मी घाईघाईनं सगळ्यांचा निरोप घेतला आणि खिडकीशी जागा पटकावून गाडी सुटण्याची अधीरतेनं वाट पाहत बसले. बाहेर मैत्रिणींच्या खांद्यावर डोकं ठेवून ममाचं रडणं चालूच होतं. शेवटी एकदाचा गाडीनं हिसका दिला आणि ती हळूहळू स्टेशनच्या बाहेर पडायला लागली. जशी ती गावाबाहेर पडून भोवतालच्या जंगली प्रदेशातून जायला लागली तसा तिचा वेगही वाढला. बाहेर दिसणाऱ्या जिराफ, झेब्रा, हरणांच्या कळपांना मी शेवटचं डोळे भरून पाहत होते.

तळपणारा सूर्य हळूहळू खाली जात होता. तेजाळलेल्या केशरी आकाशात क्षणभर रसरसल्यासारखा दिसून तो पसरणाऱ्या अंधारात विलीन झाला. चंद्रप्रकाश खूप होता. मी बाहेरच नजर लावून बसले होते. एकाएकी मला रेल्वे रुळांच्या जवळ बेडरपणे उभ्या असणाऱ्या वनगायीची काळी बाह्य आकृती दिसली. वेगानं धडधडत जाणाऱ्या गाडीकडेच त्याचं लक्ष होतं. मला अशी कल्पना करायला आवडतं की, ती रुबाबदार काळी आकृती म्हणजे माझा आफ्रिकेनं घेतलेला निरोप होता आणि इतकी वर्षं उलटली तरी तो खास क्षण मी अमूल्य ठेवा समजून मनात जपून ठेवला आहे.

दुसऱ्या दिवशी आम्ही मोंबासाला पोहोचलो तेव्हा मी हिंदी महासागर पहिल्यांदाच बघितला. त्यानंतरचे दहा दिवस माझं जग म्हणजे फक्त तो महासागरच असेल या विचारानं मला नव्यानं उत्साह वाटत होता. पण जेव्हा बंदरावर उभं राहून पपांचा निरोप घेण्याची वेळ आली, तेव्हा माझ्या पोटात पिळवटलं. बोटीत चढत असताना मला एकदम वाटलं की, आपल्या कुटुंबाचे तुकडे पडत आहेत आणि ते कधीच परत सांधले जाणार नाहीत. पपा लहान लहान होत जाताना दिसले आणि शेवटी

ते दिसेनासे झाले. मला खूप वाईट वाटलं. जणू काही जगाचाच अंत होत होता.

आमचं जहाज म्हणजे तरतं बेट होतं. त्यात अनेक साहसपूर्ण गमती होत्या. गोंधळात पाडणारे अनेक गूढ कोनेकोपरे होते. बोटीवर इतरही पुष्कळ मुलं होती. लवकरच मला दुःखाचा विसर पडला आणि मी त्यांच्याबरोबर सगळ्या डेक्सवर हुंदडायला सुरुवात केली. आमचे सगळ्यांचे आई-वडील दमलेले होते. त्यांना कामातून सुट्टी हवी होती. म्हणून त्यांनीही संधी साधली. आमच्यावर काटेकोर देखरेख नसल्यामुळे आमचंही फावलं.

माझ्या असं लक्षात आलं की, समुद्र लहरी असतो. माझ्या मनात कुठंतरी एक आशा होती की मला जलपरी पाहायला मिळेल. म्हणून त्या नितळ निळ्या-हिरव्या पाण्याकडे उत्सुकतेनं नजर टाकायचा मी कधीच कंटाळा केला नाही. जर मला संकटाची सूचना देणारा, पाणी कापत जाणारा, काळ्या शार्क माशाचा पंख किंवा देवमाशानं उडवलेला फवारा पाहायला मिळाला असता तरी समाधान वाटलं असतं. पण मला फक्त खड्ग मासे, लिबलिबित मासे आणि उडणारे मासे दिसले.

सिशेल्सला बोट पोहोचली तेव्हा ममा आणि मी किनाऱ्याला गेलो. हेलकावे खाणाऱ्या दोरखंडाच्या शिडीवरून, लाटांवर वर-खाली होणाऱ्या छोट्या बोटीत उतरायचं होतं. त्या छोट्या बोटी आम्हाला चित्रासारख्या सुंदर बेटांवर नेणार होत्या. मला अजूनही ते मासे आठवतात- पिरोजा रंगाच्या समुद्रात चमकणारे सुंदर सुंदर रंगांचे आणि त्या झोपाळलेल्या गावातील कालव्यात असणारे मोठे मोठे काळे मासे – इतक्या वेगवेगळ्या प्रकारचे मासे मी त्यापूर्वी कधीच पाहिले नव्हते.

संध्याकाळी बोटीवर परतण्याची वेळ झाली. माझ्या पुढच्या माणसानं कलंडणाऱ्या बोटीच्या बाहेर पाऊल टाकलं आणि तो दिसेनासाच झाला. समुद्रात गडप. काय झालंय हे मला कळण्यापूर्वीच दोन पाणबुड्यांनी पाण्यात उड्या टाकून त्याला बाहेर काढलं. त्याच्या नाकातोंडात पाणी गेलं होतं. त्यानंतर तो दिसला की प्रत्येक वेळी मला वाटायचं की त्याला विचारावं, समुद्राच्या तळापर्यंत खोल जाताना कसं वाटलं होतं आणि त्याला एखादी जलपरी दिसली होती का? पण मला तेवढा धीर गोळा करता आला नाही.

आमचं जहाज मार्मागोवा बंदराला लागलं आणि डॉल्फीन माशांचा थवा आमच्या जहाजाभोवती जमला. आमचं त्यांनी छान स्वागतच केलं म्हणा ना!

आम्हाला घ्यायला डॅनीकाकाबरोबर झरेला पण बंदरावर आली होती. तिला परत भेटण्याची मला खूप उत्सुकता होती. तिला खूप गोष्टी सांगायचं मनात होतं; पण तिला पाहिलं आणि मी स्तिमितच झाले. अनेक वर्षं आम्ही एकमेकींपासून दूर राहिलो होतो आणि या काळात तिच्यात खूपच बदल झाला होता. ती काही आता छोटी मुलगी राहिली नव्हती. मला तर ती मोठ्या बाईसारखीच दिसली.

तिनं घातलेल्या घट्ट शर्टाकडे माझं लक्ष गेलं आणि तिच्या उभार छातीकडे मी मोह पडल्यासारखी, पण इतरांच्या लक्षात येऊ नये अशा तऱ्हेनं पाहू लागले. माझ्या ओळखीच्या कुठल्याच मुलीची छाती इतकी मोठी नव्हती. मला तर तिनं शर्टमध्ये काहीतरी कोंबलं असावं अशी शंकासुद्धा आली!

तिनं भडक रंगाची लिप्स्टिक लावली होती आणि पापण्यांनाही जांभळं काहीतरी लावलं होतं. नखं लांब वाढवून त्यांना आकार दिला होता आणि छानसा लाल रंगही लावला होता. मला तरी ती फारच आकर्षक वाटली; ममा कधीतरी विकत घ्यायची त्या मासिकातल्या मॉडेलसारखी. तिचा मला अभिमान वाटला, आणि लाजल्यासारखंही वाटलं.

ममानं तिला मिठी मारली आणि हाताच्या अंतरावर धरून तिच्याकडे पाहायला लागली.

''झरेला! तू किती... किती वेगळी दिसतीयस,'' ती म्हणाली. ममाच्या चेहऱ्यावरचे भाव बघून आणि तिच्या बोलण्याच्या पद्धतीवरून तिला काही ते फारसं आवडलं असावं असं वाटत नव्हतं.

झरेलानं पुढे होऊन मला मिठीत घेतलं. ''हॅलो मायोला,'' ती म्हणाली, ''तुला पुन्हा भेटून आनंद वाटला.'' माझा चेहरा तिच्या छातीवर दाबला गेला होता. तिची छाती मऊ मऊ आणि खरीखुरी होती. तिचं मला वाटणारं कौतुक कितीतरी वाढलं.

तिनं नैरोबी सोडण्यापूर्वी आमच्यात जसं सख्यत्व होतं तसंच पुढे चालू राहील असं मला वाटलं होतं. पण असं लक्षात आलं की, आतापर्यंत ती वळणं घेत घेत खूप पायऱ्या पुढे गेली होती. तिच्यापर्यंत पोहोचायला मला खूप प्रयत्न करायला लागणार होते. मी माझ्या दातानं कुरतडलेल्या नखांकडे आणि मी घातलेल्या शॉर्ट्सकडे नजर टाकली. खरंतर ती मला सगळ्यात जास्त आवडायची, पण आता ती कळकट-मळकट वाटली आणि त्यामुळे मला अगदी खुजं आणि कुचकामी झाल्यासारखं वाटलं.

''हॅलो झरेला,'' मी म्हटलं. तिला ज्या गोष्टी सांगाव्यात असं मला वाटलं होतं, त्या आवंढा बनून माझ्या गळ्यातच अडकल्या. ती वळली आणि मजेत इतर बोटी पाहण्यासाठी गेली. घट्ट जीन्समध्ये पार्श्वभागाला झोके देत ती चालत होती आणि मी तोंड उघडं टाकून तिच्याकडे पाहत बसले. तिच्यासारखं चालणारं दुसरं कोणी माझ्या माहितीचं नव्हतं.

''झरेला, नको...'' आई चुळबुळत म्हणाली. पण तिनं वाक्य पूर्ण केलं नाही. झरेला काही वळली नाही. आईच्या चेहऱ्यावरचे भाव आनंदी नव्हते.

पपांच्या घरी जायच्या रस्त्यावर, वेलिमला पोहोचेपर्यंत मी एरवीपेक्षा जास्तच अबोल आणि बुजरी झाले होते. तिथं आम्ही डॅनीकाका आणि त्याच्या कुटुंबाबरोबर

राहणार होतो. तिथंच जॉनकाकासुद्धा होता. त्याचं अजून लग्न व्हायचं होतं.

तिथे पोहोचल्या पोहोचल्याच माझी चुलत भावंडं घरातून पळत पळत बाहेर आली. डॅनीकाकानं आमची ओळख करून दिली. आम्ही एकमेकांकडे अवघडल्यासारखं पाहत होतो.

"जा, तिला कमळांचं तळं का नाही दाखवत?" फिलोकाकीनं सुचवलं.

"बघायचंय तुला?" एका भावंडानं विचारलं.

मी मान हलवली.

ते पळत सुटले आणि त्यांच्या मागे मीही. जरी आता मी स्थिर जमिनीवर पळत असले तरी मला विचित्रच वाटत होत- शेतं हलतायत आणि पायाखालनं सरकतायत असं. मला त्यामुळे हसायला आलं. आम्ही तळ्याशी पोहोचलो. ते गुलाबी, पांढऱ्या आणि पिवळ्या फुलांनी तुडुंब भरलं होतं. माझ्या भावंडांनी अभिमानानं त्याच्याकडे बोट केलं.

"सुंदरच आहे," मी म्हणाले.

एकीनं हात लांब करून देठ पकडला आणि माझ्यासाठी एक गुलाबी कमळ तोडलं.

"वास घे," ती म्हणाली.

सावधपणे मी ते फूल नाकाशी नेलं. मला वाटत होतं, घाणेरडा वास असेल. पण मला आश्चर्य वाटलं. त्याचा वास छानच होता. माझी प्रतिक्रिया पाहून माझ्या चुलत भावंडांना हसू आलं आणि त्यांच्याबरोबर मीही हसले. दुसरीनं आणखी एक फूल तोडलं आणि माझ्या केसांत माळलं.

आम्ही फारसं बोललो नाही, पण त्या मला आवडल्या आणि मीही त्यांना आवडेन असं वाटलं.

समोरच्या बाजूला झोपायच्या दोन मोठ्या खोल्या होत्या. त्यातली एक आमच्यासाठी तयार केली होती. ममाला आणि मला झोपायला एक मोठा छपरी पलंग होता. झरेला पहिल्यासारखीच मागच्या भागात असणाऱ्या छोट्या खोलीत दोन्ही चुलत बहिणींबरोबर झोपणार होती.

गोवा, डॅनीकाका आणि त्याचं भयानक कुटुंब यांचा राग करण्याचं मी ठरवून आले होते; पण मला ते आवडूनच गेले आणि गोवासुद्धा!

आईनं मला पूर्ण मोकळीक दिली होती आणि मनापासून रस घेऊन मी आजूबाजूचा नवा परिसर पिंजून काढत होते. माझ्या चुलत भावंडांनी माझी वेगळ्याच प्रकारच्या आयुष्याशी ओळख करून दिली. साल नदीच्या खाडीवर तळाच्या वाळूत हात खुपसून, पळणाऱ्या कोलंब्या पकडायला त्यांनी मला शिकवलं. त्यांचा उपयोग आम्ही मासे पकडताना गळाला आमिष म्हणून लावण्यासाठी केला. मागच्या

परसातल्या बांबूपासून स्वतःसाठी मासे पकडायची काठी बनवायला मी शिकले. नदीकिनारी पाणी उडवत आणि मासे पकडत आम्ही मजेने दिवस घालवले.

नजर जाईल तितकी दूरवर शेतं पसरली होती. त्यामुळे लपाछपी किंवा पकडापकडी खेळायला एक वेगळाच हुरूप आला. आमच्याभोवती गायी, बकरे, कुत्री, मांजरं आणि कोंबड्या हिंडत असत. दूर गाडीत सुरक्षित बसून प्राण्यांकडे कुतूहलानं पाहण्याऐवजी मी त्यांना प्रेमानं चुचकारू आणि गोंजारू शकत होते.

माझ्या फिलोकाकीनं दुधासाठी दोन गायी पाळल्या होत्या. परसातल्या त्यांच्या गवताच्या गंजीवर आरामात पडून मी पुष्कळदा माझ्या बालपणीच्या गोव्याचा छानसा वास नाक भरून घ्यायचे आणि आवाज कान भरून ऐकायचे. आजही शांतपणे शेतात चरणाऱ्या गायी-म्हशी पाहिल्या की माझ्या मनातली उद्विग्नता कमी होते.

मला विचार करावासं वाटलं की, माझ्या आवडीच्या आणखी एका जागेकडे मी धावायचे- ती म्हणजे छप्पर. जेवणघराच्या खिडकीजवळ असलेलं पेरूचं झाड म्हणजे माझी शिडी होती. त्यावरूनच मी लाल कौलांवर चढायचे. तिथूनच मी स्वतःला निळ्या आकाशात झोकून द्यायचे. सगळीकडे पसरलेल्या शेतांवरून मला हवं असेल त्या दिशेनं उडत जायचे.

पण मिळालेल्या नव्या स्वातंत्र्याचा आनंद मी घेत असताना ममा मात्र काळजी आणि अनिश्चिततेच्या जाळ्यात अडकली होती- झरेलाबद्दलच्या.

आम्ही पोहोचल्यानंतर पहिले काही दिवस ममा काही बोलली नाही. पण मला दिसत होतं, ती झरेलावर लक्ष ठेवून होती. झरेला अलिप्तपणे वागायची. बेफिकिरीनं वागायची. मला ते फारच शिष्ट वाटायचं. ती रोज शाळेला जायची आणि जरी ती गणवेश घालत असली तरी तिची चालण्याची पद्धत आणि छाती पुढे काढणं यांमुळे ती मुळीच शाळेला जाणारी मुलगी वाटायची नाही.

"झरेला, तुमच्या शाळेत नखं रंगवायला परवानगी आहे का?" एकदा ममानं विचारलं.

झरेलानं खांदे उडवले आणि हसली.

"कुठं चाललीयस?" दुसऱ्या दिवशी संध्याकाळी झरेला घराबाहेर पडायला लागली तेव्हा ममानं विचारलं.

"मित्र-मैत्रिणींना भेटायला."

"कोण मित्र-मैत्रिणी?"

"शाळेतले मित्र-मैत्रिणी," न थांबताच झरेला फाटकाकडे गेली.

"झरेला थांब, मला तुझ्याशी बोलायचंय."

"नंतर बोलू, आता मला जायचंय," तिनं फाटक बंद केल्याचा आवाज आला

आणि हेलकावे देऊन चालत ती खालच्या बाजूला निघून गेली.

ममा जास्तच दुःखी दिसायला लागली. ती झरेलाशी काही वेळा बोलली होती. त्या काय बोलायच्या ते मला माहीत नाही; पण बोलणं संपल्यावर त्या दोघीही रागावलेल्या दिसायच्या. जेवायला टेबलावर बसल्या की एकमेकींशी बोलायच्याही नाहीत. आम्ही बाकीचे लोक चोरून चोरून त्यांच्याकडे पाहायचो आणि जणू काही घडलेलंच नाही असं वागायचो.

ममा रात्री जागीच असायची हे मला माहितेय. कारण रात्री मला टॉयलेटला जायला किंवा छपरावर पळणाऱ्या उंदराच्या आवाजानं जाग आली तर ती पायावर पाय घासतेय, असं लक्षात यायचं. विचारात पडल्यावर तसं करण्याची तिची सवयच होती.

बहुतेक वेळा झरेला तिच्या मित्र-मैत्रिणींबरोबर बाहेरच असायची. घरी असली की मिल्स अँड बून किंवा बार्बरा कार्टलंड आणि डेनिस रॉबिन्सची पुस्तकं वाचत असायची.

"झरेला, हे फालतू वाचन बंद कर," ममा तिच्या विनवण्या करायची, "हे असलं वाचायला तू अजून लहान आहेस. तू अभ्यास करायला हवास. तुझी परीक्षा जवळ आलीय. परत नापास व्हायचंय का?"

"मला येतंय सगळं," झरेला उत्तर द्यायची, "पास होईन मी." तिनं जरी क्रमिक पुस्तक हातात घेतलं आणि अभ्यास करत असल्यासारखं दाखवलं तरी मला माहीत होतं की बऱ्याच वेळा त्यात कादंबरी लपवलेली असायची.

मग ममा झरेलाला प्रश्न विचारायचीच थांबली. त्याऐवजी ती तिच्याकडे जास्त लक्ष पुरवायला लागली. तिला खूश करायचा प्रयत्न करायला लागली. तिला आइस्क्रीम खाण्यासाठी किंवा नवे कपडे घेण्यासाठी मडगावला घेऊन जाण्याची तयारी दाखवायला लागली. ममानं कितीही प्रयत्न केला तरी झरेलानं स्वतःभोवती जो तट उभा केला होता, त्याला तडा गेला नाही. ममा जास्तच निराश झाली.

ती भडकली की झरेलाच्या अंगावर ओरडायची. शांत झाली की झरेलाला मिठीत घेऊन तिची क्षमा मागायची. ममा या दोन टोकाच्या भावनांत झोके खात होती. ती भांबावून गेली होती. झरेलाच्या वागण्यावर मात्र काहीच परिणाम होत नव्हता. ती आत्मविश्वास असणाऱ्या प्रौढासारखं वागत होती आणि ममा गोंधळलेल्या लहान मुलीसारखी. त्यामुळे मला अस्वस्थ वाटायचं. मी त्या दोघींच्या वाटेला जाणं टाळायला लागले, आणि माझ्या चुलत भावंडांबरोबर जास्त वेळ रमायला लागले.

त्या दोघींची एकमेकींवर मोठमोठ्यानं आणि तावातावानं ओरडण्याची चढाओढ वाढत चालली. वातावरणात ताण आला की, आम्ही आपले काही दिसत नाही आणि काही ऐकू येत नाही, असंच वागत होतो.

पण मग ममा डॅनीकाकाशी आणि फिलोकाकीशी भांडायला लागली.

"गोष्टी या थराला गेल्यात हे तुम्ही आम्हाला का कळवलं नाहीत?" तिनं रागानं विचारलं, "यापूर्वीच आम्ही काहीतरी केलं असतं."

"मी कळवलं होतं तुम्हाला," डॅनीकाकानं उत्तर दिलं, "पण तुम्हाला काय करता येणार होतं? तुम्ही तर खूप दूर होतात."

ममाची निराशा जशी वाढत गेली तशी ती डॅनीकाका आणि फिलोकाकीला टाकून बोलायला लागली. झरेलाच्या वाकड्या वागण्याबद्दल ती त्यांनाच दोषी धरत होती.

"तुमच्याकडे पाठवलं तेव्हा ती खूप चांगली आणि हुशार मुलगी होती," ती रडायला लागली, "आणि आता बघा तिचं काय झालंय. गाडं रुळावरून घसरतंय असं दिसल्यावर तुम्ही काहीच का केलं नाहीत?"

"आम्हाला करता येण्यासारखं सगळं आम्ही केलं," फिलोकाकी म्हणाली, "आम्हाला आशा वाटत होती की काही वेळानं ती जुळवून घेईल."

"माझ्या कुटुंबात तिचं स्वागत केलं. माझ्या स्वतःच्या मुलांसारखं वागवलं आणि त्याचा मोबदला मला असा मिळतोय!" डॅनीकाका चवताळून घराबाहेर गेला.

माझ्या मनात परस्परविरोधी भावनांचा झगडा व्हायला लागला. मला माझे काका आणि काकी आवडायचे; पण मी ममाची बाजू घ्यायला हवी असंही वाटायचं. मोठ्या घरातलं वातावरणच गढूळ झालं होतं. जूनमध्ये नवी शाळा सुरू होणार होती. त्याकडे मी डोळे लावून बसले. डॅनीकाकाचं कुटुंब माझ्याशी बोलणार नाही या विचारानं मी घाबरले होते. कारण तसं झालं असतं तर मी हरवल्यासारखीच झाले असते.

पण त्याच सुमारास आजी गोव्याला आली. लक्षात ठेवण्यासारख्या त्या उन्हाळ्यातील सर्वांत उत्तम गोष्ट ती होती. ती मुंबईला राहायची आणि आतापर्यंत मला तिची ओळख- 'केशरी रंगाचा लिफाफा' इतपतच होती. नियमितपणे असा लिफाफा यायचा आणि तो आला की ममा आनंदात असायची. कधीकधी त्यातून माझ्यासाठी थोडेसे पैसे पाठवलेले असत. मग मी छान अक्षरात तिला 'थँक्यू'चं पत्र लिहायचे. माझ्या पुढच्या शिक्षणासाठी ते पैसे बँकेत जमा व्हायचे आणि माझ्या मनातून आजीही बाजूला व्हायची.

एके दिवशी ममा नेहमीपेक्षा खूपच जास्त उत्साहात होती. "आज तुझी आजी यायचीय मुंबईहून," ती म्हणाली, "आपण तिला भेटायला जाऊ."

तिनं झरेलाला आणि मला चांगले कपडे घालायला लावले. आम्ही बस पकडून चिनाचिनीला गेलो. दोन गावं सोडून ते गाव होतं. बसस्टॉपवरून गावात जाताना आम्हाला काही लोक भेटले. ममाला ओळखून ते हसले, "तुझी आई केव्हाच

आलीय,'' त्यांनी सांगितलं. ममानं आम्हाला चटचट पाय उचलायला सांगितलं.

आम्ही एका पांढऱ्या, लाल कौलारू घराजवळ पोहोचलो. अरेबियन नाइट्स गोष्टीतल्यासारख्या त्याच्या खिडक्या होत्या. घरासमोर छोट्या पोरांचा घोळका जमलेला दिसला. त्यांच्यामध्ये एक बुटकीशी जाड बाई होती. तिच्या उंचीमुळे ती जवळजवळ लपली गेली होती. तिनं साडी नेसली होती आणि चष्मा घातला होता. तिच्या भोवती जमलेल्या घोळक्याला ती खाऊ वाटत होती. झरेला आणि मी लांब उभं राहून कुतूहलानं ते दृश्य पाहत होतो. ममानं घाईघाईनं पुढे होऊन तिला मिठी मारली. ती तिच्याशी बोलली आणि आजीनं वळून आमच्याकडे बघितलं.

मग ती गर्दीतून वाट काढत आमच्याकडे आली आणि आम्हाला तिनं घट्ट मिठीत घेतलं. आम्हाला काही विरोध करताच आला नसता. भरपूर शक्ती होती तिच्यात. ती आम्हाला घरी घेऊन गेली. तिथं पुष्कळ भरलेल्या बॅगा पडल्या होत्या, काही अर्धवट उघड्या होत्या. त्यात छानशी खोकी, खेळणी, कपडे आणि पुस्तकं दिसत होती. आम्हाला सांताक्लॉजची गरजच नव्हती. आजी गोव्याला येताना तुडुंब भरलेली पुठ्ठ्याची खोकी आणायची. त्यात प्रत्येकासाठी काहीतरी असायचं.

आतासुद्धा मी ज्यांना ओळखत नाही अशा कुटुंबांना मी व्यावसायिक कारणासाठी भेट देते तेव्हा ती कुटुंबं तिच्या उदारपणाची प्रशंसा करणाऱ्या गोष्टी सांगतात. त्या सांगत असताना त्यांच्या आवाजात कृतज्ञता असते. तिच्या मृत्यूला खूप वर्षं उलटून गेलीयत तरीही.

आम्हा मुलांशी ती नेहमीच मायेनं आणि धीरानं वागली. तिच्याशी काहीही बोलता यायचं. ती सावकाशीनं उत्तरं द्यायची. त्यात घाई नसायची. ती जे सांगत असेल ते ऐकायला मला फार आवडायचं. ती आम्हाला छान छान गोष्टी सांगायची. मला तिच्याबद्दल फार प्रेम वाटायचं.

मला आठवतं, एके दिवशी मी आजीच्या बगिच्यात बसले होते. लाल आणि पिवळ्या जास्वंदीवर फुलपाखरं उडत होती. आंब्याच्या झाडाच्या खालच्या फांदीवर बसून एक चित्रविचित्र रंगाचा पक्षी शेपूट हलवत होता. त्याच्याकडे ढुंकूनही न पाहणाऱ्या मादीला खूश करण्यासाठी मधुर कूजन करत होता. कदाचित त्या कूजनामुळे आकर्षित होऊन एक निळा धीवर पक्षी आला आणि फांदीवर बसला. जवळ कुठंच तळं नव्हतं आणि धीवर पक्षी कधी आजीच्या बगिच्यात यायचे नाहीत. मला छान वाटलं. त्यानं चकाकत्या डोळ्यांनी माझ्याकडे खोडकरपणे पाहिलं. मी पण त्याच्याकडे रोखून पाहिलं. मी कौतुकानं त्याचा लाल गळपट्टा आणि निळ्या रंगाचा कोट पाहत होते.

अचानक शांतता भेदत एक मोठा आवाज आला. मी तर भीतीनं दचकलेच. काय होतंय हे समजण्यापूर्वीच धीवर पक्षी जमिनीवर पडला. त्याच्या पांढऱ्या

जाकिटावरचा लाल धब्बा वाढत होता. त्याच वेळी भिंतीवरून खिदळण्याचा आवाज आला. तीन पोरं बगिच्यात धावली. एकाकडे एअरगन होती.

आनंदानं खिदळत त्यांनी स्वतःची शिकार उचलली आणि वळून मला दाखवलं की, त्यांच्याकडे आणखीही दोन मेलेले धीवर पक्षी होते.

"बघ आतापर्यंत आम्ही किती मारले," पोरांनी भाव खाल्ला.

ती पोरं माझे मित्र होते. हे सगळं पाहून माझ्या पोटात डुचमळलं.

"का मारलंत त्यांना?" मी कसंबसं विचारलं.

"कारण ते पनवती लावतात," त्यांच्यातला एक म्हणाला, "आम्ही ठरवलंय की आजूबाजूचे हे सगळे नतद्रष्ट पक्षी मारून टाकायचे."

हसत हसतच ते पळून गेले.

मी आजीला शोधत गेले. ती व्हरांड्यात डुलणाऱ्या खुर्चीत बसून वाचत होती.

"आजी, ते धीवर पक्ष्यांना का मारतात?" मी तिला विचारलं, "ते पक्षी तर किती सुंदर असतात? त्यांच्याशी असं का वागतात?"

"मोठी कहाणीच आहे ती," ती म्हणाली.

"आजी, प्लीज, प्लीज सांग ना मला," मी हट्ट केला.

"बरं तर," ती हसून म्हणाली. तिनं पुस्तक बाजूला ठेवलं. मी तिच्या पायापाशी छोट्या स्टुलावर बसले. तिच्या सुरकुतलेल्या चेहऱ्याकडे मोठ्या अपेक्षेनं पाहत राहिले.

"खूप खूप वर्षांपूर्वी..." तिनं सुरुवात केली, "एक शूर राजा आपल्या राणीबरोबर या संपूर्ण देशावर राज्य करत होता. ते खूप श्रीमंत आणि ताकदवान होते. तसंच अभिमानीही होते.

मग त्या राणीला दिवस गेले. वेळ भरल्यावर तिनं एक नाही, तर दोन बाळांना जन्म दिला. पहिल्यांदा ज्याचा जन्म झाला, त्याचं शरीर निळ्या रंगाचं होतं. राणीनं त्याला पाहिलं, तेव्हा तिनं भीतीनं किंकाळीच फोडली–

"हे मूल माझं असणं शक्यच नाही," ती ओरडली, "त्याला ताबडतोब नाहीसं करा."

दाईनं घाईघाईनं ते मूल तिच्या नजरेपासून दूर नेलं.

दुसरा मुलगा गोरा होता. राणीनं त्याला पाहिलं आणि तिला प्रेमाचं भरतं आलं. दाईनं निळ्या राजपुत्राला आपल्या खोलीत लपवलं होतं; पण जेव्हा त्या बाळाला राणीसमोर आणलं तेव्हा ती परत खूप बेचैन झाली.

"त्याची वासलात लावा," तिनं आज्ञा केली, "काय वाटेल ते करा, पण त्याला नाहीसा करा."

दाईला कणव वाटली आणि आपल्या स्वामिनीची आज्ञा न पाळता तिनं त्याला

आपलाच मुलगा मानून वाढवलं. जिकडे राजघराण्यातलं कोणीही फिरकायचंसुद्धा नाही अशा स्वयंपाकघरात तो लहानाचा मोठा झाला.

अशा रीतीनं गोरा राजपुत्र राजगादीचा वारस म्हणून मोठा झाला. आपल्या आई-वडिलांप्रमाणेच ताकदवान आणि अभिमानी व्हायला शिकला. त्याच वेळी निळा राजपुत्र स्वयंपाकघरात मोठा झाला. त्याला वाटायचं की, तो स्वयंपाकघरात काम करणारा एक नगण्य पोरगा आहे. त्याचं राजबिंडं रूप धुळीत आणि चिरगुटात झाकलं जायचं. कोणीही त्याच्याकडे दुसऱ्यांदा वळूनसुद्धा बघायचे नाहीत.

अशीच काही वर्षं गेली. राजा आणि राणी मरण पावले. गोरा राजपुत्र राजा बनला. दाईसुद्धा वारली आणि निळा राजपुत्र राजघराण्याच्या स्वयंपाकघरात आचारी बनला.

एके वर्षी पाऊस पडलाच नाही. सगळी भातशेती रखरखत्या उन्हात जळून गेली आणि म्हणून एका ज्ञानी ऋषीला मानानं महालात आणलं. तो वयस्कर ऋषी स्नान करून आणि ताजातवाना होऊन दरबारात येईपर्यंतसुद्धा राजाला धीर धरवत नव्हता.

"आमच्यावर आलेल्या संकटाचं कारण काय असावं?" राजानं प्रश्न केला, "आणि लवकर पाऊस पडावा यासाठी आम्ही काय करावं?"

त्या वृद्धानं डोळे मिटून ध्यान केलं. राजा व त्याची सभा श्वास रोखून बसले होते. त्यांना भीती वाटत होती की, आपल्यामुळे ऋषीचं ध्यान मोडायला नको.

पुष्कळ वेळानं त्यानं डोळे उघडले आणि थेट राजाच्या नजरेला नजर भिडवली. "हे वीरा," तो कणखर आवाजात म्हणाला, "तू खरा कायदेशीर राजा नाहीस. या राजगादीवर खरा हक्क तुझ्या भावाचा आहे. त्याचा जन्म तुझ्या आधी १५ मिनिटं झाला होता.

त्या स्तब्ध सभेमध्ये त्याचा आवाज घुमला.

राजा मोठमोठ्यानं हसू लागला आणि राजसभेतील लोक गोंधळून एकमेकांकडे पाहू लागले.

"खोटं बोलताय तुम्ही?" राजा ओरडला. स्वतःच्या गोंधळात पडलेल्या सभेकडे बघून तो पुन्हा हसला, "अतिज्ञानानं त्यांची बुद्धी चळलीय." तो उपहासानं म्हणाला, "सगळ्यांनाच माहितीय की मला भाऊ नाहीये."

"तुला तुझ्या आधी जन्मलेला एक भाऊ आहे," वृद्ध शांतपणे म्हणाला.

"जर मला भाऊ आहे तर कुठंय तो?" राजानं प्रश्न केला.

"तो तुझ्या स्वयंपाकघरात स्वयंपाकी म्हणून काम करतो," ज्ञानी म्हणाला, "निळा स्वयंपाकी – "

"या निळ्या स्वयंपाक्याला हजर करा," राजा ओरडला.

निळ्या स्वयंपाक्याला स्वयंपाकघरातून घेऊन आले. तो साफ करत असलेला मासा त्याच्या हातात तसाच होता. त्याला राजसभेच्या मध्यभागी उभं केलं.

राजानं त्याच्याकडे पाहिलं आणि तो एकदम थरथरायला लागला. राजसभेतील लोकांत कुजबुज सुरू झाली.

घाणेरडे कपडे घातलेले असूनही तो स्वयंपाकी व राजा यांच्यातील साम्य थक्क करणारं होतं.

"खोटंय हे," राजानं रागानंच आवाज चढवला, "मला भाऊ नाही. मीच खरा राजा आहे. त्याला मारून टाका! त्या दोघांनाही मारून टाका."

त्याचं सैन्य हैराण होऊन त्या दोघांकडे बघत बसलं होतं. एकदा निळ्या राजकुमाराकडे आणि एकदा गोऱ्याकडे.

रागारागानं राजा पुढे झाला आणि त्यानं सरसेनापतीला पुढे ढकललं, "मी हुकूम देतोय तुला. त्या दोघांचाही वध कर!"

सरसेनापतीनं हुकूम दिला आणि सैन्य पुढे सरसावलं. त्यांनी तो वृद्ध आणि तो निळा राजकुमार या दोघांनाही पकडलं.

"त्या दोघांनाही शहरातील भर चौकात न्या आणि त्यांचा शिरच्छेद करा! विश्वासघात करणाऱ्यांचं काय होतं ते जनतेला समजू दे," राजानं आज्ञा केली.

दोन्ही कैद्यांना भर बाजाराच्या चौकात नेलं. काय होणारेय ते बघायला सगळे लोक जमा झाले आणि बाकीचे व्यवहार ठप्प झाले.

"हा वेडेपणा थांबवा," वृद्धाच्या आवाजात जरब होती. "हाच निळा राजपुत्र आहे. या राज्याचा खरा वारस. हक्कानं जे त्याचं आहे ते त्याला द्या म्हणजे राज्यात पुन्हा समृद्धी येईल. जर तसं केलं नाही तर राज्यावर आणखीनच संकटं कोसळतील."

जनता काहीच न करता राजाकडे पाहत बसली.

"मी सांगतोय ते लगेच अमलात आणा!" वृद्धानं समजावलं, "नाही तर फार उशीर होईल."

लोक काहीच न बोलता पाहत राहिले.

"त्याच्याकडे लक्ष देऊ नका," राजा म्हणाला. एका सैनिकाच्या हातातून तलवार खेचून तो वृद्धाकडे धावला. तलवार स्वतःच्या डोक्यावर उंच धरून त्यानं ती वेगानं वृद्धाच्या डोक्यावर खाली आणली. तलवार मोकळ्या हवेतच फिरली आणि बघणाऱ्या लोकांचा आश्चर्योद्गार जोरात ऐकू आला.

वृद्ध हवेत विरून गेला होता. त्याला बांधलेला दोरखंड राजाच्या पायाशी पडला होता. पण त्याचा कुठंही मागमूस नव्हता.

रागानं राजाचा चेहरा लाल झाला. निळ्या राजपुत्राकडे वळून त्यानं पुन्हा तलवार उचलली. लोकही जागच्या जागी स्तब्ध होऊन पाहत होते. दुसऱ्यांदा ती

नीरव शांतता कापत तलवार गेली.

पुन्हा लोक दचकले. निळा राजकुमार नाहीसा झाला होता. त्याऐवजी निळ्या राजपुत्राच्या जागेवरून एक निळा पक्षी आकाशाकडे उडताना त्यांनी पाहिला. असा राजबिंडा पक्षी यापूर्वी त्यांनी कधीच पाहिला नव्हता. त्या पक्ष्यानं कर्कश ओरडून राजाच्या डोक्यावर घिरट्या घातल्या.

"मारा त्याला! मारा त्याला!" राजा ओरडला. तो स्वतः तलवार जोरजोराने चालवत त्या निळ्या पक्ष्याच्या मागे धावत होता.

"वृद्ध खरंच बोलत होता," आपापसात लोक बोलायला लागले. "आपण त्याचं ऐकायला हवं होतं."

पक्ष्याचं कर्कश ओरडणं सगळीकडे भरून राहिलं होतं. त्यापासून ते सुटका मिळवू शकत नव्हते आणि पक्ष्याच्या ओरडण्यात व्यक्त होणाऱ्या आरोपामुळे त्यांना जास्तच अपराध्यासारखं आणि घाबरल्यासारखं वाटायला लागलं.

देशात अशांतता माजली आणि वृद्धानं सांगितलेल्या भविष्याप्रमाणे दुष्काळ जास्तच तीव्र झाला. जनावरं आणि माणसं मरू लागली. तरीही त्या निळ्या पक्ष्याचं उपहास करणारं ओरडणं त्यांचा पिच्छा सोडत नव्हतं. अगदी असह्य झालं तरीही.

"आपण त्या शापित पक्ष्याला मारून टाकू या," लोक म्हणायला लागले, "त्यानंतर आपल्याला शांतता मिळेल."

म्हणून ते निळे पक्षी मारण्याच्या मोहिमेवर निघाले. पण त्यांनी एक पक्षी मारला की त्याची जागा दोन पक्षी घ्यायचे. त्यामुळे त्यांना शांती तर कधीच मिळाली नाही."

आजीनं परत चष्मा घातला आणि पुस्तक हातात घेतलं.

"पण तो पक्षी तर फक्त न्यायच मागत होता," मी संतापानं म्हणाले, "झालं ते काही योग्य नव्हतं."

"खरंय ते." आजीनं उत्तर दिलं, "पण कधीकधी आयुष्याचं गणित असंच असतं."

डॉना : **निकराच्या चाली**

ती एका जंगलात हरवलीय. बाहेर पडण्याची वाट शोधण्याचा ती निकरानं प्रयत्न करतेय. अस्ताव्यस्त वाढलेल्या आणि एकमेकांत गुंतलेल्या वेली आणि झुडपांत रस्ताच दिसत नाहीये. त्यातही भयानक गोष्ट म्हणजे ती एकाएकी दलदलीत रुतते.

एका फांदीला धरून ती स्वतःला वाचवण्याचा प्रयत्न करते, पण ती

जास्त जास्तच खोल जाते. ती बाहेर यायचा प्रयत्न करते, पण ती जास्त आणखीच खोल जाते आणि जोरजोरात किंचाळते, भीती वाटून!

"डॅडी, प्लीज. मला शाळेत बसनं जाऊ देत."

"असा आडमुठेपणा काय करतेस, डॉना? डॅडी म्हणाले ना, की ते तुला शाळेत सोडतील. फक्त नेहमीपेक्षा अर्धा तास आधी सोडावं लागेल त्यांना. विनाकारण इतका गोंधळ का घालतेस तू?"

"मला शाळेत इतक्या लवकर जायचं नाहीये," ती हळू आवाजात म्हणाली.

आईनं वैतागून तिच्याकडे बघितलं. "लवकर जायचं नाहीये शाळेत!" तिनं स्वतःच्या मुलीची नक्कल केली. "तुला शाळा इतकी नकोशी का वाटते? इतक्या चांगल्या शाळेत तुझं नाव घालता यावं म्हणून आम्ही खूप खटपट केली. त्याची काहीतरी चाड बाळग. पण तू अभ्यास करत नाहीस. तू खेळ खेळत नाहीस. तुला कोणी मित्र-मैत्रिणीसुद्धा नाहीत. तुझं काय बिघडलंय तेच कळत नाहीये मला!"

ते काही न बोलता खात होते. असा एकत्र जेवायला बसण्याचा योग अगदी क्वचितच येई.

"'पाकी' म्हणजे काय?" डॉनानं धीर गोळा करून विचारलं.

"पाकी?" आई-वडील दोघांनीही काहीच न कळून विचारलं.

"पाकिस्तानी."

"काय?" सगळे जण वळून डॅनियलकडे पाहायला लागले.

"पाकी म्हणजे पाकिस्तानी," त्यानं शांतपणे माहिती पुरवली.

कॅथरिननं चमकून वर पाहिलं, "बाई गं, तू पाकिस्तानी मित्र-मैत्रिणी करत नसशील अशी आशा करते," ती म्हणाली, "आम्ही या शाळेत तुला घातलंय ते योग्य अशा इंग्रजी मित्र-मैत्रिणी करण्यासाठी. त्यांच्यात तुला नीट मिळून मिसळून राहता यावं म्हणून."

"तिला बसनं जाऊ दे."

डॉनानं चमकून भावाकडे पाहिलं. तिच्या नजरेत कृतज्ञता होती. तो सहसा तिची बाजू घेऊन बोलत नसे.

"मूर्खपणा आहे सगळा," तिच्या आईनं विषय संपवला. "तिच्या प्रत्येक लहरीपुढे मान तुकवून चालणार नाही. नीटनेटकी मुलगी बनायला तिला शिकावंच लागेल."

***

डॉना शाळेच्या फाटकातून गुपचूप आत सटकली. खेळाच्या भव्य मैदानावरनं

तिनं चोरटी नजर फिरवली. जरी ती लवकर आली असली तरी तिला भीती वाटत होती त्याप्रमाणे थोडे विद्यार्थी मैदानावर रेंगाळत होतेच. आपल्याला कोणी पाहू नये असा देवाचा धावा करत ती हळूच वर्गात शिरली. तिनं आपल्या मागे दार बंद केलं तेव्हापर्यंत वाटत असलेला ताण सुटकेचा निःश्वास बनून बाहेर पडला.

तिला यश आलं होतं, असं तिला वाटलं. बाकाशी बसून तिनं आपली चित्रकलेची वही आणि रंग काढले आणि एकदम ती थिजून गेली. कॉरिडॉरमध्ये वाढत्या आवाजात ओरडा ऐकू येत होता.

''पाकी! पाकी! कुठंय ती पाकी?''

धास्तावून ती लपण्यासाठी जागा शोधू लागली. पण तिला तशी जागा सापडली नाही. ती झटकन बाकाखाली दडली. तोच दरवाजा धाडकन उघडला. तिथं दोन आडदांड मुलं उभी होती आणि एक मुलगी.

ते सावकाश भीती दाखवत आले आणि तिच्यापुढे दत्त म्हणून उभे राहिले. तिच्या चेहऱ्यावरचं भय पाहून त्यांना आनंद होत होता.

''आत्ता तुला पोहोचवलं, ते तुझे वडील होते का?'' एकानं विचारलं.

डॉनानं मान हलवली.

''ते महागडी नवी मर्सिडीज चालवतात. इतका पैसा त्यांना कुठून मिळतो?''

''तिनं किती महागडं घड्याळ घातलंय पाहा.'' ती मुलगी म्हणाली, ''आपली छोटी पाकी, श्रीमंत मुलगी आहे.''

त्या दांडग्या मुलांच्यातल्या मोठ्यानं डॉनाला केस धरून सरळ केलं, ''तुमची जागा इथं नाहीये.'' तो फूत्कारला, ''आपल्या देशाला परत जा.'' त्यानं केसाला धरूनच तिला बाकाच्या बाहेर खेचलं आणि धसमुसळेपणानं ढकललं, ''पाकींच्या – देशाला परत जा.''

बाकीच्यांनीही तेच पुन्हापुन्हा म्हणायला सुरुवात केली, ''पाकींच्या देशाला परत जा!'' तिचे लांब केस धरून तिला खोलीभर ढकलत आणि ओढत ते परत परत म्हणायला लागले, ''पाकींच्या देशाला परत जा.''

तेवढ्यात कॉरिडॉरमधून आवाज आला म्हणून त्यांनी तिला जोरात ढकललं आणि ती अस्ताव्यस्त पडली.

डॉना जमिनीवर पडली होती. गोंधळलेली, रागावलेली आणि शरमलेली. तिला जोरात किंचाळावंसं वाटत होतं, पण आवाज फुटला नाही. ती धडपडत उठली आणि स्वतःच्या बाकावर जाऊन बसली. तिनं हातावर डोकं ठेवलं आणि स्वतःचे अश्रू थोपवण्याचा प्रयत्न केला. चेहऱ्याखाली असणारं तिचं चित्र खराब झालं असतं. काय करावं हे तिला कळेना. झालेल्या गोष्टीबद्दल तक्रार करायची कल्पना तिनं मनातून झटकून टाकली. कुणी तिच्यावर विश्वासच ठेवला नसता. ठेवला

असता तरी त्यामुळे परिस्थिती जास्तच चिघळली असती. शिवाय मनात खोलवर कुठेतरी तिला वाटत होतं की, तिच्या बाबतीत असंच घडणं बरोबर होतं. तीच लायकी होती तिची.

त्या सकाळी ती नेहमीपेक्षा जास्तच आकसलेली होती. "डॉना, परत तू दिवास्वप्नात रमायला लागलीस." शिक्षकानं तिची कानउघाडणी केली आणि ते काय शिकवतायत त्याकडे लक्ष देण्याचा ती प्रयत्न करायला लागली. पण नेहमीप्रमाणे तिचं मन दुसरीकडेच भटकत होतं. गोव्याहून परतल्यापासून ती अभ्यासात लक्ष घालण्याचा जिद्दीनं प्रयत्न करत होती; पण त्याचा काही उपयोग होत नव्हता. तिला अभ्यासाकडे लक्ष केंद्रित करताच येत नव्हतं. तिच्या मनातल्या भावना तिला शांत होऊ देत नव्हत्या.

ती इतकी वेगळी का होती? तिला डॅनियलसारखं का होता येत नव्हतं? तो कसा सगळ्या गोष्टी व्यवस्थित करायचा? तीच कुचकामी होती, तिनं मनाशी कबूल केलं. तिच्या बाबतीत तिच्या आई-वडिलांची निराशा झाली होती यात काही नवल नव्हतं. ती म्हणजे निरुपयोगी ओझं होतं. तिच्या आईचं बरोबर होतं- त्यांनी दिलेल्या इतक्या चांगल्या चांगल्या गोष्टी मिळाव्यात अशी तिची लायकीच नव्हती. ती मुलगी म्हणाली ते खरं होतं- तिची जागा इथं नव्हती. तिची जागा कुठंच नव्हती. तिनं जन्मच घ्यायला नको होता. ती नसती तर सगळेच सुखी झाले असते.

शाळा सुटल्यावर ती आईची वाट बघत थांबण्याऐवजी चालतच बसस्टॉपकडे गेली. तिला समजत होतं की, ती सांगितलेलं ऐकत नाहीये. पण तिला नंदिताला भेटावंसं खूप वाटत होतं. तिच्या मैत्रिणीला शेवटचं भेटून खूप दिवस झाले होते. इतके दिवस भेटायचा प्रयत्न केला नाही किंवा फोन केला नाही म्हणून तिनं स्वतःलाच दोष दिला. पूर्वीच्या शेजारपाजाऱ्यांपासून दूरवर, गोऱ्या लोकांच्या वस्तीत तिच्या आई-वडिलांनी घर घेतलं होतं. नवी शाळा सुरू झाल्यापासून तिनं चांगलं, लोकांच्या अपेक्षेप्रमाणे वागण्याचा आणि आईला खूश करण्याचा मनापासून प्रयत्न केला होता.

नंदिताच्या नुसत्या आठवणीनंसुद्धा तिला बरं वाटलं. जसजशा तिला ओळखीच्या जागा आणि अनेक सावळे चेहरे दिसत गेले, तसतसं तिला हलकं वाटलं. आपल्या घरी परत आल्यासारखं वाटलं तिला! बस थांबल्यावर ती घाईघाईनंच उतरली आणि रस्त्याच्या कडेला एका बाजूला थांबली. तिच्या चेहऱ्यावर बावळट हसू पसरलं. नेहमीचा आमटीचा आणि आशियाई मसाल्यांचा वास तिनं भरभरून घेतला. पूर्वी तिच्या ओळखीचा असलेला मुलींचा एक घोळका फूटपाथवर टिक्कर खेळत होता. त्यांच्याकडे ती धावली.

"हॅलो," तिनं आतुरतेनं त्यांना म्हटलं.

त्यातल्या तीन मुली तिच्याकडे पाहून हसल्या, "हॅलो डॉना, छान वाटलं तुला परत भेटून."

पण कल्पनानं वरपासून खालपर्यंत तिच्याकडे बघितलं. तिच्या गणवेशामुळे ती त्यांच्यापेक्षा वेगळी दिसत होती. तो पाहून ती खुन्नस दाखवत हसली.

"इकडे कशाला कडमडलीयस परत?" तिनं रागानंच विचारलं. "ज्यांना सोडून तू निघून गेलीस त्या भिकारड्यांना खिजवायला?"

घाबरून डॉना नकळतच मागे सरकली. कल्पना भांडकुदळपणे अंगावर चालून गेली. त्या दोघी काय करतायत हे पाहत बाकीच्या गप्पच बसल्या.

"या शिष्ट आणि पैसेवाल्या मुलीकडे बघा जरा!" कल्पनानं टर उडवली, "हा परिसर तिच्यासाठी पुरेसा चांगला नव्हता; आपली शाळा तिच्यासाठी पुरेशी चांगली नव्हती; आपण तिच्यासाठी पुरेशा चांगल्या नव्हतो. मग आता कशाला परत आलीस? जिथनं आलीस तिथं परत जा."

गोंधळून त्यातली एक मुलगी पुटपुटली, "जाऊ दे गं तिला, आपण आपला खेळ खेळू या."

पण तावडीत सापडलेल्या तिला इतक्या सहजासहजी सोडायला कल्पना तयार नव्हती. तिनं आपला हात डॉनाच्या हाताजवळ धरला, "काही फरक दिसतोय का?" तिनं उपहासानं विचारलं, "तुला काय वाटतं, गोऱ्या लोकांशी लाळघोटेपणा करून तूही गोरी होशील?"

घशाशी आलेला आवंढा डॉनाला गिळता येईना. तिच्या तोंडून शब्दच बाहेर पडेना. मुकाट्यानंच तिनं मान हलवली.

"तुझ्या पैसेवाल्या शेजाऱ्यांच्यात आणि तुझ्या चांगल्या गोऱ्या मित्र-मैत्रिणींकडे परत जा," कल्पना मत्सरानं म्हणाली. डॉनाची फजिती केल्याचा तिला आनंद होत होता. "आणि आमच्यासारख्या बापड्यांना गरिबीत सडत पडू देत!"

डॉना वळली आणि ठेचकाळत निघाली. डोळ्यांतील अश्रूंमुळे तिला काही दिसत नव्हत. ती चालतच राहिली. आपण कुठं जातोय याचीही तिला पर्वा नव्हती. शेवटी ती थकली आणि तिला एक पाऊलही टाकता येईना. थकून ती हमरस्त्यावरील एका बाकावर बसली. तिच्यासमोरून घाईघाईनं जाणाऱ्या अनोळखी चेहऱ्यांकडे ती बघत होती. पहिल्यांदा कुतूहलानं; पण नंतर तिला बेचैन वाटायला लागलं आणि शेवटी तर भीतीच वाटायला लागली. तिचं हृदय धडधडायला लागलं आणि आता आपण मरतोय की काय, असंही वाटलं. शक्य तितक्या लवकर तिनं घरी परतायला हवं होतं. ती ताडकन उठली आणि जवळच्या बसस्टॉपकडे धावली.

नेहमीच्या परिसरात पोहोचेपर्यंत तिला वाटणारी अस्वस्थता थोडी कमी झाली

होती. दुतर्फा झाडी असणाऱ्या रस्त्यावरून ती घाईघाईनं गेली. झाडांच्या मागे नक्षीदार दारं आणि कुंपणांच्या मागे भव्य बंगले लपले होते. ती स्वतःच्या दाराकडे धावली आणि आपल्या मागे तिनं ते बंद केलं. सावकाश पावलं टाकत ती मोठ्या घराकडे चालली. तिच्याभोवती असलेल्या दुर्मीळ आणि सुंदर झाडांकडे आणि फुलांकडे ती पहिल्यांदाच कौतुकानं पाहत होती. तिला नवलच वाटलं, कारण आतापर्यंत तिच्या आजूबाजूला स्वतःच्या बगिच्यात किती सौंदर्य आहे हे तिच्या लक्षातच आलं नव्हतं. तिनं छाती भरून फुलांचा सुवास घेतला आणि तिला परत जरा आनंदी वाटायला लागलं.

पुढचा दरवाजा उघडा होता. आतून काळजीनं भरलेले आवाज ऐकू येत होते. तिच्या मनाची शांतता नाहीशी झाली आणि त्यांचा मोहरा तिच्याकडे वळून भडिमार होण्यापूर्वीच तिला परत अपराध्यासारखं वाटायला लागलं.

"कुठं होतीस तू? आम्ही सगळीकडे शोधलं तुला."

"अगं, आमचा तू काहीच विचार करत नाहीस का? काळजीनं आम्हाला वेड लागायची वेळ आली होती. विचारात पडलो होतो आम्ही, तुला लागलंय की कोणी पळवून नेलंय, की... तू कुठे आहेस ते सांगायला फोनसुद्धा का नाही केलास?"

नजर जमिनीला खिळवून ती उभी राहिली. ते काय म्हणतायत तो अर्थ लक्षात न घेताच तिनं सगळे शब्द कानाआड केले. राग शांत झाल्यावर तिला शब्दांचा अर्थ समजला. तिचे वडील विचारत होते, "पण कुठं होतीस तू डॉना?"

"मला नंदिताला भेटायचं होतं, पण..."

"नंदिता!" तिची आई भडकली, "मी तुला तिला भेटायला पूर्ण बंदी केलीय ना? तुला योग्य मित्र-मैत्रिणी मिळाव्यात यासाठी आम्ही इतके प्रयत्न करत असताना तू मुद्दामच सांगितलेलं न ऐकता त्या नालायकांकडे परत गेलीस!"

दुःखानं आणि रागानं कॅथरिन स्वतःचे हात एकमेकांवर घासत होती, "डॉना, अशी का वागतेस तू? तुझं चांगलं व्हावं असंच आम्हाला वाटतं हे कळत नाही का तुला? तू स्वतःचा घातच करायला निघाल्यासारखी वागतेस. तुझं काय करावं हेच कळेनासं झालंय मला."

"सगळ्यात महत्त्वाची गोष्ट म्हणजे ती सुखरूप आहे," तिचे वडील म्हणाले, "आम्हाला खरंच तू काळजीत पाडलं होतंस, डॉना. परत कधी असं करू नकोस. न सांगताच कुठंतरी निघून जाऊ नकोस." त्यांनी घड्याळाकडे नजर टाकली, "चल कॅथी," आपल्या बायकोला ते म्हणाले, "आपल्याला तयार व्हायला हवं. पिअरसन्सनं आपल्याला जेवायला बोलावलंय, ते विसरून चालणार नाही. उशीरही होता कामा नये."

डॉना आपलं दप्तर जिन्यावरून ओढत ओढतच घेऊन गेली आणि तिनं

पलंगावर अंग झोकून दिलं. तिच्या मनात वेगवेगळ्या आठवणी दाटत होत्या. एकमेकींशी संबंध नसणाऱ्या... सलग नसणाऱ्या... एखाद्या चलच्चित्रासारख्या. तिला एकामागून एक नाराज झालेले चेहरे दिसले. तिला आलेल्या अपयशाचे प्रसंग दिसले. तिची आठवण जितकी मागे जाऊ शकली, तितके प्रसंग आणि तितके चेहरे. ती म्हणजे एक कुचकामी ब्यादच होती. कुणी तिच्याकडे लक्ष पुरवावं किंवा तिला चांगलं म्हणावं अशी तिची लायकीच नव्हती.

तिच्या आईनं भिंतीवर एक देवदेवतांचं चित्र लावलं होतं. त्याकडे तिची नजर गेली आणि तिला स्वत:चा वाटणारा तिटकारा, राग बनून उफाळून आला.

"मला जन्मच का दिलास तू?" तिनं भांडणाच्या सुरात देवाला विचारलं. मुळात देव असतो का याचीच तिला शंका होती. "तुझ्या विकृत, दुसऱ्याला त्रास देण्याच्या क्रूरपणाचं शमन व्हावं म्हणून? प्रेमळ पिता? बुलशिट्! आता समाधान झालं तुझं? तू जर असलास तर माझ्यासमोर ये आणि मला असं का बनवलंस याचं उत्तर दे. बोल ना! विकृत भ्याड कुठला! पण तू बोलूच शकणार नाहीस. कारण तू अस्तित्वातच नाहीस! ती चर्चला जाणारी सगळी मूर्ख माणसं! तुला हॅलो म्हणतायत- जो मुळात अस्तित्वातच नाही त्याची स्तुती करतायत!" ती शिसारी येऊन वळली.

या बोलण्यानं तिच्या मनाचा कडवटपणा जरा कमी झाला. ती पलंगावर पडली. वाढत जाणाऱ्या अंधारातच डोळे फाडफाडून पाहू लागली आणि तिच्या आजीचा चेहरा तिच्या नजरेसमोर तरळला. तिला आजीची ओढ आवेगानं जाणवली. आजी जगातील एकमेव व्यक्ती, जिनं ती जशी आहे तसाच तिचा स्वीकार केला होता. कुठल्याही प्रकारचा बदल तिच्यात व्हावा, असा प्रयत्न न करता किंवा तिच्यात सुधारणा करण्याचा प्रयत्न न करता तिला आपलं मानलं होतं.

"ओह, दादी दादी!" तिनं हाक मारली. तिच्या डोळ्यांतून अश्रू वाहायला लागले, "कुठे आहेस तू दादी? मला पण ने ना तुझ्याकडे प्लीज."

तिची आजी महिनाभरापूर्वीच वारली होती. आजी गेल्याचं तिनं दुःखही धड केलं नव्हतं. बातमी ऐकल्यावर रडू आलं नाही याचं तिला स्वतःलाच नवल वाटलं होतं. आता तिला जोरात हुंदके यायला लागले. तिचे खांदे गदगदायला लागले आणि तिची उशी चिंब भिजून गेली, "ओह दादी," ती मोठ्यानं म्हणाली, "मी खरंच पाषाणहृदयी राक्षस आहे. बाकीचे म्हणतात ना तसंच!"

अश्रू आटले तरी ती पलंगावर पडूनच राहिली. आजीच्या सहवासाची वाटलेली ओढ काही कमी झाली नाही. उलट जास्तच वाढली. ती स्वतः म्हणजे 'तुच्छ ब्याद' होती. तिची दादीच फक्त मोठ्या मनाची होती म्हणून तिला आपलं मानून तिच्यावर प्रेम करत होती.

तिला लिटल मॅचगर्लची गोष्ट आठवली. जितक्या वेळा तिनं ती वाचली होती

तितक्या वेळा ती त्याच्यात गुंतली होती. आता तिला वाटलं की, काहीतरी जादू होऊन आजी प्रत्यक्ष यावी आणि तिला तिनं एखाद्या छानशा जगात घेऊन जावं, जिथं त्या दोघी सुखानं राहतील.

उठून संथपणे ती आई-वडिलांच्या झोपण्याच्या खोलीकडे गेली. तिला हवी असलेली गोष्ट तिला सापडली- दाढी करायची ब्लेड. तिनं हात समोर धरले. आपले तळहात, हात कोपरापर्यंत न्याहाळले आणि डाव्या हाताच्या मनगटावर धारदार ब्लेड थंडपणे फिरवली. हातावर लाल रक्त दिसायला लागलं, पण काही दुखलं नाही. त्यानंतर मिळणाऱ्या चांगल्या आयुष्याविषयीच्या अंधूक आशेनं ती दुखण्या-बहाण्याच्या पलीकडे गेली. रक्त थेंबाथेंबानं पडू लागलं आणि मोरीतल्या जाजमात झिरपायला लागलं. कसलीच भीती उरली नाही. फक्त शांतता. आता सगळं ठीक होईल अशी तिला खात्री वाटली. तिची आजी तिला शोधून काढेल आणि तिची काळजी घेईल.

स्वतःच्याच मनोराज्यात रंगल्यामुळे तिला दरवाजा उघडल्याचा किंवा डॅनियल धाडधाड जिने चढून आल्याचा आवाज आला नाही. त्याला दिवा लागलेला दिसला म्हणून काय झालंय ते पाहायला तो गेला. त्यानं पाहिलं तर ती टॉयलेटसीटवर बसली होती. तिच्या चेहऱ्यावर अत्यंत सुखाचे भाव होते आणि तिच्या हातातून तिचा जीव थेंबाथेंबानं गळत होता. तो भीतीनं गारठला. त्याच्या चेहऱ्यावर अत्यंत भय होतं. मग तो वळला आणि सुसाट धावत खाली गेला. त्यानंतर तो टेलिफोनवर काहीतरी असंबद्ध बोलताना तिनं ऐकलं.

ती समाधानानं हसली. सगळं ठाकठीक होणार होतं. तिनं शेवटची किंमत चुकवली होती. आता ते तिच्यावर प्रेम करतील आणि ती सुखी होईल.

सगळं ठीक होईल आणि ते कायम सुखात राहतील!

सुक्कोरिना : **कुवेतमधले दिवस**

ती एका खोलीत झोपलीय. तिला अचानक जाग येते तेव्हा असं दिसतं की, खोलीच्या मध्यभागी एक नाग फणा काढून ताठ उभाय. ती त्याच्या मण्यांसारख्या डोळ्यांकडे पाहत राहते, पण तिला भीती वाटत नाही. तिला चावा घेण्यासाठी जेव्हा नाग फणा मारतो, त्या वेळी तिला वाटतं की ती पडतेय, पडतेय, पडतेय.

पहाटेचे जेमतेम चार वाजले होते. तिचं गोव्यामधलं गाव अजूनही झोपेतच असेल. तसं दिवसातरी त्याला कुठं जाग असते म्हणा! पण इथं दिव्यांच्या झगझगीत

प्रकाशामुळे दुपार चढत होती. झोप पार पळून गेली होती. सतत धावणारे पाय जड बॅगांनी भरलेल्या ढकलगाड्या गुळगुळीत फरशीवरून ढकलत होते. त्यांना तेल-पाण्याची फारच गरज होती. त्यामुळे त्या आपल्या करकर आणि कुरकुर आवाज करत होत्या. गणवेश घातलेले पुरुष आणि स्त्रिया रुबाबात लगबगीनं हिंडत होते.

पूर्ण कुटुंब एकमेकांना बिलगून रडतंय असं दृश्य अनेक ठिकाणी दिसत होतं. एक-दोन महिन्यांपूर्वी ज्यांचं स्वागत केलं होतं त्या आईला किंवा वडिलांना मुलांनी घट्ट धरून ठेवलं होतं. आता पुन्हा एक-दोन वर्षांसाठी त्यांचा निरोप घ्यायची वेळ आली होती. तेव्हा आशा पूर्ण झाल्याचा आनंद, आता वियोगाचं कडवट दुःख. हास्याचं रूपांतर अश्रूंत झालं होतं. मुंबईतल्या सहार आंतरराष्ट्रीय विमानतळावरून होणाऱ्या प्रयाणात इतकी ताकद होती.

"एवढंच का तुझं सामान?"

काहीच न कळून सुक्कोरिना परीटघडीचा युनिफॉर्म घालून काउंटरमागे बसलेल्या तरुण टवटवीत बाईकडे बघतच बसली.

"तुझं एवढंच सामान का?" वेळ नसल्यासारखं त्या बाईनं तुटकपणे विचारलं. सुक्कोरिनानं बरोबर प्रवास करणाऱ्या बाईकडे गयावया केल्यासारखं पाहिलं. स्वतःच्या बोर्डिंगपासवरून नजर फिरवणं थांबवून रिया पुढे झाली आणि त्या तरुण बाईकडे तिनं प्रश्नार्थक नजरेनं पाहिलं.

"तिचं इतकंच सामान आहे का?" तिचं चुरचुरीत बोलणं आता आलिया भोगासी सुरावर गेलं होतं.

रिया सुक्कोरिनाशी कोकणीतच कुजबुजत बोलली. त्या बाईनं निर्विकारपणे काउंटरवर आपल्या लालचुटुक रंगवलेल्या नखांनी ताल धरला.

"हो."

इतक्या महत्त्वाच्या चर्चेचा विषय एक छोटीशी बापुडवाणी दिसणारी कापडी पिशवी होती. त्यात सुक्कोरिनाचे दोन जास्तीचे कपडे, टॉवेल, टूथब्रश, टूथपेस्ट, साबण, कंगवा आणि नारळाच्या खोबऱ्यानं भरलेला एक प्लॅस्टिकचा डबा इतक्या गोष्टी होत्या. तिला चिठ्ठी लावून ती बॅगांच्या वाढत्या ढिगाऱ्यात ठेवली गेली. वीस वीस किलोंच्या बॅगा फेकायची सवय असल्यामुळे त्या नोकराचा अंदाज चुकला आणि सुक्कोरिनाची पिशवी पार पलीकडच्या भिंतीवर जाऊन आदळली. घुमेपणानंच त्या नोकरानं पिशवी परत उचलून आणली. जाता जाता त्या पिशवीच्या भांबावलेल्या मालकिणीकडे आरोप करत असल्यासारखी नजर टाकायला तो विसरला नाही.

ती आणि रिया त्यांचं नशीब आजमवायला कुवेतला निघाल्या होत्या. असमाधानी असणाऱ्या गोयकरांच्या ह्रदयावर गेल्या काही वर्षांत त्या देशानं जणू जादूच घातली होती. स्वदेश सोडून जात असताना ती बिचकली होती. तिला सतत भीती वाटत

होती की, कोणीतरी गणवेशधारी तिला मागे ओढेल आणि पुढे जाण्यासाठी अपात्र ठरवेल. तिला छान छान कपडे घातलेल्या छानछोकीनं वावरणाऱ्या प्रवाशांच्यात स्वतः उपटसुंभ असल्यासारखं वाटत होतं. मोरांच्यात लुडबुडणाऱ्या काटकुळ्या कोंबडीसारखं! ती इमानानं रियाच्या मागे मागे जात होती. आपल्या स्वस्तातल्या गुलाबी फुलांच्या झग्यामुळे आणि रबरी चपलांमुळे रियाला लाज वाटतेय, याची तिला बिचारीला जाणीवच नव्हती.

रिया कुवेतला तिसऱ्यांदा चालली होती. तिनं छानसा किरमिजी रंगाचा पॅन्टसूट घातला होता. पांढरे उंच टाचांचे बूट घातले होते. तिच्या वावरण्यात सहजता आणि आत्मविश्वास होता. तिच्याकडून ती सुक्कोरिनाला लांब ठेवण्याचा प्रयत्न करत होती. सुक्कोरिनाला ते लक्षातही आलं नाही. आजूबाजूचं नवं वातावरण, एकामागून एक दिसणाऱ्या नव्या गोष्टी नजरेनं पिण्यात ती गुंग झाली होती.

आकाशात वेगानं जात असताना सुक्कोरिनाच्या मनात विचार येत होते की जोरानं आवाज करत जाणाऱ्या या मोठ्या चांदीच्या पक्ष्याला बघायला पोरंसोरं धावत असतील का... ती आणि तिच्या बहिणी धावायच्या तसं. पांढऱ्या लोकरी कांबळ्यासारख्या पसरलेल्या ढगांमुळे ते अरबी समुद्र ओलांडत होते ही गोष्ट समजत नव्हती. तिच्या समोरच्या पडद्यावर सिनेमा सुरू होईपर्यंत ती मनातल्या मनात त्या पोरासोरांना टाटा करत होती. नंतर ती पडद्यावरील आकर्षक नायक-नायिकांच्या गोष्टींत रमली.

तिनं स्वप्नासारख्या असणाऱ्या या काळ्या सोन्याच्या देशाबद्दल खूप गोष्टी ऐकल्या होत्या, तरी तिच्या नव्या घराच्या भव्यतेची तिला कल्पनाही आली नव्हती. भयचकित झाल्यामुळे आरशासारख्या स्वच्छ, गुळगुळीत फरशीवरून चालायलाही ती कचरत होती. त्यात तिचं लाजिरवाणं गबाळं रूप स्वच्छ दिसत होतं.

आकाशातील एखाद्या राज्यात राजाच्या महालात पोहोचल्यासारखं तिला स्वप्नवत वाटत होतं सगळं. कारण तिनं काही अरेबियन नाइट्सच्या सुरस व रम्य गोष्टी ऐकल्या नव्हत्या. इंद्रधनुषी रंगांनी चमचमणाऱ्या झगझगीत झुंबरांकडे ती भान विसरून पाहत होती. इतक्या सुंदर गोष्टी तिनं कधीच पाहिल्या नव्हत्या. जादूई नगरीतच पोहोचली होती ती! हळूहळू तिला शोध लागत गेले, बटण दाबलं की काळा खोका जणू जिवंत व्हायचा. त्यात हलतीबोलती चित्रं दिसायची आणि काय पाहावं याची तिला निवड करता यायची. कपडे धुवायला मशिन होतं. बर्फ तयार करणारं कपाट होतं. थंड हवा तयार करणारी यंत्रं होती आणि स्वच्छ स्वयंपाकघर काजळीनं कळकट्ट न करता अन्न शिजवणारा कुकरही होता.

तिची खात्री होती की, मारिया आणि रोझीला तिनं इथल्या थाटामाटाचं वर्णन सांगितलं तर त्यांचा विश्वास बसणार नाही. तिच्या डोळ्यांना जे दिसत होतं, त्यावर विश्वास ठेवणं तिला स्वतःलाही कठीण जात होतं.

थोडंसं हसत, थोडंसं वैतागून रियानं तिला तिचं रोजचं कामकाज समजावलं. सुक्कोरिना ज्यांच्याकडे काम करत होती त्या लोकांशी तिचा अजिबातच संबंध येत नव्हता. त्यांच्या लेखी ती नव्हतीच, किंवा असलीच तर ती जणू खोलीतली एखादी वस्तूच होती. तिला रिया किंवा घराचं व्यवस्थापन बघणारी बाई काम सांगत. सुरुवातीला तर सुक्कोरिना त्या बाईला घरमालकीणच समजली होती.

या महालातलं खाणंपिणंसुद्धा स्वर्गीय वाटायचं. तोंडात विरघळणारे असे पदार्थ तिनं यापूर्वी कधीच चाखले नव्हते. कोंबडी आणि मटणाची चंगळ असायची. त्यात मस्तपैकी मसाले आणि काजूबदाम असायचे. पोट तट्ट झालं तरी तिला खाणं थांबवावंसं वाटायचं नाही. वेगवेगळ्या स्वादाची मलईदार आइस्क्रीम्ससुद्धा असायची आणि फेसाळणाऱ्या पेयांमुळे तर तिला खूप आनंद व्हायचा.

थोड्याच आठवड्यांत तिला तिचे जुने सुती कपडे पुरेनासे झाले. रिया व्यवस्थापक बाईशी बोलली आणि तिनं मालकिणीला नको असलेले काही कपडे तिला दिले. ते घातल्यानंतर सुक्कोरिनाला जवळजवळ रडूच आलं. विश्वास वाटणार नाही इतके ते मऊ होते. त्याच्यावर छान भरतकाम केलेलं होतं आणि ते जवळजवळ नवेच होते. इतक्या छान गोष्टी तिच्या मालकीच्या कधीच नव्हत्या.

ती नंदनवनातच पोहोचली होती. स्वर्गसुद्धा याच्यापेक्षा चांगला असू शकणार नाही, या विचारानं ती आनंदली.

त्या कुटुंबात एक स्वयंपाकी आणि दोन ड्रायव्हर असेही आणखी नोकर होते. पण सगळ्यात नवीन आणि सर्वांपेक्षा कमी महत्त्वाची म्हणून सुक्कोरिनाला त्यांचीही काही किरकोळ कामं करायला लागायची. तिला त्याचं काही वाटलं नाही. ती उत्साहानं काम करायची. होतील तितक्या नव्या गोष्टी शिकायला धडपडायची. ती धुवायची, पुसायची, घासायची, पॉलीश करायची. सगळ्या गोष्टी चकाचक ठेवायची. या नव्यानं सापडलेल्या स्वर्गात राहायची आपली लायकी टिकावी म्हणून निश्चयानं काम करायची.

रियाचं तिला खूप कौतुक वाटायचं. रिया फुलपाखरी वृत्तीची होती. ती मोकळेपणानं चिडवायची, हसायची, रंगेलपणा दाखवायची. आठवड्याच्या सुट्टीच्या वारी ती 'शहरात' जायची. त्या वेळी ती तिथं काय करते, याविषयी सुक्कोरिनाला खूप कुतूहल वाटायचं.

"ओह, मी एक सिनेमा पाहिला आणि थोड्या जुन्या मित्र-मैत्रिणींना भेटले," परतल्यावर रिया अलिप्तपणे सांगायची. तिनं कधी सुक्कोरिनाला 'बरोबर चल,' असं म्हटलं नाही आणि तसं विचारायचा धीर सुक्कोरिनालाही झाला नाही. तिला अजिबात इंग्रजी बोलता येत नव्हतं आणि तिच्यासारख्या क्षुल्लक माणसांत कोणाला रस वाटला असता? अर्थातच कोणालाच नाही. अगदी तिच्या स्वतःच्या कुटुंबालाही

ती आवडली नव्हती.

एकटेपणाचं दुःख तिला नकळतच आतल्या आत कुरतडायला लागलं होतं. कामात गुंतून राहिलो तरच आपण त्या दुःखापासून दूर राहू, हे तिला आपोआपच समजलं होतं. एरवीसुद्धा तिला जाता येईल अशी कुठली जागाच नव्हती. म्हणून सुक्कोरिना आपल्या सुट्टीच्या दिवसांतही काम करतच राहायला लागली.

दिवसांचे आठवडे झाले. आठवड्यांचे महिने. तिचं परीकथेतल्या देशाविषयीचं आकर्षण हळूहळू कमी व्हायला लागलं आणि ती नव्या वातावरणाला रुळली. तिचा एकटेपणा वाढत गेला तशी तिला परत घरची ओढ वाटायला लागली. नाहीतरी तिचा दोन वर्षांचा नोकरीचा करार संपतच आला होता.

त्यांच्या मालकिणीनं खरेदी केलेल्या भेटवस्तू घेऊन यायला एके दिवशी तिला फिलिपाईन्समधून आलेल्या मॅन्युएल नावाच्या ड्रायव्हरबरोबर पाठवलं. रिया काही तिला असल्या निरोपानिरोपीच्या कामावर नेहमी पाठवायची नाही. बाजारात मांडून ठेवलेल्या सुंदर सुंदर गोष्टींकडे डोळे भरून पाहत ती सुलतान सेंटरमध्ये आनंदानं हिंडत होती. त्या वातावरणातलं नावीन्य हळूहळू तिच्या मनात झिरपलं. तिच्या मनातल्या सुप्त इच्छा उफाळून आल्या. तिचा चेहरा खुलला. तिच्या चालीतही उत्साह आला.

"ओह, हे तर पाहा!" ती आनंदानं चीत्कारली. एका भल्यामोठ्या निळ्या हत्तीकडे तिनं बोट केलं होतं. "आणि ते!" खेळण्यांच्या दुकानात गोंजरावेसे वाटणारे भरलेले गुबगुबीत प्राणी चमकणाऱ्या डोळ्यांनी तिच्याकडे पाहत होते.

सगळं कसं अद्‌भुत, भुरळ घालणारं होतं. तिला थोडंसं मोडकंतोडकं अरेबिक आणि इंग्रजी यायला लागलं होतं. पण जास्त शब्दांची गरजच पडत नव्हती. तिचा उत्साह दुसऱ्यालाही जाणवत होता. त्याचा परिणाम होऊन सुस्वभावी मॅन्युएलनं तिला आवडतील अशा इतर गोष्टीही तिला दाखवल्या.

"चल, आपण आइस्क्रीम खाऊ या." थोड्या वेळानंतर त्यानं सुचवलं आणि तिच्या उत्तराची वाट न बघता तो तिला आइस्क्रीमच्या दुकानात घेऊन गेला. दोघांनीही उनाड मुलांसारखं हसत हसत आइस्क्रीम कोन चाटले. त्यांच्या त्या साहसानं ती जणू हवेत तरंगायला लागली आणि हासू तर इतकं तुडुंब येत होतं की, एखादा शब्द नाहीतर नजर खळखळून हसवायला पुरे होत होती.

मॅन्युएलच्या या अनपेक्षित दयाळूपणामुळे सुक्कोरिनावर अधिकच जादू झाली. तिला वाटणारी पोकळी तात्पुरती नाहीशी झाली आणि तिच्या अंतर्मनातल्या सावलीतून आतापर्यंत माहीत नसणारी सुक्कोरिना उभारून आली. ही सुक्कोरिना उत्स्फूर्तपणे हसत होती, हवेत तरंगत होती. जगात कसलीच काळजी नव्हती तिला. त्या क्षणात, त्या क्षणापुरती जगणारी सुक्कोरिना होती ती. मालकाच्या घराचं

दार ओलांडून आत जाईपर्यंत ही जादू टिकली. मग ती नवी सुक्कोरिना गूढ काळोखात शांतपणे जाऊन बसली आणि जुनी सुक्कोरिना परत आली.

पण आता एक फरक झाला होता.

मॅन्युएल जवळपास वावरत असला की, तिला ते तीव्रतेनं जाणवायचं. तो नजरेला पडला, अगदी क्षणभर जरी दिसला तरी तिचे गाल गुलाबी व्हायचे आणि तिचं मन थुईथुई नाचायला लागायचं. तो दिसला की, तिला धन्यधन्य वाटायचं. किती वेळा तो दिसला हेसुद्धा ती मोजायची आणि ज्या दिवशी तो दिसायचा नाही ते दिवस तिला काळोखी आणि खिन्न वाटायचे.

तो तिच्याकडे बघून हसला की, जणू तिच्या अंतर्मनातील अंधारे ढग बाजूला सारून सूर्य बाहेर यायचा आणि आतापर्यंत माहीत नसलेल्या ठिकाणीही प्रकाश पसरायचा. घुसमट झालेल्या खोलवर बंदिवासात वावरणाऱ्या सुक्कोरिनाला भरभरून आनंद व्हायचा. या सुक्कोरिनाला केवळ प्रेम आणि मायाच फुलवू शकत होती. या आवश्यक गोष्टी मिळाल्या नाहीत की, ती स्वतःच्या कोशातच आखडून जायची आणि तिच्या वाट्याला फक्त निराशा आणि हालच यायचे.

काहीशी भीतभीतच ती वाट पाहत होती की लोक तिचा स्वीकार करतील असा दिवस केव्हा उगवेल, तिची स्वतःभोवती घालून घेतलेल्या कुंपणातून कधी सुटका होईल आणि तिच्यात दडून असणाऱ्या हसऱ्या, नाचऱ्या, छानशा सुक्कोरिनाला ती कधी एकदाची मुक्त करू शकेल.

मॅन्युएलची प्रत्येक नजर, प्रत्येक हास्य, प्रत्येक ओझरतं दर्शन तिच्या मनातल्या अंधाऱ्या कोनाड्यात जणू आशेची पालवी फुलवायचं आणि तिला नव्यानं बळ यायचं. आनंद वाटायचा. दुसरं काही तिच्या खिजगणतीतच नव्हतं.

काही आठवड्यांनी वाणसामान आणण्यासाठी कुणीतरी नोकराणी बरोबर दे, अशी मॅन्युएलनं व्यवस्थापक बाईला विनंती केली. त्या दिवशी रियाची सुट्टी होती म्हणून सुक्कोरिनाला जायला मिळालं. तिला खूप आनंद झाला.

"मी तुला काहीतरी दाखवणारंय," फिरत्या कुवेत मनोऱ्याकडे गाडी नेताना मॅन्युएलनं तिला एखादं गुपित सांगावं तसं सांगितलं. हळूहळू गोल गोल फिरत आकाशात चढत जात असताना तिला कुवेतचं सगळं वैभव स्वतःच्या पायापाशी पसरलेलं दिसलं. एका बाजूला निळ्याशार समुद्र आणि दुसऱ्या बाजूला अनंतापर्यंत पसरलेलं वाळवंट.

"ती सौदी अरेबिया," मॅन्युएलनं बोट दाखवलं, "आणि तिकडे इराक आहे."

तिनं चमकणाऱ्या डोळ्यांनी क्षितिजाकडे पाहिलं. नंतर दोन्ही हात एकमेकांत गुंतवून ती मॅन्युएलकडे वळली, "हे सगळं मला दाखवल्याबद्दल थँक्स." ती कुजबुजली, "थँक्यू."

मॅन्युएलला स्वतःच्या कुटुंबाची खूप आठवण यायची आणि खूप दूर पालवनला असणाऱ्या आपल्या मुलांना दाखवता येत नाहीत त्या सर्व गोष्टी सुक्कोरिनाला दाखवताना त्याचं दुःख थोडं कमी व्हायचं. त्यानं दाखवलेल्या सगळ्या छान छान गोष्टी पाहताना तिला होणारा बालिश आनंद पाहून त्यालाही सुख वाटलं. स्वतःच देवासारखं उदार आणि प्रभावशाली असल्यासारखं वाटलं.

त्याच्या मायेच्या वर्षावानं ती फुलली. तिला मॅन्युएलचा खूप आदर वाटायला लागला. ती मॅन्युएलच्या प्रेमात पडली. तिनं मॅन्युएलसाठी काहीही केलं असतं. कारण ती मॅन्युएलसाठीच जगत होती. तिला हे कळलं नाही की, ती दाखवत असलेल्या प्रेमादरामुळे आतापर्यंत यशस्वीपणे दाबून ठेवलेल्या मॅन्युएलच्या इतरही इच्छा आणि गरजा डोकं वर काढायला लागल्या.

परस्परविरोधी भावनांना तोंड देत, तिच्यापासून दुरावा राखवत मॅन्युएल स्वतःचा समतोल राखण्याचा प्रयत्न करत होता. अयशस्वीपणे. वास्तविक या दोघांच्या मनात ज्या समान प्रेरणा निर्माण झाल्या होत्या, त्यांनी आधीच गती घेतली होती. त्यांचा वाढता संवेग थांबवण्याची शक्ती त्याच्या एकट्याच्या इच्छाशक्तीत नव्हती.

तो हळुवार व समजूतदार प्रियकर होता आणि त्याला वाटणाऱ्या खऱ्याखुऱ्या पश्चात्तापामुळे तिला तो अधिकच आवडला. सुक्कोरिना जणू चिरकाळ टिकणाऱ्या वर्तमानात थांबली होती. पुढे काही भविष्य नव्हतं आणि भूतकाळही पुसला गेला होता. फक्त त्या चालू क्षणांना अस्तित्व होतं. दीर्घ दुष्काळानंतर रखरखलेल्या धरणीनं पाणी शोषून घ्यावं, तसा ती तिच्यावर तो करत असलेल्या प्रेमाचा वर्षाव पिऊन घेत होती. छातीवर टेकलेलं डोकं हातात धरून ती त्याचं चुंबन घेत होती. तो स्वतःवर करत असलेला कडवट दोषारोप कमी करण्याचा प्रयत्न करत होती. त्या क्षणापुरतं तरी. त्यांच्या इच्छा आणि वेगाची शक्ती वाढली आणि वादळात सापडलेल्या नौकेसारखे ते एकमेकांबरोबर आसुसून पुढे जात राहिले.

एके दिवशी स्वयंपाकघराची फरशी पुसायला ती वाकली आणि डोक्यात एकदम जणू भोवरा गरगरला. खुर्चीचा आधार घेत काही सेकंद ती फरशीवर बसली. मग चक्कर थांबली आणि ती परत कामाला लागली. दुसऱ्या दिवशी सकाळी तिला एकदमच मळमळलं आणि ती मोरीकडे धावली. दारातून येणारे ओकारीचे आवाज ऐकून रियानं आणि व्यवस्थापक बाईनं एकमेकींकडे मूकपणेच पाहिलं.

ती बाहेर आली तेव्हा फिकुटलेली दिसली. अचानक आजारी पडायला आपल्याला काय झालं, याचं तिला कोडंच वाटत होतं. त्या दोघींनी तिला स्वयंपाकघरातील टेबलाजवळ बसवलं आणि प्रश्न विचारायला सुरुवात केली. तिची शेवटची पाळी कधी आली होती? तिनं काही 'केलं होतं' का? त्यांना तिची मॅन्युएलबरोबर

वाढलेली जवळीक लक्षात आल्याशिवाय राहिली नव्हती. तिनं खरी तीच उत्तरं दिली. लपवण्यासारखं तिच्याजवळ काहीच नव्हतं.

"तुला बाळ होणारंय!"

"आणि त्याचं लग्न झालंय. त्याला मुलंबाळंही आहेत."

"पण फक्त लग्न झालेल्या बायकांनाच मुलं होतात!"

कुणीही तिच्याशी पाळी आणि बाळं किंवा शारीरिक संबंध आणि गर्भनिरोधनाची साधनं यांच्याबद्दल कधीच बोललं नव्हतं आणि तिचं अज्ञान अगदी दारुण होतं. त्यांचं बोलणं ती लक्षात घ्यायला लागली. त्यांचे धक्का बसलेले चेहरे पाहून स्वतःच्या अंत नसलेल्या वर्तमानातून ती एका काळ्याकुट्ट अनोळखी भविष्यात खेचली गेली. तिचं भविष्य जणू एखाद्या पोकळीतून येऊन अचानकच तिच्यापुढे दत्त म्हणून उभं राहिलं.

पायदादचा चेहरा तिच्या डोळ्यांसमोर तरळला. गोव्यातल्या त्यांच्या गावातली पायदाद लोकांच्या नजरा चुकवत वावरायची. भित्र्या सावलीसारखी ती भिंतींच्या झाडांच्या मागे लपायची, काहीच नाही सापडलं तर पदरामागे चेहरा लपवायची. तेवढाच तिला आधार वाटायचा. लग्न न करताच मूल झाल्यामुळे तिची प्रतिष्ठा धुळीला मिळाली होती आणि समाजात उजळ चेहऱ्यानं वावरणं तिला अशक्य झालं होतं. आणि आता समाज तिला आरोपीच्या पिंजऱ्यात उभं करणार होता. समाजाचं बोट तिच्याकडे- सुक्कोरिनाकडे वळणार होतं.

या शरमेला आणि दुःखाला तोंड देण्याची हिंमत तिला होती का? कसलीही चिंता न करणाऱ्या, हसऱ्या सुक्कोरिनानं तिला या संकटात ढकललं होतं आणि आता ती स्वतःचा कसलाही मागमूस न ठेवता सोयीस्करपणे रसातळाला गुडूप झाली होती. आणि तिची प्रतिकृती असणाऱ्या, भित्र्या आणि असुरक्षित वाटणाऱ्या तिला बाळ वाढवण्यासाठी एकटी सोडून गेली होती.

तिनं चेहरा हातात लपवला. त्या हावभावाने पायदादचीच आठवण झाली. कोरड्या आणि चिरक्या आवाजात ती म्हणाली, "आता मी काय करू?" तिचे निष्पाप डोळे असहाय काळजीनं भरून आले. तिच्यासमोर उभ्या असणाऱ्या त्या दोन कार्यक्षम बायकांची ती गयावया करू लागली. त्यांनाही खूप सहानुभूती वाटली.

"शक्य तितक्या लवकर तुला भारतात परत जावं लागेल," सरतेशेवटी रिया म्हणाली, "मी तुला मुंबईतला एक पत्ता देते. गेल्या गेल्या त्या बाईशी संपर्क साध. ती पुढचं सगळं करेल."

"तुझी रजा सुरू व्हायला अजून अडीच महिने अवकाश आहे," व्यवस्थापक बाईनं तत्परता दाखवली, "मी बाईसाहेबांशी बोलते आणि ताबडतोब तुझी रजा मंजूर करून घेते. त्या मुंबईतल्या बाईला भेट आणि गर्भ पाडून घे. इथं परत येण्यापूर्वी

प्रकृती ठीक व्हायला तुला दोन महिन्यांचा अवधी मिळेल. तू चांगलं काम करतेस. तुझं काम सुटावं असं मला वाटत नाही.'' चोळामोळा झालेल्या सुक्कोरिनाकडे पाहून ती दिलासा देत हसली.

रियानं तिच्या खांद्यावर हात ठेवला. ''पुढच्या वेळी काळजी घे. काहीतरी वापर.''

पुढचे दिवस रिकामपणाच्या वावटळीत गेले. तिला मॅन्युएलचा निरोप घेता आला नाही. त्याचं तिला थोडंसं बरंच वाटलं. तो मालकाला व्यावसायिक दौऱ्यावर घेऊन गेला होता आणि बरेच दिवस बाहेरच राहणार होता. तो तिला आणि होणाऱ्या बाळाला आपलं म्हणेल अशी अंधूक आशा तिच्या मनात आली; पण तिनं लगेच तिला आवर घातला. तिला माहीत होतं की, तो कधीच तिचा होऊ शकला नसता. त्याचं बायको-मुलांवर प्रेम आहे हे त्यानं कधीच लपवलं नव्हतं. तो त्यांचाच होता; तिचा नाही. ती कोणाचीच नव्हती. तिला खूप असूया वाटली. पण आता तिच्या उदरात हा नवा जीव वाढत होता.

बाळ – तिचं आणि मॅन्युएलचं. तिनं ओटीपोटाभोवती हात धरले. तिला हे बाळ हवं होतं. ते तिचंच असेल आणि मॅन्युएलही त्याच्या रूपानं तिच्याबरोबर असेल. मग ती एकाकी राहणार नाही. कायम ती कोणावरतरी प्रेम करेल आणि कोणीतरी तिच्यावर. तिनं आशा केली की, तो मुलगा असेल आणि मोठेपणी त्याच्या वडिलांसारखाच होईल.

पण रियानं तिच्या सगळ्या आशांचा चुराडा केला. ''वेडीबिडी आहेस की काय तू सुक्कोरिना?'' तिनं शंका घेत असल्यासारखं विचारलं, ''बाळ झालं तर तुझ्या आयुष्याची पार वाट लागेल. तुझ्याशी लग्न कोण करेल? आणि त्याची काळजी तू कशी घेशील? बाळ मोठं करायला पैशांची गरज असते बाई.''

''मी काम करेन.''

''आणि तू कामाला जाशील तेव्हा त्याच्याकडे कोण लक्ष देईल? सुक्कोरिना, बाळाचा पण विचार कर. त्याचं भविष्य कसं असेल? समाजानं वाळीत टाकलेला म्हणून? नीट विचार कर. तुझ्या गावात अक्करमाशाला कोण आपलं म्हणेल? अक्करमाशाच म्हणतात अशा पोरांना. त्याच्या वाट्याला तसं आयुष्य यावं असं वाटतं का तुला?''

सुक्कोरिनानं दुःखानं आणि शरमेनं चेहरा खाली वळवला, ''नाही,'' ती मोडून पडल्यासारखी पुटपुटली. तिला स्वतःला अनेकदा आपण समाजात राहायला नालायक मुलगी असल्यासारखं वाटायचं आणि जाणूनबुजून तसल्या प्रकारचं आयुष्य एका निष्पाप जिवाच्या- तिच्याच बाळाच्या वाट्याला द्यावं असं तिला मुळीच वाटलं नाही. त्याच्या वाट्याला कदाचित त्याहूनही भयंकर नशीब आलं असतं.

"नाही," तिनं दुसऱ्यांदा म्हटलं, "नाही, पण..."

"पणबिण काही नाही." तिचा हात घट्ट धरत रिया म्हणाली, "तुला दुसरं काही करता येण्यासारखंच नाही, सुक्कोरिना. आता चूक करून तुझं संपूर्ण आयुष्य वाया घालवू नकोस. हे बघ, तुला असं केलं पाहिजे..."

रियानं तिला खूप आधार आणि बळ दिलं. मालकाला नको असलेल्या एका जुन्या बॅगेत तिनं सुक्कोरिनाचं सामान भरलं आणि मालकिणीनं नुकतेच टाकलेले अनेक कपडे आणि घरातल्या गोष्टी व्यवस्थापक बाईनं तिला दिल्या.

"घरी गेल्यावर भेटी म्हणून या इतरांना देऊ शकशील," ती मायाळूपणे म्हणाली. तिचं तिकीट काढलं आणि दुसरा ड्रायव्हर तिला विमानतळावर पोहोचवून आला.

सुक्कोरिना जिथं जाईल तिथं तिला खूप कुटुंबं नजरेला पडत होती. आया मुलांना कुशीत घेऊन गोंजारत होत्या, बाबागाड्या ढकलत होत्या. त्यांना खायला देत होत्या, रागावत होत्या आणि काय करावं ते सांगतही होत्या. त्यांचा अभिमान वाटणारे वडील त्यांना सुरक्षित ठेवण्यासाठी आजूबाजूलाच घुटमळत होते. आधीच एकाकी पडलेली ती, इतरांकडे थेट बघणंही टाळत होती. इतरांच्या नजरेत उघड उघड तुच्छता दिसेल अशी भीती तिला वाटत होती.

रियाच्या ओळखीची बाई तिला घेऊन गेली, त्या दवाखान्यातली धूळ आणि अस्वच्छता तिनं पाहिली. एका छोट्याशा वेटिंगरूममध्ये ती डॉक्टर येण्याची वाट पाहत दुःखानंच बसली होती. दारातच दोन नर्सेस हसत-खिदळत उभ्या होत्या. त्यांचे गणवेशही स्वच्छ नव्हते. तिला त्यांची भाषा समजत नव्हती. पण त्या ज्या नजरेनं तिच्याकडे बघत होत्या, त्यावरून तिला कळत होतं की त्या तिच्याबद्दलच बोलतायत. तिला मनापासून वाटलं की त्यांनी गप्प बसावं.

डॉक्टर बुटका, जाडा होता. त्याला टक्कलही पडायला लागलं होतं. त्यानं तिच्याकडे ज्या नजरेनं पाहिलं त्याची त्याला घृणाच वाटली. अस्वस्थ होऊन ती आकसली. नर्सेस घाईनंच तिला आतल्या मोठ्या खोलीत घेऊन गेल्या. ती खोली काही फार स्वच्छ नव्हती, पण तिकडे मधोमध असणाऱ्या स्टीलच्या टेबलावर एक झगझगीत दिवा लावला होता.

"कपडे काढ आणि टेबलावर आडवी हो," एका नर्सनं टेबलाकडे बोट दाखवत म्हटलं.

"सगळे कपडे?" सुक्कोरिनानं बापुडवाण्या आवाजात विचारलं.

नर्सेसनी एकमेकींकडे पाहिलं. "ब्लाउज ठेवलास तरी चालेल."

तिनं पाहिलं तर ते सगळे तिच्याकडेच पाहत होते. डॉक्टरच्या चेहऱ्यावर लंपट भाव होते. सुक्कोरिनानं पाठीमागच्या बाजूला असणारी स्कर्टची झिप् सरकवली.

पण तो काढायला तिला धीर होत नव्हता. तिनं मुठी वळल्या आणि डोळे बंद केले. नाही, तिला तसं करता आलं नसतं.

"लवकर आटप. आमचा दिवस मोकळा पडला नाहीये."

सुक्कोरिनाला खूप वाटलं की, वळावं आणि धूम ठोकावी. पण ती जाणार तरी कुठं?

एक नर्स तिच्याजवळ आली. "मी काढू का तुझी चड्डी?"

"नको, नको!" सुक्कोरिना भीतीनं आकसली. त्यांच्याकडे पाठ फिरवून तिनं स्कर्ट खाली जमिनीवर पडू दिला आणि चड्डीही काढली. मग ती टेबलावर आडवी झाली; दोन्ही पाय घट्ट एकमेकांजवळ ठेवून.

ते तिच्या नागवेपणाकडे टक लावून बघत असलेलं दिसू नये म्हणून तिनं मान हलवली. जमिनीवरून धावणारं एक मोठंसं झुरळ तिला दिसलं. घाईघाईनं ते भिंतीच्या फटीत दडलं. तिला इच्छा झाली की, तिलाही असंच नाहीसं होता यावं. दाराखालून आणखी एक झुरळ कानोसा घेत आलं. आपल्या मिश्यांनी ते आजूबाजूचा अंदाज घेत होतं. तिला किळस वाटून मळमळलं.

ती ज्या टेबलवर आडवी झाली होती तिकडे तिनं नजर वळवली. त्यावर वाळलेल्या रक्ताचे अस्पष्ट डाग आणि कळकट घाण पडलेली दिसली. ते तिच्या आधी त्यावर झोपलेल्या, फसलेल्या मुलींचे होते यात काही शंका नव्हती. ते पाहून तिला ओकावंसं वाटलं.

"आज सकाळी काही खाल्लीस किंवा प्यायलीस का?" डॉक्टरनं तिला तुटकपणे विचारलं.

त्याच्याकडे न पाहताच तिनं नकारात्मक मान हलवली. सकाळचे दहा वाजले होते. धातूचा खणखण आवाज ऐकून तिनं मान वळवली. एक नर्स धातूची हत्यारं धातूच्याच ट्रेमध्ये नीट लावून ठेवत होती आणि तिच्या एकदम लक्षात आलं! त्यांचा वापर करून ते तिच्या गर्भातल्या उबेत असणारा निष्पाप जीव मारून टाकणारयत. मॅन्युअलचं बाळ! त्यांना असं करू देत असल्याबद्दल तिला स्वतःचीच खूप घृणा वाटली.

"पाय पसर जरा," डॉक्टरनं आज्ञा केली. तिनं नजर खालच्या बाजूला वळवली. त्यानं हिरव्या रंगाचा कोट, टोपी आणि मास्क घातला होता. पण तिला त्याचे डोळे दिसत होते. तिच्या उघड्या शरीरावरून फिरत असताना त्यात लंपटपणाच दिसत होता. तिला एकाएकी खूप संताप आला. ती उठून त्यांना सांगणारच होती की तिनं बाळाला ठेवण्याचा निर्णय घेतलाय. तोवर एका नर्सनं तिच्या चेहऱ्यावर काहीसं दाबून धरलं. त्यामुळे तिला भोवळ आल्यासारखं वाटलं.

"दिवस जाण्यासाठी त्या जेव्हा कपडे काढतात तेव्हा नाही त्यांना लाज

वाटत,'' तिचे पाय फाकत एक नर्स म्हणाली, "आणि आता अगदी निष्पाप कुमारी असल्यासारखा आव आणतात!''

तिला उठायचं होतं. ही भयानक जागा आणि हे भयानक लोक सोडून निघून जायचं होतं. तिला इज्जतीनं आणि अभिमानानं सांगायचं होतं की, हे बाळ मला हवंय. तिनं विरोध करण्यासाठी तोंड उघडलं पण तिला एक विचित्र थकवा आला होता. तिच्या तोंडून शब्दही बाहेर पडत नव्हते आणि तिला हलताही येत नव्हतं. मनात भीती शिरण्यापूर्वीच तिला आजूबाजूचं भान नाहीसं झालं.

मायोला : **अपेक्षांची पूर्तता**

मी किनाऱ्यावरच्या वाळूत एकटीच उभी आहे, निळ्याशार समुद्राकडे बघत. दूरवर एक लाट आकार घेताना दिसते. ती मोठी होते. आणखीन मोठी होते. मला समजतंय की ती भरतीची लाट आहे आणि ती मला वेढून टाकण्यापूर्वीच मी तिच्या वाटेतून दूर झालं पाहिजे. मी वळते आणि उंच कडा चढायला सुरुवात करते.

नंतर मी एका अरुंद दरीच्या तळाशी उभी आहे. दोन्ही बाजूंना उंच डोंगररांगा आहेत. मला सुरक्षित वाटतं. पण मी वर पाहते तेव्हा हिरव्या-निळ्या पाण्याची भयानक लाट डोंगराच्या शिखरावरून डोकं वर काढताना दिसते. मला समजतंय की, उभी आहे तिथंच, या दरीत ती लाट कोसळणार आहे. मला बाहेर पडलंच पाहिजे. भयचकित होऊन मी पुढचा डोंगर७ चढू लागते.

माझ्या वडिलांच्या वडिलोपार्जित घरातल्या शिस्तीमुळे वाटणाऱ्या अस्वस्थपणातून, मला नव्या शाळेमुळे थोडा दिलासा मिळाला. जेव्हा ममा, डॅनीकाका, फिलोकाकी आणि झरेला समोरासमोर होणारी भांडणं टाळायला लागले तेव्हा मला बरंच वाटलं; पण आतल्या आत धुमसणारे आणि प्रत्यक्ष शब्दांत न उतरवलेले दोषारोप आणि चीड मला जाणवत होती.

नंतर मडगावात बांधल्या जाणाऱ्या एका कॉम्प्लेक्समध्ये ममानं घरासाठी पैसे भरले. तिकडे राहायला गेल्यावर आम्ही परत एक खरंखुरं कुटुंब बनू असं तिनं झरेलाला आणि मला वचन दिलं. झरेलाची उर्मट वागणूक थोडी कमी झाली आणि ती परत अभ्यासही करायला लागली. पण तिनं आपण कुठलंही व्यावसायिक शिक्षण देणाऱ्या कॉलेजात जाणार नाही, हे मात्र निक्षून सांगितलं. शाळा संपल्यानंतर लगेच तिला नोकरी करायची होती.

आमचे बहुतेक नातेवाईक आणि शेजारी यांच्या मनात झरेलाबद्दल नापसंतीची भावना निर्माण व्हायची, हे मला दिसत होतं; आणि ममा जरी तिची बाजू घेत असली तरी खोल मनात तिला वाईट वाटतंय हेही मला समजत होतं. स्वतःची निराशा लपवायचा ती आटोकाट प्रयत्न करायची, पण मला ते तिच्या चेहऱ्यावर दिसायचं. तिचे ओठ घट्ट मिटलेले आणि सरळ असायचे. आणि तिच्या डोळ्यांतील काळजी कधीच नाहीशी व्हायची नाही. अगदी मी तिला हसवायचा प्रयत्न केला तरी. मला त्याचं खूप दुःख वाटायचं, पण मला विश्वास होता की, मी जास्तीत जास्त चांगली वागले तर सगळ्यांना समाधान होईल.

दोन वर्षं गेली. एकदाचं घर बांधून झालं आणि ते सजवण्यात ममा गुंतून गेली. लवकरच पपा परत येऊन आमच्याबरोबर नव्या घरात राहणार होते. आमचं पूर्ण कुटुंब परत एकत्र राहणार याचा मला आनंद वाटत होता; पण चुलत भावंडांना सोडून जाण्याचा विचार मला दुःखी करत होता. आमची गट्टी टिकून राहिली होती. मी मडगावला नव्या शाळेत जाणार होते आणि त्याची मला थोडी भीतीच वाटत होती.

मला झरेलाबद्दल अपराधी वाटायचं. जणू काही तिच्या वागणुकीला मीच जबाबदार होते. ममा आणि पपांना तिच्यामध्ये जी उणीव वाटायची ती मी भरून काढली पाहिजे असं वाटायचं; म्हणजे आम्ही परत एक आनंदी कुटुंब बनलो असतो. त्यामुळे मी जास्त जास्त चांगलं बनण्याचा आणि खूप कष्ट करण्याचा निर्धार केला.

मडगावातल्या फातिमा कॉन्व्हेंट हायस्कूलमध्ये प्रवेश घेतल्यावर माझी घिसापिटीची वर्षं सुरू झाली. ती सगळी वर्षं अभ्यासासाठी मी कष्ट करत होते आणि घाम गाळत होते. सपाटून काम आणि घोकंपट्टी करत होते. मला आशा होती की, या सर्वांमुळे मी आधार देणारा मजबूत पाया तयार करेन, जो माझ्या कल्पनेतील उज्ज्वल भविष्याचा भार पेलू शकेल.

माझ्या कुटुंबानं माझ्यासमोर जो योजनेचा आराखडा ठेवला होता, त्याबरहुकूम मी एकचित्तानं काम करत होते. त्या आराखड्यात होतं शिक्षण, धर्म आणि समाज हे आधार त्यांच्यामुळे मी समाजाचा सन्माननीय घटक बनले असते.

तिच्या उजव्या बाजूला शिक्षण,
तिच्या डाव्या बाजूला कर्तव्य,
तिच्या समोर महत्त्वाकांक्षा,
जिवंत मृत्यूच्या दरीत दौडत गेली मायोला.
कारणाचा विचार तिनं करायचा नाही,

कुठलाही प्रश्न विचारायचा नाही,
तिनं फक्त करायचं आणि का ते नाही विचारायचं,
जिवंत मृत्यूच्या दरीत दौडत गेली मायोला.

नव्या आयुष्याशी जुळवून घेताना मला कठीणच गेलं. आम्ही सगळे परत एकत्र आल्याचा आनंद होता. पण मध्ये इतक्या वर्षांचा अवधी गेल्यानंतर मी पपांना थोडी लाजायला लागले होते. ते झरेलाकडे खूप लक्ष द्यायला लागले होते. त्यामुळे मला थोडं वाईट वाटायचं. माझ्याकडे दुर्लक्ष होत असल्यासारखं. पण मी चेहऱ्यावर हसू आणायचे. माझं दुःख लोकांच्या लक्षात यायचं नाही आणि जर कधी मत्सरानं डोकं वर काढलं तर मी त्याला ठेचून टाकायचे.

आमच्या घराच्या खोक्यासारख्या भिंतींमुळे मला पिंजऱ्यात अडकल्यासारखं वाटायचं. मला वेलिममधल्या आमच्या घरातल्या मोठमोठ्या खोल्यांची, मोकळ्या मैदानांची आणि आकाशाची फार आठवण यायची. आमच्या घराला कायम वाहती रहदारी आणि हॉर्नचा कर्कश आवाज यांचं पार्श्वसंगीत असायचं. मला गावातली शांतता आणि पक्ष्यांची किलबिल यांची खूप आठवण यायची. मडगावमध्ये पक्ष्यांचा एकच आवाज यायचा- तो म्हणजे कावळ्याची कावकाव.

बाहेर रस्त्यावर अनोळखी माणसांची इकडे-तिकडे घाईघाईनं ये-जा चालू असायची. फूटपाथवर टेट्रापॅकची खोकी आणि प्लॅस्टिकच्या पिशव्या पडलेल्या असायच्या. वारा तोंडावर घेत पळता यावं अशी कुठं जागाच नव्हती.

मी बाह्य जगापासून अलिप्त बनले. माझ्या पुस्तकांतच रमून जायला लागले. हातात मिळेल ते वाचून काढण्याचा मी सपाटा लावला.

कोपऱ्यावरच्याच मुलांच्या शाळेत पपांना शिक्षकाची नोकरी मिळाली. माझ्या वाचनाच्या वेडाला त्यांनी खतपाणी घातलं. मला वाचण्यासाठी ते पुष्कळ पुस्तकं आणायचे. गोष्टीची पुस्तकं, छानशी चित्रं असणारी निसर्गविषयीची पुस्तकं, ज्ञानकोश आणि कॉमिक्ससुद्धा. मला सर्वांत आवडणारं पुस्तक म्हणजे जैवशास्त्राचं मासिक होतं. त्याचं नाव होतं ह्युमन बॉडी. त्यामध्ये 'मेकिंग ऑफ अ डॉक्टर' असा एक विभागही होता. त्याची पानं उलटण्यात माझे तासन्तास जायचे. डॉक्टर होण्यासाठी लागणारे गुण माझ्या अंगी आहेत का त्याचा मी स्वतःशीच शोध घेत असे. त्यापासून प्रेरणा घेऊन मी वर्गात पहिली आले आणि कायम पहिल्या तिनांत नंबर टिकवून मी माझ्या आई-वडिलांना थक्क केलं. निबंधलेखन, चित्रकला आणि वक्तृत्व स्पर्धेतही मी बक्षिसं मिळवली.

मी आदर्श विद्यार्थिनी होते.

स्वतःला पूर्णपणे कामात गुंतवून ठेवूनही नकोसे वाटणारे, त्रासदायक विचित्र

विचार डोकं वर काढायचे थांबले नाहीत. मी जे उभारण्याचे कष्ट घेत होते त्याचा त्यांनी नाश करण्यापूर्वीच त्यांना थांबवणं गरजेचं होतं. भरारी घेण्यासाठी मला पंख हवे होते, ते धर्मानं दिले. भव्य उदात्तीकरण, धार्मिक आचारविचारांत मी स्वतःला झोकून दिलं. मी रोज मासला जायचे, न चुकता उपासतापास करायचे. प्रायश्चित्त करायचे. रोज बायबल वाचायचे आणि ईश्वरी साक्षात्कारापुढे गुडघे टेकून कळकळीनं प्रार्थना करायचे. माझी खात्री होती की, सरतेशेवटी मला या पृथ्वीवरच एक स्वर्गाचा तुकडा हाती येईल.

मी आदर्श कॅथालिक मुलगी होते.

मी आज्ञाधारक आणि कर्तव्यतत्पर होते. मी जसं वागायला आणि वावरायला हवं होतं, तसंच मी करत होते. माझ्याबाबत असणाऱ्या बारीकसारीक अपेक्षांचीही मला पूर्ण जाणीव होती. लिखित व अलिखित सर्व नियमांचं मी पालन करत होते आणि सगळ्यांकडून हवीहवीशी वाटणारी मान्यता मिळवीत होते.

मी आदर्श कन्या होते.

विश्वाचा आदर्श रहिवासी बनण्याकडे माझी वाटचाल सुरू होती. अधिकारी वर्गानं ज्या मार्गाचा अवलंब करावा अशी आज्ञा केली होती, त्या शिक्षण आणि धर्म यांच्या मार्गावरून मी दमत, थकत, रखडत चालले होते. माझ्या कधी हे लक्षातच आलं नाही की, माणूस बनण्यापेक्षा जास्त मी ओझ्याचं गाढव बनत चालले होते.

एकामागून एक वर्षं जात राहिली आणि निरोप समारंभाच्या जेवणानंतर माझ्या अनेक वर्गमित्र-मैत्रिणींनी कसलीच माहिती नसणाऱ्या पोकळीत उडी घेतली. वास्तविक त्यासाठी निर्णय घेण्याची जबाबदारी उचलण्यापासून ते कौशल्यानं फायदेशीर आणि उज्ज्वल भविष्याकडे नेता येण्याच्या क्षमतेची गरज होती. मला काही विचारविनिमय करण्याची गरजच नव्हती. काय करायचं ते माझं आधीच ठरलं होतं आणि त्यामुळेच माझा ममा आणि पपांशी पहिला मतभेद झाला.

मी बंगळुरूच्या सेंट जॉन्स मेडिकल कॉलेजात जायचं पक्कं केलं होतं; पण मला तिकडे पाठवायची त्यांची तयारी नव्हती. त्यांनी एका मुलीला नजरेपासून दूर होऊ दिलं होतं आणि त्याचे परिणाम दिसतच होते. शिवाय ममाला भीती होती, की मोठ्या शहराचा वाईट प्रभाव पडून भोळीभाबडी मी बिघडून जाईन. तिला हे लक्षात आलं नव्हतं की त्यासाठी बाह्यकिडीची मुळीच गरज नसते. प्रतिष्ठेच्या झाडावरून किडून खाली पडणाऱ्या सफरचंदात ती कीड आधीपासूनच असते. कुरतडत बाहेर येण्यासाठी योग्य अशा संधीची वाट पाहत!

मी त्यांचं मन वळवण्याचा प्रयत्न केला. गयावया केल्या. भीतीसुद्धा घातली. पण शेवटी त्यांना वाटणाऱ्या भीतीपुढे मी मान तुकवली. गुपचूप गोळा केलेली

माहितीपत्रकं आणि अर्जांचे नमुने मी फाडून टाकले.

त्याऐवजी त्यांचा आशीर्वाद घेऊन बांबोलीच्या गोवा मेडिकल कॉलेजात प्रवेश घेण्यासाठी अर्ज भरला. ते माझ्याबरोबर मुलाखतीलाही आले. त्यांना वाटत होतं की मला मानसिक आधाराची गरज आहे. माझी निवड झालीय असं कळवणारं पत्र जेव्हा आलं तेव्हा पपांनी जाऊन पुष्कळसे फटाके आणले. मग त्यांनी अभिमानानं ते बाल्कनीत वाजवले. त्याने शेजारपाजारचे आणि रस्त्यावरून जाणारे लोक दचकलेच!

लगेचच वर्ग सुरू झाले. शरीरशास्त्राचा हॉल चांगलाच मोठा होता. स्वच्छ, भरपूर उजेडाचा आणि रस वाटण्यासारखा. त्यात सांगाडे होते आणि रंगीबेरंगी तक्त्यांनी भिंती सजल्या होत्या. फॉर्मेलिननं भरलेल्या बाटल्यांतून माणसांचे खरेखुरे अवयव आणि विविध अवस्थांतील वाढलेले गर्भ ठेवले होते. डोळे विस्फारून आजूबाजूला दबकत बघत आम्ही आमच्या स्टेनलेसस्टीलच्या चिरफाड करण्याच्या टेबलाभोवती बसलो. होतकरू शल्यचिकित्सकांना शोभेल अशा रीतीनं तीक्ष्ण चाकू आणि चिमटे जय्यत तयारीत ठेवून!

बाहेर कॉरिडॉरमध्ये गडगड आवाज वाढत चालला आणि पहिलं शव घेऊन ढकलगाडी आत आली. फॉर्मेलिनच्या उग्र वासानं नाक आणि डोळे चुरचुरायला लागले. नंतर लिंपण केलेलं ते शव बघून माझ्या पोटात मळमळलं. मी खूपच घाबरले. माझा आतला आवाज किंचाळत सांगायला लागला, सटक! सटक आणि परत इथं येऊ नकोस.

पण इतरांसारखंच मीही स्वतःला सावरलं आणि आमच्या नाकाखालीच ठेवलेल्या त्या शवाजवळ मुकाट्यानं बसून राहिले. कोणीही त्याला हात लावण्यासाठी हालचाल केली नाही. इथं येण्यात आपण चूक तर केली नाही ना, असा विचार माझ्या मनाला त्रास देऊ लागला. आता तर कुठं सुरुवात होत होती आणि लगेच मला पूर्ण पराभूत झाल्यासारखं वाटत होतं. माझी खात्री झाली की होतकरू डॉक्टरमध्ये जो कणखरपणा असायला हव, तो माझ्यात नव्हता.

नवलाची गोष्ट म्हणजे आपण मनुष्यप्राणी कुठल्याही गोष्टीशी जुळवून घेऊ शकतो. पहिल्या दिवशी मला जेवणही धड गेलं नाही आणि माझ्या केसांतला, कपड्यातला, त्वचेवरचा आणि काही छुप्या जागांतलाही फॉर्मेलिनचा वास नाहीसा करण्याच्या प्रयत्नांत मी तासन्‌तास घालविले. सगळ्यातच तो वास भरून राहिला होता आणि नंतरही बराच वेळ थोडा थोडा येतच राहिला. त्या वेळी माझा विश्वास बसला नसता; पण माझ्याबरोबर टेबलावर काम करणाऱ्यांच्या बरोबर वाटून खायला, मी चोरून खाऊ आणायला फार दिवस घेतले नाहीत. माझ्या काही धाडसी वर्गमित्र-मैत्रिणींनी तर पैजा जिंकण्यासाठी शवाचे छोटे तुकडेसुद्धा खाल्ले!

अठरा महिन्यांनंतर मी माझा पहिला स्टेथोस्कोप खरेदी केला आणि हॉस्पिटलच्या

वॉर्ड्समध्ये हिंडताना मला खऱ्या शिकाऊ डॉक्टरसारखं वाटलं. शिकायला हव्यात अशा गोष्टींना काही अंत नव्हता. मी मोठा पराक्रम करत असल्यासारखी जाडजूड पुस्तकांशी दोन हात करत होते; आजारपण, रोग, औषधं आणि उपचार यांच्याबद्दल जमेल तितकं शिकत होते आणि शिकत असताना मला हेही समजत होतं की कितीही प्रयत्न केला तरी याबाबतीत पुरेसं ज्ञान मिळवता येत नाही. रोजच नवीन नवीन शोध लागत होते. नवं ज्ञान मिळत होतं. मी तरी कशी पुरे पडणार?

त्यातली जमेची बाजू होती, ती म्हणजे मी घरी गेल्यानंतर माझे होणारे लाड. ममा माझ्या आवडीचे पदार्थ बनवायची आणि मला घरकामात मदत करावी लागायची नाही. मी अभ्यासाला बसले की ममा आणि पपा आवाज न करता वावरायचे. त्यामुळे मला अगदी महत्त्वाची व्यक्ती असल्यासारखं वाटायचं.

झरेला जवळजवळ घरी नसायचीच. किनाऱ्यावरच्या लक्झरी रिसॉर्टमध्ये ती रिसेप्शनिस्ट म्हणून काम करायची आणि मोकळ्या वेळी मित्रमंडळींना भेटायला जायची. ती नेहमी नीटनेटकी आणि नटलेली असायची. त्यासाठी वेळ आणि प्रयत्न दोन्ही लागायचे. ती केशरचना करत असताना किंवा चेहऱ्याला मेकअप करत असताना तिच्याकडे बघायला मला आवडायचं. आमच्या खोलीतल्या टेबलवर सौंदर्यप्रसाधनांची गर्दी होती. मला वाटायचं, ती कपड्यांवर भरपूर पैसे खर्च करत असावी. पण ती इतकी छान दिसायची की, ते पैसे योग्य प्रकारे खर्च झाले असंच वाटायचं. आम्ही रविवारच्या मासला गेलो की तिच्याइतकं सुंदर कोणीच दिसायचं नाही.

"तू चर्चला जाताना या जीन्स घालायच्या नाहीस, मायोला!" मला धक्काच बसला. "आणि मी तुझा तो भिक्कारडा शर्ट फेकून देणारेय. तू माझे घे थोडे."

मी तिचे शर्ट घालून पाहिले, पण माझ्या जुन्या आवडत्या कपड्यांसारखे ते काही आरामदायी नव्हते. मग अर्थातच मी माझे जुने कपडे कचऱ्याच्या पेटीतून बाहेर काढले.

"तुझे केस बघ आणि नखं! तू अगदी नाक कापशील आमचं. ये, मी तुला नीट करून देते." ती माझे केस आणि चेहरा सारखा करत असताना, हातापायाची काळजी घेत असताना, शांतपणे बसून राहायला मला मजा यायची. आम्ही गप्पा मारायचो. खरंतर तिला भेटणाऱ्या सर्व लोकांच्या मनोरंजक गोष्टी ती सांगायची आणि आम्ही दोघी हसायचो.

"आता न चुकता असं करत जा. स्वतःकडे बघ, तू डॉक्टर होणारेस हे कुणाला खरंच वाटणार नाही. तू मोलकरणीसारखीच दिसतेस!"

नीट टापटीप राहायचं असं मी ठरवलं. पण नेहमीच त्याहून जास्त महत्त्वाचं काहीतरी काम निघायचं. नाहीतरी झरेलानंच माझी देखभाल केलेली मला जास्त आवडायची.

“तू जादाच अभ्यास करतेस,” ती म्हणाली, “तुला कॉलेजात बॉयफ्रेंड नाही का?”

मी डोकं हलवलं.

“त्यात काही नवल नाही,” तिनं नापसंती दाखवत डोकं हलवलं, “तू कशी राहतेस बघ ना!”

आम्ही कधी लग्नाला गेलो की मुलं आमच्या जवळपास घुटमळायची, तिच्याबरोबर नाच करायला मिळेल या आशेनं. बहुतेक वेळा मी मागच्या खुर्चीत बसून तिला डौलदारपणे जाइव्ह, नाहीतर वॉल्ट्झ नृत्य करत खोलीभर हिंडताना बघत राहायची.

तिनं मला नाच शिकवायचा प्रयत्न केला; पण मी वेंधळीच होते. पण मला त्याचं वाईट नाही वाटायचं. मला मान्य होतं की, हा तिचा प्रांत होता आणि आता पुस्तकं हा माझा होता.

शेवटची परीक्षा जवळ आली तशी काळजी खूपच वाढली. ताण असह्य झाला की बरोबरचे विद्यार्थी ट्रँक्विलायझर्स घेताना मी बघायचे, कायदेशीर वा बेकायदा. वेड्यासारख्या घटना सर्रास व्हायला लागल्या- जेवणघरातल्या कोठीवर घातलेल्या धाडी, मेसहॉलच्या बाहेर अचानक पोलीस स्टेशनचा साइनबोर्ड दिसणं, दारू पिऊन केलेलं प्रियाराधन आणि भांडणांचा आरडाओरडा.

माझ्या वसतिगृहातील खोलीवर मला आधार द्यायला म्हणून ममा आली. वाफाळलेले दुधाच्या कॉफीचे कप्स आणि गरम गरम सूपचे बाउल्स ती द्यायची. माझी शक्ती टिकून राहावी म्हणून. माझ्या पोटात काही घनपदार्थ टिकतच नव्हते आणि परीक्षेच्या हॉलमध्ये मला काही आठवणारच नाही अशी भीतीही मनात होती. ममा माझ्यासाठी सतत प्रार्थना करत होती आणि कुठल्याही विषयात न गचकता मी सत्त्वपरीक्षेला उतरले.

मला माझा निकाल घरीच कळला आणि त्या रात्री पुन्हा मला समुद्री लाटांचं स्वप्न पडलं. पण त्यामुळे मला घाबरवणाऱ्या गूढ स्वप्नांचा निचरा झाला. गेली दोन वर्षं मला वरचेवर अशी स्वप्नं पडायची. त्यात मला गिळून टाकणाऱ्या त्सुनामी लाटांपासून मी जीव घेऊन दूर पळत असे. वारंवार तेच दिसत असल्यामुळे मी घाबरले होते. मी समुद्रात बुडून मरणार अशी काही दैवी सूचना मला त्यापासून मिळत होती का? समुद्रकिनारी गेल्यावर गडद निळ्या क्षितिजाकडे मी शंकेनंच बघत असे. जर अशी लाट आली तर नकळत तिनं मला वेढण्यापूर्वी ती मला दिसावी म्हणून.

आता मला असं स्वप्न पडलं की मी समुद्रकिनाऱ्यावर मित्र-मैत्रिणींच्या बरोबर खेळत होते. अशुभाची चाहूल देत असल्यासारखं आकाश एकदम भरून आलं.

एक मोठीशी लाट आमच्या दिशेनं येताना दिसली. किनाऱ्यावर बाजूलाच एक उंच इमारत होती. जिवाच्या भीतीनं आम्ही जिन्यावरून धावत चढायला लागलो. मी नुकतीच वरच्या मोकळ्या गच्चीत पोहोचले होते आणि पहिल्यांदाच ती लाट मला टाळून बाजूने गेली. गच्चीच्या रेलिंगवरून हात लांब करून मी पाण्याला स्पर्शसुद्धा करू शकत होते. मी आजूबाजूला नजर टाकली आणि मला बरेच मित्र-मैत्रिणी दिसले, जे परीक्षेत पास झाले आहेत हे मला आधीच माहीत होतं.

त्यानंतर मी माझ्या स्वप्नांचा जास्त विचार करू लागले. मला पुष्कळदा दीर्घ, तपशीलवार स्वप्नं पडत. त्यांना काहीतरी सांगायचंय असं मला वाटायचं, पण काय ते अजिबातच कळायचं नाही. गंमत म्हणजे माझ्या परीक्षेला अनेक वर्षं उलटून गेल्यानंतर भावनेला आव्हान देणाऱ्या प्रसंगाला तोंड देण्याची वेळ आली की मला परीक्षेची स्वप्नं पडत. सुप्त मनाच्या संपर्क साधण्याच्या पद्धती वेगळ्याच असतात. त्या क्षणापुरती मात्र- ती कितीही रंजक असली तरी- स्वप्नं गूढ वाटायची. त्यांच्याकडे दुर्लक्षच करणं ठीक होतं.

इंटर्नशिपमध्ये खूप मजा आली. निव्वळ शिकायचं. परीक्षेचा ताण नाही. मला मान मोडून काम करायला आवडायचं. वॉर्डमध्ये प्रत्यक्ष कामाचा अनुभव घेत शिकायचं. पण इंटर्नशिप संपण्याची वेळ जशी जवळ यायला लागली तसं मला पुढे अंधारच पसरलाय असं वाटायला लागलं. कशात विशेषज्ञ व्हायचं हेच मला कळत नव्हतं. मला एक अस्वस्थपणा जाणवायला लागला. कुठल्याच विशिष्ट वैद्यकीय क्षेत्राकडे माझं मन ओढ घेत नव्हतं.

वैद्यकशास्त्रात फारच विविध विभाग होते.

"मि. सिकंदफ्रेड, आम्ही तुमच्या मधुमेहाची आणि अतिताणाची काळजी घेऊ. ते झाल्यानंतर तुम्हाला तुमच्या हृदयासाठी कार्डिओमध्ये जावं लागेल. त्यानंतर आपल्याला तुमच्या मूत्रपिंडाचा जो विकार दिसून आलाय, त्याच्या उपचारासाठी मूत्रपिंड विभागात जायला लागेल." भांबावलेला मि. सिकंदफ्रेड एका विशेष विभागातून दुसऱ्या विशेष विभागात, तिथून आणखी एका विशेष विभागात असा वेगवेगळ्या ठिकाणी फिरवला जायचा. तिथे त्याचे विविध अवयव दुरुस्त करून त्यांची काळजी घेतली जायची. त्याच वेळी खरा मि. सिकंदफ्रेड जास्तच आजारी होत जायचा. खचत जायचा. निदान मला तरी तसंच दिसायचं.

सगळंच विफल आणि यांत्रिक वाटायचं. मला आतूनच समजत होतं की हे मला नको होतं. देशभरच्या पदव्युत्तर शिक्षण देणाऱ्या संस्थांमधून अर्ज करण्यात माझ्या वर्गमित्र-मैत्रिणींची धांदल उडाली. त्वचारोगशास्त्र, नेत्रशास्त्र, क्ष-किरणशास्त्र – कुठल्याही क्षेत्रात, त्यात त्यांना रस वाटत नसला तरी चालण्यासारखं होतं. पण त्यांना इच्छित पदव्युत्तर शिक्षणासाठी प्रवेश मिळायला हवा होता. सगळाच मूर्खपणा!

माझी खिन्नता वाढायला लागली तसं मला कळून चुकलं, मला आपल्याला जितकं येतंय असं वाटत होतं त्यापेक्षाही कमीच येत होतं. इतकी वर्षं घालवून इतके कष्ट केल्यानंतर सगळंच शून्यवत!

काय करावं ते न कळून मी माझ्या बॅगा भरल्या. घुसमटल्या आवाजात निरोप घेतला आणि पायात शेपूट घालून घरी परत गेले.

डॉ. मायोला वाझ –

जगाच्या दृष्टीनं अतिशय यशस्वी. स्वतःच्या नजरेत अपयशी.

डॉ. मायोला वाझ –

आजारी मानवजातीला वाचवणारी डॉक्टर. आता टेबलावरचे लेसचे रुमाल विणण्याच्या, क्रॉसस्टीचचं भरतकाम करायच्या आणि चित्र काढायच्या मार्गाला आलीय. इतकी खाली उतरलीय की तिला मूर्ख असल्यासारखं आणि उदास वाटतंय.

घरी कोणीच काही बोलले नाहीत. शहाणे होते ते. जर पपांचा एक चांगला मित्र सहजच घरी भेटायला आला नसता तर मी काय केलं असतं, सांगता येत नाही. तो मित्र जेझुइट पाद्री होता. आम्ही बोलत असताना त्यानं समुपदेशक म्हणून स्वतःला येणारे अनुभव सांगायला सुरुवात केली. मी कान देऊन ऐकत होते.

"मानसोपचारशास्त्र का नाही निवडत तू?" त्यानं जाता जाता प्रश्न केला.

मानसोपचारशास्त्र? मी मानसोपचारशास्त्रज्ञ? मला झटक्यात नाही म्हणावंसं वाटलं; पण मी माझ्या जिभेवर ताबा ठेवला.

जर वैद्यकशास्त्राला ज्ञान कमी असलं तर मानसशास्त्राचं ज्ञान त्याहूनही कमी होतं. वैद्यकीय क्षेत्रात सगळेच जण मानसशास्त्राची खिल्ली उडवत. नको, मी मनाशी विचार केला. त्यापेक्षा मी फास्टफूडचं दुकान घालेन आणि हॉट डॉग्ज आणि मनातल्या मनातच हॅम्बर्गर्स विकत बसेन.

पण नियतीनं माझी तितकी सहजासहजी सुटका केली नाही.

एका मैत्रिणीनं मला काही पुस्तकं वाचायला दिली आणि मी माझ्या मनाविरुद्धच ती वाचण्यात रंगून गेले.

मानसोपचारशास्त्र? का नाही? जितका मी जास्त विचार करायला लागले तितकी ती कल्पना मला आवडायला लागली. त्यात माझं नुकसान तर काहीच नव्हतं.

माझा निर्णय ऐकून ममा आणि पपांची निराशा झाली. त्यांना माझ्या शारीरिक सुरक्षेचीच काळजी वाटली. "मानसोपचारशास्त्र? पण तू मुलगी आहेस! हिंसक रुग्ण आले तर तू त्यांच्याशी कसा मुकाबला करशील?"

"मी कराटे आणि जि-जुत्सू शिकेन."

माझे पुष्कळ शिक्षक नाराज झाले. त्यांना माझ्या व्यावसायिक सुरक्षिततेची काळजी वाटली. "कशाला स्वतःला मानसोपचारात वाया घालवतेस? इंटर्नल मेडिसिन, पिडिॲट्रिक्स किंवा ऑब्स्टेट्रिक्स निवड."

"मला मानसोपचारशास्त्र हवंय."

माझ्या मित्रमंडळाला वाईट वाटलं. त्यांना माझं डोकं ठिकाणावर राहण्याचीच काळजी वाटली. "मायोला, तुझाच स्क्रू ढिला होईल. मानसोपचारशास्त्राला प्रवेश घेण्यापूर्वी स्वतःच पूर्णपणे विक्षिप्त होण्याची वाट बघ."

"मला एक तरी संधी घेतलीच पाहिजे," मी त्यांना म्हटलं, "फक्त सहाच महिन्यांचा तर प्रश्न आहे. फक्त सहा महिने... एक दिवसही जास्त नाही."

मी आल्टिन्हो इथं इन्स्टिट्यूट ऑफ सायकिॲट्री अँड ह्यूमन बिहेवियरमध्ये कनिष्ठ निवासी डॉक्टर म्हणून रुजू झाले.

मी नियतीबरोबरचा संकेत पाळत होते.

डॉना : **खिन्नतेकडून संतापाकडे**

खूप मोठ्या, अजस्र अशा ड्रॅगनसारख्या भयानक दुष्ट प्राण्याशी ती दोन हात करतेय. त्याची दोन तोंडं बर्फासारखा थंडगार उच्छ्वास सोडतात आणि ती गारठून जाते. त्याचे वाटेल तसे फिरणारे चार हात तिला चुरडून टाकण्याचा प्रयत्न करतात. तिनं घातलेलं मध्ययुगीन दिसणारं चिलखत जड आहे. त्यामुळे तिला हलणं कठीण जातंय. हातातल्या तलवारीनं ती जोरजोरात वार करतेय, पण त्याचा त्या प्राण्यावर काहीच परिणाम होत नाहीये. ती थकते, तिची शक्ती कमी होऊ लागते आणि तिला कळतं की ती जास्त वेळ तग धरू शकणार नाही.

गोष्टी काही सुधारल्या नाहीत. उलट जास्तच बिघडल्या. तिचे आई-वडील धावत धावत बाथरूममध्ये शिरले आणि रक्ताच्या छोट्या थारोळ्यात शांतपणे बसलेल्या तिला पाहून तटकन थांबले.

"देवा रे, काय केलंस हे?"

"जखमा काही खोल नाहीत. वाचेल ती," तिचे वडील तिची मनगटं तपासत होते.

"जरा रक्त बघ! असं कसं करू शकलीस तू?"

"माझी बॅग आण पटकन."

तिच्या मनातलं चित्र असं नव्हतं. तिच्या डोक्यातल्या पटकथेप्रमाणे त्यांनी

तिला दोन्ही हातांनी कवेत घ्यायला हवं होतं. त्यांचं तिच्यावर प्रेम आहे असं सांगायला हवं होतं. ती त्यांच्यासाठी अमूल्य आहे आणि तिला गमावण्याची त्यांची इच्छा नाही, असं सांगायला हवं होतं. तसं झालं असतं तर सगळं सुरळीत झालं असतं.

"आम्ही तुझ्यासाठी इतकं सगळं केलं, त्याची परतफेड तू अशी करतेस का?"

तिच्यातली सगळी हवाच निघून गेली आणि मलूल फुग्यासारखी तिनं पाठच्या फरशी लावलेल्या भिंतीला टेकून बसकण मारली. श्रांत होऊन तिनं डोळे मिटून घेतले आणि तिच्यावर होणारे भयानक आरोप कानांआड करण्याचा प्रयत्न केला. तिला दमायला झालं होतं, खूप दमल्यासारखं वाटत होतं- निर्विकार, खूप निर्विकार.

तिच्या वडिलांनी काही न बोलता तिच्या जखमा बांधल्या आणि तिला उचलून तिच्या बेडरूमकडे नेलं... शून्यतेकडे.

तिनं केलेल्या अपराधाबद्दल त्यांनी तिला महिनाभर खोलीतच डांबून राहण्याची शिक्षा दिली. तिच्या मनात बदल घडवून आणायला तिला अवधी मिळावा म्हणून. तिला फक्त शाळेत जायला मिळायचं आणि मग परत खोलीत. टेलिव्हिजन नाही. गाणी नाहीत. मित्र-मैत्रिणी नाहीत. फोन नाही. बाहेर जायचं नाही. कदाचित त्यानंतर तरी तिला मिळत असलेल्या गोष्टींचं मोल कळेल आणि तिच्या हट्टी मनाला पाझर फुटेल अशी त्यांची धारणा होती. त्याऐवजी ती उदास आणि भावनाशून्य बनली. तिची भूकही मेली आणि सगळा वेळ ती आढ्याकडे बघत पडून राहायला लागली. तिच्या चेहऱ्यावरचे दुःखद भाव पाहून शाळेत कोणीही तिच्याशी बोलायला यायचं नाही; ती एकटीच राहू लागली. एका दृष्टीनं ते बरंच होतं म्हणायचं.

आपण एका पोकळीत खोल खोल चाललोय आणि तिथं कशालाच अर्थ नाहीये असं तिला वाटायला लागलं. ते सगळं सुरुवातीला उबदार, हवंसं आणि सुरक्षित वाटलं; पण जास्त खोल गेलं तर तिला भीतिदायक भुतांची जाणीव व्हायची आणि ती धडपडत मागे यायची. तिला आधार मिळेल किंवा तिला समजून घेतील अशी कुठली जागाच नव्हती. तिचा मनातल्या भावनांचा बङ्ग्याबोळ समजावून सांगेल असं कोणीच नव्हतं.

तिच्या मनात विषण्णता होती. एकटेपणा होता. या गुंतागुंतीच्या जगात येण्यापूर्वी तिला जी उबदार सुरक्षितता वाटत असे, त्या अवस्थेसारखी अंगाची घडी तिनं नकळतच केली- गर्भात असल्यासारखी. ती कशी आहे बघायला वडील खोलीत आले तेव्हा त्यांना ती तशीच आढळली.

"ती खिन्नमनस्क- डिप्रेशनमध्ये आहे," त्यांनी कॅथरिनला सांगितलं, "आपल्याला

काहीतरी करावं लागेल.''

''आपण काय करणार?''

''कदाचित हवापालट केला तर तिला यातून बाहेर यायला मदत होईल. आपण थोड्या दिवसांसाठी तिला गोव्याला पाठवू शकतो. तिकडे असताना ती आनंदात आणि तरतरीत होती.''

''पण आता तुझी आई जिवंत नाही. हिच्याकडे लक्ष द्यायची जबाबदारी कोण घेईल? तिच्या अभ्यासाचं काय? आपल्या दोघांपैकी कोणालाच आता रजा मिळणार नाही. तिला एकटीला इतक्या लांबच्या प्रवासाला कसं पाठवायचं?''

बुद्धीला पटतील असे मुद्दे! डॉ. मार्क डिसूझानं उसासा टाकला. ''डॉ. पीटर्सला तिला तपासायला सांगावं लागेल,'' शेवटी तो म्हणाला.

डॉ. पीटर्स आले आणि त्यांनी पुष्कळ वेळ तिला प्रश्न विचारले. शेवटी ते खुर्चीतून उठले आणि आपल्या सहकाऱ्याकडे वळून म्हणाले, ''तिला खिन्नमनस्कता आलीय. म्हणजे डिप्रेशन. खूपच खिन्नमनस्कता. तिला खिन्न वाटू नये यासाठी ॲंटिडिप्रेसंट्स घेण्याची गरज आहे. मी तिच्यासाठी औषधं लिहून देतो.''

त्या उदासवाण्या खोलीतून ते बाहेर पडले.

''पण अशी खिन्नमनस्कता यायचं कारण काय?'' डॉ. डिसूझाला कारण माहीत करून घ्यायचं होतं. ''अशी खिन्नमनस्कता उगाचच येत नाही ना?''

डॉ. पीटर्सनं नाकावरचा चष्मा सारखा केला.

''जैवरासायनिक असंतुलनामुळे तसं होतं,'' तो काळजीपूर्वक म्हणाला. ''मेंदूतील काही शक्तिकेंद्रात होणाऱ्या उलथापालथीमुळे तसं होऊ शकतं. औषधं घेतल्यावर हे चढ-उतार किंवा अस्थिरता थांबेल; बरी होईल ती. कायमचा बिघाड झालेला नाहीये. तेव्हा फार काळजी करू नकोस. फक्त ॲंटिडिप्रेसंट्सचा परिणाम व्हायला जरा वेळ लागतो, तोपर्यंत तिच्यावर नीट नजर ठेवावी लागेल... उगाच आता केलं तसं परत करायला नको.''

डॉ. डिसूझानं मान हलवली.

व्यावसायिक मत स्पष्ट झालं होतं. अपराधीपणाची भावना, जर असली तर शमली होती. मेंदूतील न्यूरोट्रान्समीटरच्या चढ-उताराच्या क्षेत्रात कुणी काही करूच शकत नव्हतं. मोकळं वाटून त्यानं गोळ्यांचा परिणाम व्हायला वेळ जाऊ दिला. आणि तो स्वतःच्या जोरात चालणाऱ्या व्यवसायाकडे वळला. स्वतःच्याच खोलीत कोंडून घातलेल्या डॉनाला आपल्या क्षुब्ध भावनांना वाट करून द्यायची होती. नाहीतर ती दुःखात बुडून गेली असती किंवा तिचाच स्फोट झाला असता. ब्रश उचलून तिनं आपल्या भावनांना साजेशा काळ्या रंगात बुडवला आणि प्रकट व्हायला धडपडणाऱ्या भावनांना वाट मोकळी करून दिली. अत्यंत आवेशानं तिनं

भिंतीवर काळ्या रंगाचे फटकारे मारले. तिला वाटलं होतं, आपली चित्रकलेची आवड संपलीय; पण ते खरं नव्हतं. चित्र पूर्ण झाल्यावर थोडं मागे होऊन तिनं आपल्या गप्प बसलेल्या, भीतिदायक मैत्रिणीच्या चित्राकडे कौतुकानं पाहिलं. तीच आता तिची कायमची सोबतीण झाली होती. तिचंच चित्र काढलं होतं तिनं.

संपूर्ण भिंतभर कवटीचा चेहरा असलेली डोकं झाकलेली हडळ.

ते पाहिलं तेव्हा तिची आई फारच घाबरून गेली.

"पुसून टाक ते!" ती फेफरं आल्यासारखी किंचाळली, "असली भयानक गोष्ट तुझ्या खोलीत असणं तुला सहन तरी कसं होतं?"

पण डॉना ठाम होती. तिनं ते रंगवलं होतं आणि तिच्या खोलीत ते राहणार होतं. रोज तिच्यात हळूहळू सुधारणा होत असल्यामुळे कॅथरिन आणि मार्कनं नाइलाजानं तिचं म्हणणं मान्य केलं. पण प्रत्येक वेळी खोलीत आलं की, त्या दोघांचाही थरकाप व्हायचा.

कधीकधी डॉनाला घरातून पळून जाण्याची अनावर इच्छा व्हायची. जिथं तिला आपलं म्हटलं जाईल अशा ठिकाणी तिला जावंसं वाटे. खरोखरच ती ज्यांच्यापैकी एक होऊ शकेल अशी जागा. ती जशी आहे तशीच. जिथं तिला ओझं आणि जबाबदारी म्हटलं जाणार नाही अशी जागा. पण ती जाणार तरी कुठं? तिला फक्त एकच जागा आठवली. गोवा! आनंदात घालवलेल्या दिवसांच्या आणि तिच्यावर प्रेम करणाऱ्या कुटुंबाच्या आठवणी तिला छळायच्या. शेवटी एके दिवशी बिचकतच तिनं तो विषय आई-वडिलांकडे काढला.

"प्लीज, मी गोव्याला राहायला जाऊ का?"

आश्चर्यानं त्रेधा उडून त्यांनी तिच्याकडे पाहिलं.

"तुला गोव्याला कशासाठी जायचंय?"

"सांगता येत नाही, पण मला वाटतं तिकडे जाण्याचा मला फायदा होईल."

"तू कुठं राहशील?"

"पण गोव्यात चांगल्या शाळा नाहीत. तिकडे तुला ठप्प झाल्यासारखं वाटेल."

"मी डोरोथीच्या आई-वडिलांकडे राहीन. ते म्हणाले होते की, मी त्यांच्याकडे गेले तर त्यांना आवडेल आणि मी डोरोथीच्याच शाळेत जाऊ शकेन."

"डोरोथीला बंगळूरच्या चांगल्या वैद्यकीय कॉलेजात प्रवेश मिळाला," मार्क विचारपूर्वक म्हणाला, "गोव्यातल्या शाळा काही तितक्या वाईट नसतील."

कॅथरिन चकितच झाली. "तुला माहितेय, गोव्याची शैक्षणिक पातळी अगदी खालचीय. डोरोथी खूप हुशार मुलगी आहे, पण तू..." तिनं वाक्य अर्धवटच सोडलं. "हे बघ डॉना, तुला जे व्हायचं असेल, ते तुला इथं होता येईल. इथं बऱ्याच संधी उपलब्ध आहेत. तुझ्यापुढे सगळं जग उभंय. शिवाय, तुझी काळजी घेण्याची

जबाबदारी आम्ही दुसऱ्यावर ढकलू शकत नाही.''

''तुझी आई म्हणते ते बरोबरंय,'' तिचे वडील म्हणाले, ''धीरानं घे डॉना, तुझी खिन्नमनस्कता अजून पूर्ण गेलेली नाही. डॉ. पीटर्स म्हणाले की, त्याला दोनएक आठवडे लागतील. तुला परत बरं वाटायला लागेल आणि मग तुला इकडेसुद्धा आनंद वाटायला लागेल. शिवाय गोव्याला ललितकलेची महाविद्यालयं असतील याची मला खात्री नाही; पण इथं तुला ते नक्की शिकायला मिळेल.''

गोव्याला जाण्याच्या चोरट्या इच्छेचा दरवाजा खाडकन बंद झाला! आपले आई-वडील जराही पुढे-मागे सरकणार नाहीत याची तिला पूर्ण कल्पना होती. दरम्यान ॲंटिडिप्रेसंट्समुळे तिला बरं वाटायला लागलं होतं. परत भूक लागायला लागली होती आणि आख्खी रात्र झोपेविना आणि तळमळत जात असे, त्याचा अवधीही कमी व्हायला लागला होता. ती परत शाळेच्या अभ्यासात रस घ्यायला लागली. तिला वाटणारी काळोखी उदासी दूर व्हायला लागली होती. तिला राग यायचा; पण आपल्याला रागावण्याचा अधिकारच नाही, अशी समजूत झाल्यामुळे तिला अपराधी वाटायला लागायचं. ती चांगलं बनण्याचा आणि तिनं जसं वागावं असं इतरांना वाटत असे, तसं वागण्याचा ती नव्यानं निश्चय करायची. अगदी अनेकदा केला तसाच. भावनांत होणाऱ्या चढ-उताराप्रमाणे तीही योयोसारखी वर-खाली व्हायची. तिचा स्वतःवर काहीच ताबा नव्हता.

दुःखदायक असलं तरी तिला सत्याला सामोरं जायला हवंच होतं. इतर सामान्य लोकांपेक्षा ती वेगळीच होती. तिच्यात काहीतरी चुकीचं होतं. नेहमीप्रमाणेच तिच्या आईचंच बरोबर होतं. त्यांनी तिच्यासाठी खूप केलं होतं तरी ती कृतघ्नपणाच दाखवीत होती. हे मनात येऊन तिला स्वतःचाच राग आला.

पण ॲंटिडिप्रेसंट्सची जादू चालूच होती. तिला शाळेतही मित्र-मैत्रिणी मिळाल्या. तिच्या आईला पसंत पडतील अशा योग्य मित्र-मैत्रिणी त्या नव्हत्या, पण तिला आपल्यात घ्यायला तयार असणाऱ्या मित्र-मैत्रिणी. मिजपासून त्याची सुरुवात झाली. ती तिच्या शेजारी बसायची. डॉना आपल्या सगळ्या महागड्या वस्तू उदारपणे तिला वापरायला द्यायची.

''बरीय ती खरंच,'' मिजनं तिच्या 'कंपू'ला बातमी दिली. ''ती जरासुद्धा चढेल नाहीये. मला आवडते ती. खरंतर मला तिची थोडी दयाच येते.''

जेव्हा शाळेच्या मधल्या सुट्टीत डॉनाला त्या कंपूनं आपल्याबरोबर बोलावलं, तेव्हा तिला आनंद वाटला आणि थोडीशी भीतीसुद्धा. आशेनं लाल होत आणि भीतीनं बिचकत ती त्यांच्याबरोबर गेली आणि त्यांनाही तिनं आपलं मानलं. कृतज्ञपणे.

त्यांचं शाळेतलं काम गबाळं आणि भिकार होतं किंवा वर्गात ते दंगा करायचे.

शिक्षक त्यांना शिक्षा करायचे. या गोष्टीची पर्वा तिला वाटली नाही. तिला त्यांना खूश करायचं होतं, आणि त्यांना खुशामत करून घ्यायची होती. दोन्ही गोष्टी एकत्र म्हणजे दुधात साखरच म्हणायची.

"इतक्या घाईनं कुठे निघालीस?" मार्कनं आश्चर्यानंच विचारलं. जिन्यावरून ती धाडधाड खाली येत असताना त्याची तिच्याशी टक्कर झाली होती.

"माझ्या मित्र-मैत्रिणींना भेटायला," आणि ती गेलीसुद्धा.

"कोणत्या मित्र-मैत्रिणींना भेटायला गेलीय ती?"

"ओह, शाळेत तिला नवीन मित्र-मैत्रिणी मिळालेयत," कॅथरिन म्हणाली, "अजून मी त्यांना भेटले नाहीये. पण तिच्या पूर्वीच्या मित्रमंडळापेक्षा ते नक्कीच चांगले असतील."

"चांगलीच सुधारलीय ती दुखण्यातून." मार्क म्हणाला, "डॉ. पीटर्सला थँक्स म्हणायला हवं!" एवढं झाल्यावर दोघांनीही आपल्या मनातून मुलीविषयीची चिंता काढून टाकली. तिच्याकडून काही चांगल्याची अपेक्षाच करणं त्यांनी सोडून दिलं होतं. त्याऐवजी त्यांनी आपल्या सगळ्या आशा-आकांक्षा डॅनियलवर केंद्रित केल्या होत्या; पण नंतर जे काही घडलं त्यासाठी त्यांच्या मनाची तयारी मुळीच झालेली नव्हती.

***

टॅटूच्या दुकानात बसून तिथल्या अल्बमची पानं उलटत असताना डॉना उदासपणे हसली.

"निवडलंस का काही?" मिजनं विचारलं. ती मानाच्या खुर्चीत बसली होती. रंगांच्या सुया तिच्या त्वचेवर छिद्रं पाडत होत्या आणि लाटांतून विजयानं बाहेर येणाऱ्या पेगॅससचं चित्र उमटत होतं. पलीकडच्या खुर्चीत बसलेल्या लैलाच्या दंडावर पुसता न येणारा डॉल्फिन आकार घेत होता. नाना प्रकारच्या टॅटूंची चित्रं असलेल्या पुस्तकांची पानं डॉना उलटत होती आणि तिच्याशेजारी टॉम बसला होता.

"काय निवडावं तेच मला कळत नाहीये," डॉनाच्या कपाळाला आठ्या पडल्या. "मला ज्याचा सहजपणे कंटाळा येणार नाही असं काहीतरी सापडायला हवं." ती पानं उलटत राहिली आणि एकाएकी तिला ते दिसलं.

ते स्थल-काल ओलांडून स्थिर झालेल्या एका हमिंगबर्डचं चित्र होतं. पण ते बघून तिला धीवर पक्षी आठवला आणि तिच्या मनात आजीच्या गोव्यातल्या घराच्या आठवणींनी गर्दी केली. तिथंच तिनं लाकडाच्या घरामागच्या तळ्यात सूर मारून मासे पकडणारे धीवर पक्षी पाहिले होते.

"तुम्हाला धीवर पक्ष्याचं चित्र काढता येतं का?" तिनं टॅटू काढणाऱ्या त्या दोन माणसांना विचारलं. त्यांनी एकमेकांकडे पाहिलं आणि ते आत्मविश्वासानं हसले.

"हो तर!"

"मला तेच हवंय," ती उत्साहानं म्हणाली, "निळा धीवर पक्षी."

खांद्याच्या मागच्या बाजूला टोचणाऱ्या सुया दुखत होत्या; पण तिनं हाताच्या मुठी वळल्या आणि तोंडावर हसू ठेवलं. तो कंपू बेडर होता आणि तीही त्यांच्यासारखंच बनणार होती. घरातल्या लोकांपासून ते गोंदण लपवणं अगदी सहज शक्य होतं. घरी ती फक्त हाताचे शर्ट घालायची आणि नाहीतरी ते सगळे पोहण्यासाठी कधी एकत्र जायचेच नाहीत. पहिल्या परीक्षेतून तर ती पार पडली; पण नंतर दुसरी आली.

"नाही, मी नाही तसं करू शकणार. माझ्या आई-वडिलांना फेफरंच येईल."

"पण ही तर गंमत आहे. आम्ही सगळेच करतोय तसं. म्हणजे आपण इतरांपासून वेगळं दिसू!"

डॉनानं क्षणभर विचार केला. हेच तिचे मित्र-मैत्रीण होते आणि त्यांना ती आवडत होती. ते सगळे एकमेकांचे होते. तिनं आई-वडिलांचा विचार केला. खिन्नमनस्कतेचा झटका आल्यापासून त्यांनी तिच्याकडे पूर्ण दुर्लक्षच केलं होतं. तिनं चांगलं बनण्याचा प्रयत्न केला होता; खरा खरा प्रयत्न केला होता. पण त्याचा काही उपयोग झाला नाही. त्यांना ती कधीच चांगली वाटणार नव्हती. खूप प्रयत्न करून करून ती आता कंटाळली होती.

तिनं स्वतःला आवडेल असं बनायला काय हरकत होती?

तिनं स्वतःला हवं तसं का बनू नये?

आईनं सांगितलं म्हणून तिनं नंदिताबरोबरची मैत्री तोडली होती आणि आता ज्यांना ती हवीशी वाटत होती, त्यांच्याबरोबर दुरावा निर्माण होण्याचा प्रश्न आला होता. तिच्या मनात खूप संताप दाटला. ती तसं होऊ देणार नव्हती. तिनं स्वतःला रागानं समजावलं, ते तिला काय बोलतील किंवा तिचं काय करतील याची ती पर्वा करणार नव्हती आणि धिटाईनं ती पुढे झाली.

"बरं."

कल्पक केशरचना करणाऱ्यांनी त्यांचे केस नक्षीदार कापले. उरलेल्या केसांना जणू गुरुत्वाकर्षणाच्या नियमाविरुद्ध फुलवलं. त्यांच्या केसांत रंगीबेरंगी झुबके, लाटा आणि थुईथुई नाचणारी ताठ कारंजी तयार झाली. गुलाबी, हिरवी, निळी, जांभळी. नंतर त्यांना बक्षीस म्हणून त्यांचे चेहरेही त्यांनी रंगवले. सगळं करून झाल्यावर तो कंपू ओळखताही येत नव्हता. नव्यानं तयार केलेल्या आपल्या चेहऱ्यांकडे त्यांनी पाहिलं आणि सैतानी आनंदानं आरोळ्या ठोकल्या!

डॉना स्वतःच्या रंगीबेरंगी व्यक्तिमत्त्वाच्या प्रेमातच पडली. स्वतःला नवं रूप देणाऱ्या त्या माणसाचा तिनं मुका घेतला आणि स्वतःच्या मित्र-मैत्रिणींबरोबर रस्त्यावर धाडकन बाहेर पडली. लोक त्यांच्याकडे डोळे फाडून पाहू लागले– धक्का बसून, गंमत वाटून, कौतुकानं. लोकांच्या चेहऱ्यावरचे भाव बघताना तिला मजा वाटली. त्यामुळे तिला निर्मितिक्षम, जबरदस्त आणि महत्त्वाचं असल्यासारखं वाटलं. रस्त्यावरून मिरवण्याचा कंटाळा आल्यानंतर त्यांनी डिस्कोमध्ये जाऊन चैन करायचं ठरवलं. यापूर्वी कधीच ती डिस्कोमध्ये गेली नव्हती. तिला माहीत होतं की, ते आई-वडिलांना आवडणार नाही; पण तरी ती गेली, बेपर्वाईनं.

सगळ्या बंधनांपासून मुक्ती मिळवल्यानंतर शरीरही मनाला साथ द्यायला लागलं आणि ती मोकळ्या आनंदानं नाचायला, डुलायला लागली. इथंच तिची दारूशी ओळख झाली. दारूनं तिचा ताबाच घेतला आणि रात्री उशिरा मोठ्या आवाजात बेसूर गात ती घरी परतली.

कॅथरिननं स्वतःच्या मुलीच्या बदललेल्या रूपाकडे एक नजर टाकली आणि ती खूपच संतापली. किंचाळतच तिनं तिचे खांदे पकडले आणि तिला गदागदा हलवलं.

"तू काय करतेयस असं तुला वाटतं?" ती ओरडली.

डॉनानं डोळे बारीक करून आईचा चेहरा नीट पाहण्याचा प्रयत्न केला. "धम्माल." कॅथरिनच्या चेहऱ्यावरचे भाव बघून तिला जोरात हसू आलं. तिला ते थांबवता आलंच नाही.

कॅथरिनच्या दृष्टीनं हे फार अति झालं. तिनं डॉनाला जोरात एक थप्पड लगावली. मग आणखी एक थप्पड लगावली. परिणामी तिचाच हात झणझणला.

डॉनाला वाटणारी सगळी मजा फुसकन संपली. तिच्या चेहऱ्यावर संताप दिसायला लागला.

"मला एकटीलाच सोड, सटवे," ती खेकसली. तिचा आवाज अडखळत होता. स्पष्ट शब्दोच्चार करायला तिला जमत नव्हतं. "तू मला सारखी हिणवत असतेस, उणंदुणं काढत असतेस. त्याचा मला वीट आलाय. एकटीला सोड मला. मसणात जा तू!"

घाबरून कॅथरिननं 'आ 'वासला. पहिल्यांदाच तिची वाचाच बसली आणि तिच्या रागानं नेहमीपेक्षा वेगळं वळण घेतलं. स्वतःवरचा ताबा सुटून ती झपाटल्यासारखी डॉनाला झोडत सुटली.

"स्वतःच्या आईशी असं बोलतात?" आवाज फुटल्यावर ती किंचाळली, "आदर कसा दाखवायचा ते शिकवते मी तुला."

दारूमुळे डॉनाचाही ताबा सुटला होता. त्यामुळे ती प्रतिकार करायला लागली.

आईला चेहऱ्यावर ओचकारायला आणि मिळेल तिथं चावायला लागली. आवाज ऐकून मार्क आणि डॅनियल दोघेही धावले. रानमांजरांसारख्या झगडा करणाऱ्या कॅथरिन आणि डॉना त्यांना दिसल्या.

"काय चाललंय काय? थांबा आधी."

मोठा धीर करूनच त्या भांडणात त्या दोघींच्या मध्ये ते पडले आणि त्या दोन्ही वैऱ्यांना त्यांनी एकमेकींपासून वेगळं केलं. दोघी एकमेकींकडे गुरकावून पाहत होत्या. कॅथरिनचे केस विसकटलेले होते. चेहऱ्यावर आणि हातावर ओरखडे उठून त्यातून रक्त येत होतं.

"कृतघ्न बला! असली भयानक मुलगी नशिबी यावी यासाठी न जाणो मी काय पाप केलं होतं!" तिचे डोळे भरून आले.

"मी नाही सांगितलं मला जन्म द्या म्हणून. उलट मला वाटतं माझा जन्मच झाला नसता तर बरं झालं असतं," मनाविरुद्ध डॉनाचे शब्द एकमेकांच्यात अडखळत होते.

"चढलीय तुला!" तिच्या वडिलांच्या आवाजात तिटकारा होता. "तुझ्या खोलीत जा आणि झोप! सकाळी आपण या विषयावर बोलू."

डॉना वळली आणि झोकांड्या खात खोलीबाहेर गेली.

मार्क त्याच्या खजील झालेल्या बायकोकडे वळला आणि हळुवारपणे त्यानं तिचा चेहरा उजेडाकडे वळवला.

"चल डार्लिंग," तो म्हणाला, "तुझ्या जखमा जंतुविरहित करू या."

जेव्हा कॅथरिननं स्वतःचा चेहरा आरशात बघितला तेव्हा ती भयचकित झाली. "उद्या माझ्या मैत्रिणींना मी काय सांगू?" तिला रडू फुटलं. "माझ्या चेहऱ्याची वाट लागलीय!"

या धक्क्यातून बरं होईपर्यंत तिनं आठवड्याची रजाच घेतली!

सुक्कोरिना : **विश्वासघात (उडालेला विश्वास)**

एका चिखलट प्रवाहाबरोबर ती वाहतेय. पुढे जाऊन तो एका रुंद स्वच्छ नदीला मिळतो. ते दोन्ही एकत्र झाल्यानंतर संपूर्ण नदी मातकट, कळकट आणि खवळलेली बनते.

ती शेवटी जेव्हा मुंबईहून घरी आली, तेव्हा सांगण्यासारखं तिच्याकडे काहीच नव्हतं. तिच्या बाबतीत जे घडलं त्याचा विचारही तिला करावासा वाटत नव्हता. त्याबद्दल बोलणं तर दूरच. तिनं ती गलिच्छ गोष्ट आपल्या मनातून पार काढून

टाकण्याचा प्रयत्न केला. पूर्वी गोवा सोडताना तिचं आयुष्य जसं होतं तसंच परत जगता यावं असा तिनं प्रयत्न केला. तिला ही मधली कुवेतमध्ये घालवलेली दोन वर्षं आपल्या आयुष्यात आलीच नाहीत, असं स्वतःला समजवायचं होतं.

तिचं कुटुंब आता तिला मान देत होतं. पूर्वी कधीच ते तिच्याशी तसं वागले नव्हते. आता ती परदेशाला जाऊन आलेली व्यक्ती होती; परंतु दुर्दैवानं तिला हवंसं वाटायचं त्या वेळी कधीच वाट्याला न आलेलं लक्ष आता मिळायला लागल्यावर मात्र ती घुसमटत होती. ती अपवित्र झाल्यासारखं तिला वाटत होतं आणि जवळ येणाऱ्या कुणाला त्या विषाचा त्रास होऊ नये म्हणून ती त्यांना टाळत होती.

तिचं कुवेतमधलं आयुष्य जाणून घेण्याबद्दल तिच्या बहिणींना फार उत्सुकता होती. त्यांनी तिला पुष्कळ प्रश्न विचारले; पण तिनं मात्र त्यांना चीड येईल अशी एकाक्षरी उत्तरंच दिली. तिला एकटीनं राहावंसं वाटत होतं आणि त्यांचं खोदून खोदून प्रश्न विचारणं तिला नकोसं झालं होतं. झिडकारल्यासारखं वाटून शेवटी त्यांनी तिला एकटीलाच सोडलं. पण त्या एकमेकींच्यात कुजबुजत असलेलं तिला दिसत होतं. ती जवळ गेली की, त्या गप्प होत किंवा विखरून जात. त्यामुळे तिला जास्तच संबंध तुटल्याची भावना व्हायला लागली.

स्वतःचं गलिच्छ गुपित ती कुणालाही सांगू शकत नव्हती. अगदी ज्याच्याकडे पापाची कबुली देतात, त्या पाद्र्यालासुद्धा नाही. हे ओझं मनावर बाळगून तिचे खांदे पडले. हालचालही मरगळल्यासारखी व्हायला लागली आणि ती हसणंही विसरून गेली.

ती इकडे नसताना बराच बदल झाला होता. ती कुवेतला गेल्यानंतर थोड्याच दिवसांत पायचा मृत्यू झाला होता. आता त्यांच्या घरी वीज आली होती. मारियाचं लग्न झालं होतं. आता तिला पहिलं बाळ होणार होतं आणि त्यांच्या रीतीरिवाजाप्रमाणे बाळंतपणासाठी ती माहेरी आली होती. लवकरच रोझीचंही लग्न होतं. अंतोनेत आता नोकरी करत होती. तिनं शिवणकामाचा कोर्स केला होता आणि मडगावमधल्या कपड्याच्या दुकानात तिला काम मिळालं होतं.

घरातलं वातावरण आनंदाचं आणि उत्साहाचं होतं. कापड, लेस, सॅटिनच्या रिबिनी आणि चकचकीत भडक बटणं आणि वधुवेश आणि बाळाचे कपडे यांच्या नमुन्याची पुस्तकं हे सगळं जिकडे-तिकडे पसरलं होतं. या सगळ्यामुळे सुक्कोरिनाच्या मनातलं दुःख जास्तच गहिरं होत होतं.

"असं ऐकलंय की मुंबईत अनेक प्रकारचे छान छान बूट आणि झग्यांची कापडं मिळतात," रोझी म्हणाली, "आणि बरीच स्वस्त असतात. तू अगदी नशीबवान आहेस, सुक्कोरिना. तिकडे होतीस तेव्हा वेगवेगळ्या दुकानात जायला मिळालं का तुला?"

सुक्कोरिना चटकन वळली आणि काहीच न बोलता निघून गेली.

पाठमोऱ्या सुक्कोरिनाकडे रोझी पाहतच बसली. "बिघडलंय तरी काय तिचं? आपण कुवेतला जाऊन आलो म्हणजे कोणीतरी मोठ्या झालो, असं वाटतंय का तिला?"

"नाही, मला नाही वाटत तसं," अंतोनेत म्हणाली, "ती थोडीशी अबोल झाल्यासारखी वाटते आणि... दुःखी."

"असं ऐकलं की, गल्फमध्ये खूप कष्ट करायला लागतात आणि वाळवंट इतकं तापतं की मेंदू भाजल्यासारखं वाटतं," मारिया म्हणाली.

"तिचा मेंदू भाजलाय खरा," रोझी मत्सरानं म्हणाली, "आता तिच्याकडे पैसा आहे म्हणून स्वतःला श्रेष्ठ समजायला लागलीय."

"आता ती पहिल्यापेक्षा छान दिसतेय," माय विचारात पडल्यासारखं म्हणाली, "ती अंगानं भरलीय आणि सुंदर दिसायला लागलीय. तिचं लग्न करायला हवं. मला वाटतं, तेच कारण असावं. तिचं लग्न करावं आता."

"खरंच गं! तेच असेल! एकदा लग्न झालं की ती परत हसरी खेळकर होईल." मारियानं री ओढली. लवकरच आई बनण्याच्या आनंदानं ती फुलून गेली होती.

बाकी सगळ्यांचंही त्याबाबतीत एकमत झालं.

"मला एक छान कल्पना सुचलीय," मारियानं सुक्कोरिनाला सांगितलं, "तुझं आणि रोझीचं लग्न एकाच मांडवात करू या."

सुक्कोरिना खूप घाबरून तिच्याकडे बघतच बसली. "पण मला नाही लग्न करावंसं वाटत!"

"करायचंय गं बाई तुला. सगळ्यांनाच करायचं असतं. उगाच लाजू नकोस."

"छान आहे कल्पना," माय म्हणाली, "एकाच लग्नाच्या खर्चात दोन होतील."

"आणि परत आणखी एका लग्नाची तयारी करायचे कष्टही वाचतील," अंतोनेत म्हणाली. कपडे शिवण्यासाठी आणि सॅटिनची फुलं बनवण्यासाठी ती रात्री उशिरापर्यंत काम करत बसली होती.

"मला नाही करायचं लग्न!"

"काहीतरीच! करायचंय तुला लग्न!"

"लवकरच तुझ्यासाठी छानसा नवरा शोधायला हवा."

सुक्कोरिना गोंधळून निघून गेली. तिला दुसऱ्या कोणाशीतरी लग्न करण्याचा विचार सहन होत नव्हता. अजूनही तिच्या मनात मॅन्युएलचेच विचार होते. विहिरीच्या बुटक्या कठड्यावर ती बसली आणि खोलवर डोकावून तिनं स्वतःचं प्रतिबिंब बघितलं. तिनं आत एक खडा टाकला आणि तिच्या प्रतिबिंबाचे तुकडे झाले. मग ते दिसेनासे झाले. तिनं स्वतःला आत झोकून दिलं तर काय होईल? पूर्णपणे नाहीसं

होण्याची कल्पना तिला भावली; पण क्षणभरच. त्यातून निर्माण होणारी भीती फार मोठी होती. तिचा आत्मा नरकात जाईल, असा धोका तिला पत्करायचा नव्हता.

त्यांना तिचं लग्न करायचं होतं. काय करावं तिनं? तिला यापूर्वी कधीच इतकं कष्टी वाटलं नव्हतं; पण तसा विचार केला तर आता ती जितक्या वाईट परिस्थितीत होती, त्याहून जास्त वाईट काय असू शकणार? नक्कीच लग्नही नसेल. तिच्या मनात लुकलुकलं. आशेचा किरण होता का तो? कदाचित, कदाचित लग्नच तिला या दुःखातून बाहेर काढेल. ती थकून गेली. तिला याहून जास्त विचार करणं जमेना. काय करायचं हे त्यांनाच ठरवू देणं जास्त सोपं होतं. निर्णय घेण्यात ती किती अयोग्य आहे हे आधीच सिद्ध झालेलं होतं.

"तिच्यासाठी नवरा शोधणं फार कठीण नाही."

तिच्या मनात असतं तरी आईच्या आणि बहिणींच्या उत्साहाला ती खीळ घालू शकली नसती.

"तिच्याकडे कुवेतचे दिनार आहेत."

"ती जास्तच सुंदर दिसायला लागलीय."

"ती कामसू मुलगीय आणि चांगली," एक शेजारीण म्हणाली.

"माझ्या ओळखीत पुष्कळ जण आहेत ज्यांना तिच्याशी लग्न करायला आवडेल असे."

त्यांनी तिच्यासाठी जोसची निवड केली.

"तो आई-वडिलांचा एकुलता एक मुलगा आहे," स्थळ सुचवणारी शेजारीण म्हणाली.

"आणि त्यांचं घर उभंय फक्त तेवढीच जमीन त्यांच्या मालकीची नाही; भातशेतीसुद्धा आहे. कोणी भाटकर तिला स्वतःच्या नव्या घरातून बाहेर काढू शकणार नाही. शिवाय त्याच्या मालकीचा एक बारसुद्धा आहे. चांगली कमाई आहे त्याची."

"तो चांगला उंचापुरा आणि रुबाबदारसुद्धा आहे," अंतोनेत म्हणाली, "त्या दिवशी मी त्याला बाजारात बघितलं."

तिच्या आणि त्याच्या दोघांच्या कुटुंबासमोरच त्याला दहा मिनिटं भेटल्यावर सुक्कोरिना 'हो' म्हणाली.

गच्च भरलेल्या चर्चमध्ये बॅन्सचं वाचन झालं आणि कोणाला काही हरकत घ्यायला कारण नसल्यामुळे लग्नाच्या तयारीला जोरदार सुरुवात झाली. तिच्या बहिणींनी मन लावून पुस्तकं चाळली आणि तिच्यासाठी लग्नाचा पोशाख निवडला. पांढरा, सॅटिनचा लेसवाला. त्या धामधुमीमुळे सुक्कोरिना स्वतःवर घालून घेतलेल्या अलिप्ततेतून बाहेर आली. पुन्हा आशेला अंकुर फुटला. कदाचित चांगल्या

भविष्यकाळाची तयारी करताना भूतकाळ गाडून टाकता येईल.

लग्नाचा आदला दिवस होता. अजून उजाडलंही नव्हतं. डुकराचं कर्कश ओरडणं ऐकून तिला खडबडून जाग आली. या समारंभासाठीच तिच्या आईनं ते पोसलं होतं. त्याचा शेवट जवळ आला होता आणि त्याला कापण्यासाठी ते घेऊन जात होते. म्हणूनच ते ओरडत होतं. अर्धवट झोपेतच सुक्कोरिना पलंगावर थोडा वेळ लोळत राहिली.

मॅन्युएल तिच्या स्वप्नात आला होता. ती लग्नवेदीवर उभी होती आणि तिचं मॅन्युएलशी लग्न होणार होतं. त्या प्रसंगामुळे वाटलेले आनंदाचे क्षण तिनं पिऊन घेतले; पण तेवढ्यातच ती वास्तव जगात आली. तिचं लग्न होणार होतं; पण मॅन्युएलशी नाही, जोसशी.

मारिया खोलीत आली. "सुक्कोरिना, ऊठ गं. खूप काम पडलंय. मदतीला शेजारणी यायला लागल्यात आणि त्यांच्यासाठी आपल्याला टेबलं मांडायला हवीत."

ती पटकन पलंगावरून उठली आणि तिनं कपडे केले. "कालच आपण मांडामांड केली म्हणून बरं झालं," ती म्हणाली. गर्दी झालेल्या खोलीत त्यांनी वधूंचा कपडालत्ता मांडून ठेवला होता, त्यावर तिनं नजर फिरवली. "नाहीतर आज फार काम पडलं असतं."

रोझीनं कष्ट घेऊन क्रोशाचं टेबलक्लॉथ तयार केलं होतं. उशांच्या अभ्रांवर 'माय बिलव्ह्ड', 'स्वीट ड्रीम्स' आणि 'आय लव्ह यू' लिहून भरतकाम केलं होतं. पलंगावर घालायला वाकळी बनवल्या होत्या. विवाहवेदीवरचे कपडे होते. वधूला शोभेसे सुक्कोरिनानं कुवेतहून आणलेले कपडे आणि शूजही होते. मालकिणीनं दिलेल्या जवळजवळ नव्या वाटणाऱ्या कपड्यांवरून मारियानं हळुवार हात फिरवला.

सुक्कोरिनाचं सोनं पण बघायसाठी मांडून ठेवलं होतं- अंगठ्या, बांगड्या, जाडजूड साखळी. कानातलं आणि ब्रेसलेट. रियानं दिलेला शहाणपणाचा सल्ला मानून तिनं ते कुवेतमध्येच खरेदी केलं होतं. तिला अचानक परत यावं लागलं.

त्यापूर्वीच आणि तिच्या परदेशवारी केलेल्या दर्जाला शोभेलसं एक गुलाबी सनमायका लावलेलं ड्रेसिंग टेबलसुद्धा तिनं घेतलं होतं.

"तुझं रुखवत छानच आहे." मारियानं कौतुक केलं, "माझं लग्न झालं तेव्हा बरोबर नेण्यासाठी माझ्याकडे फारसं काही नव्हतंच. आतासुद्धा संधी मिळाली की माझी सासू टोमणे मारायचं सोडत नाही." तिनं ड्रेसिंग टेबलपुढे बसून स्वतःला टापटीप केलं. "असं वाटतं, माझ्याकडे असं काही असेल," ती दुःखानं म्हणाली, "तर माझी सासू डोळे मोठे करून बघायला लागेल."

"या गं तुम्ही दोघी जणी. काय करताय तिकडे?" मागच्या परसातनं रोझीचा

आवाज आला. त्या घाईघाईनंच शेजारणींना मदत करायला गेल्या. त्या भाज्या, मासे, कोळंबी आणि नुकतंच मारलेलं डुक्कर साफ करून कापायलासुद्धा लागल्या होत्या. आनंदानं त्यांची बडबड चालली होती. एकमेकींची चेष्टामस्करीसुद्धा त्या करत होत्या.

इतक्या मोठ्या प्रमाणात अन्न शिजवण्यासाठी जवळच दोन मोठ्या चुली पेटवल्या होत्या. एका छोट्या टेबलावर फणसाची ताजी पानं हातात घेऊन दोघी जणी चणे, साखर आणि खोबरं घालून बनवलेली पारंपरिक पद्धतीची धिरडी पसरत होत्या. आधीच्या लग्नातल्या गमतीजमती त्या सांगत होत्या आणि हास्यकल्लोळ होत होता.

दुपारच्या थोडं आधी महत्त्वाचे पाहुणे यायला सुरुवात झाली. येताना ते मोठ्यानं प्रार्थना म्हणत होते. घरातील मृत्यू पावलेले लोक लग्नांना हजर राहू शकत नाहीत. त्यांचे प्रतिनिधी म्हणून मुद्दाम निवडलेले दहा भिकारी समारंभात भाग घ्यायला आले होते. वधूंच्या पंक्तीत ते जमिनीवर मोडा घालून बसले. त्यांच्यासमोर पत्रावळीवर मांसाचे निवडलेले चांगले तुकडे आणि इतर पक्वान्न शीग भरून वाढली होती.

कृतज्ञता दाखवत अन्नाचे घास तोंडाकडे नेत असतानाच ते चोरून पत्रावळीवरचं अन्न पदराच्या ओच्यात, नाहीतर ढगळ पँटमध्ये ठेवलेल्या प्लॅस्टिकच्या पिशव्यांत भरत होते. त्याकडे काणाडोळा करत घरातल्या बायका त्यांना आग्रहानं जेवण वाढत होत्या आणि ग्लासात बिअर किंवा फेणी भरत होत्या. त्यांच्या आवाजात बदल व्हायला लागला आणि एकसुरी बोलणं सोडून ते त्यांच्यावर दया करणाऱ्या समृद्धीच्या देवाचे मनापासून आभार मानू लागले. मग त्या थांबल्या.

तृप्त झालेले भिकारी भेलकांडत गेले. जातानाही ते मोठ्या सुरात गातच होते. त्यानंतर सगळा शेजारपाजार जेवायला बसला.

अंधार पडायला लागल्यावर दिवसभराचे कार्यक्रम 'रॉस' करून थांबले आणि मग शेजारी आणि नातलग गर्भदानाच्या विधीसाठी जमले. रोझी आणि सुक्कोरिना विवाहवेदीच्या खाली बसल्या. नारळाचं दूध त्यांना चोपडून लावलं आणि मग एकत्रितपणे सगळ्या चावट गाणी गायला लागल्या. हजर असणाऱ्या सगळ्यांचीच त्या गाण्यात चेष्टा केली होती. नारळाचं दूध संपल्यावर दोघी वधू खुसखुसतच बाहेर गेल्या. सगळे कपडे घालूनच त्यांनी अंघोळ केली. सढळ हस्ते डोस आणि फेणी वाटली जात होती आणि गाणी जास्तच मोठ्यानं म्हटली जात होती; चावट व्हायला लागली होती.

लग्नाचा दिवस उजाडला. नटण्या-सजवण्याची धामधूम उडाली. लग्नाचा हॉल आणि चर्च, पताका, फुगे, कागदी फुलं आणि थर्माकोलच्या शोभेच्या वस्तू

लावून सजवायचे होते. वऱ्हाड आणि दोन तेजाळलेल्या वधू यांचाही साजशृंगार व्हायचा होता.

स्टायलिश केशरचनांवर फवारा मारला. लालीनं गाल लाल झाले. मस्कारा लावून डोळे आकर्षक झाले आणि लिपस्टिक लावून ओठ मुका घ्यावासा वाटेल असे मोहक दिसायला लागले. सगळे जण दोन्ही वधूंना पाहून खूश झाले. जिझसच्या हृदयाभोवती काट्यांचा हार घातलेला आणि मेरीच्या हृदयाभोवती फुलांचा हार घातलेला असे दोन फोटो फ्रेम करून लावले होते. त्याखाली दोन्ही वधू उभ्या राहिल्या.

घर सोडून निघालेल्या मुलींना देत असलेला निरोप आणि आशीर्वाद कायमची आठवण म्हणून बंदिस्त करण्यासाठी फोटोग्राफरला खास बोलावलं होतं. त्यानं त्यांना नीट पोझ देऊन उभं केलं आणि दुर्दैवानं, ज्या घरात आपण मोठे झालो त्याचा निरोप घेण्याचं दुःख आणि भय रोझीच्या मनात दाटून आलं. लग्नामुळे वाटलेल्या आनंदापेक्षा ते भारी ठरलं आणि रोझी एकदम रडायलाच लागली. मस्कारा आणि लाली एकमेकांत मिसळले आणि तिचे गाल डागाळले.

मग तिचा गुण लागून सुक्कोरिनाही रडायला लागली. दोन हुंदके देणाऱ्या वधू, सगळा साजशृंगार केलेल्या! धीर खचू न देता, शेजारणी आणि नातलग पुढे सरसावल्या. हुंदके देणाऱ्या वधूंना त्यांनी जवळ घेतलं. स्वतःच्या खांद्यावर क्रॉसचं चिन्ह करून त्यांना शुभाशीर्वाद दिले आणि त्यांच्या हातात पैसे किंवा सोन्याचा अहेर ठेवला. जायची वेळ जवळ आली तसं खुन्नस आणि हेवेदावे विसरून प्रत्येक जण पुढे झाला. हुंदके आणि अश्रू वाढले.

बाहेर वरातीची गाडी उभी होती. तिला लाल कागदाचे गुलाब आणि फुग्याचं तोरण लावलं होतं; पण विसकटलेला मेकअप आधी नीट करायला हवा होता. बाकीचे पायीच पुढे गेले.

"एकमेकांशी प्रामाणिक राहा," पाद्र्यानं त्या दोन्ही जोडप्यांना आवर्जून सांगितलं, "आणि तुमच्या मुलांना चांगले कॅथॉलिक म्हणून वाढवा."

त्यांनी एकमेकांना धरून राहण्याची, भल्याबुऱ्या वेळात आरोग्य आणि अनारोग्यात एकमेकांना साथ देण्याची शपथ घेतली. दिलेल्या शपथा पाळण्याची खूण म्हणून एकमेकांना अंगठ्या घातल्या. सुक्कोरिनानं तिच्या उंच, रुबाबदार नवऱ्याकडे एक लाजरी नजर टाकली. तिनं एक चांगली पत्नी बनण्याचा आणि त्याला सुखी करण्याचा निश्चय केला. ती त्याच्या मुलांची आई बनेल आणि भूतकाळ गाडून टाकेल असं तिनं ठरवलं. पुढच्या आयुष्याची आज सुरुवात झाली होती. आशेची अपेक्षा ठेवून तिनं भविष्याकडे नजर ठेवली.

वधू-वरांच्या वराती गर्दी झालेल्या हॉलवर आल्या आणि दणक्यात बँड

वाजायला सुरुवात झाली. वधू-वर हसणाऱ्या गर्दीच्या मधून गंभीरपणे चालत होते आणि दोन्ही बाजूंनी त्यांच्यावर अक्षता टाकल्या जात होत्या. तीन मजल्यांचे दोन वेडिंग-केक्स बनवले होते आणि वरती नृत्य करणारं छोटंसं जोडपं लावलं होतं. केक कापले. पेले उंचावून लोकांनी वधू-वरांना शुभेच्छा दिल्या आणि द्राक्षाचं गोड मद्य घेतलं. समारंभाचं संयोजन करणाऱ्यानं सर्व समुदायाला उभं केलं. कमानी उभ्या केल्या होत्या त्याखालून लोकांना नाचत नाचत आत-बाहेर करत, एकमेकांत गुंतत फिरायला लावलं. कधी ते जवळ येत, कधी दूर जात. शेवटी विखरून ते दोन-दोनच्या अनेक जोड्या बनवून नाचू लागले.

संगीताच्या तालावर लोकांची हृदयं धडधडत होती, पाय ठेका धरत होते आणि गोव्याच्या लोकांत उपजतच असलेलं नाच आणि उत्सवाचं प्रेम उफाळून येत होतं. दारू वाहत होती; त्यामुळे जोशही वाढला होता. दुसऱ्या दिवसाची पहाट उजाडेपर्यंत ते नाचत आणि मजा करतच होते.

त्या दिवशीची उरलेली रात्र, तिची पहिलीच रात्र तिनं नवऱ्याच्या घरी घालवली. दोघंही दमलेले होते. त्यांना उत्सुकता वाटत होती; पण एकमेकांची लाजही वाटत होती. त्यामुळे थोडं कोरडं संभाषण करण्यापलीकडे त्यांनी काहीच केलं नाही. लाजत लाजत त्यांनी मुका घेतला. एकमेकांकडे पाठ फिरवली आणि झोपायचा प्रयत्न केला; पण दोघांनाही दुसऱ्याचं जवळ असणं जाणवत होतं.

ते सकाळी उठले तेव्हा बांगडीवाला आला होता. खोका उघडून त्यानं आपल्याकडचा माल दाखवला. काचेच्या रंगीत बांगड्या, सगळ्या रंगांच्या, सगळ्या छटांच्या, साध्या, ठिपक्यांच्या आणि रेघारेघांच्या. त्यानं नव्या प्रकारच्या पारंपरिक लाल आणि हिरव्या रंगांच्या बांगड्या सफाईनं तिच्या हातात घातल्या. अगदी लहान बाळापासून ते सर्वांत म्हाताऱ्या बाईपर्यंत घरातल्या सर्व जणींना बोलावलं आणि सगळ्यांनी बांगड्या भरल्या. मग चकचक करणाऱ्या हातांची मुद्दाम हालचाल करून सगळं घर मंजुळ किणकिणाटानं भरून गेलं.

दुसऱ्या रात्री जोसनं पहिल्यांदाच त्याच्या नव्या बायकोबरोबर शृंगार केला. त्याला उत्सुकता होती, पण थोडी लाजही वाटत होती. आतापर्यंत त्यानं लैंगिक भावनांवर ताबा ठेवला होता; पण आता त्या गोष्टीसाठी त्याला सामाजिक मान्यता मिळाली होती. एकूणच भावनोद्रेकामुळे मीलनाला खरी सुरुवात होण्यापूर्वीच त्याचं स्खलन झालं. सुक्कोरिनाची निराशा झाली; पण सगळ्या धावपळीनं थकून गेल्यामुळे ती झोपी गेली. तो मात्र जागाच होता. कौतुकानं आपल्या सुंदर बायकोला नजरेत साठवत होता. त्यानं हात लांब केला आणि तिच्या गालावरून हळुवारपणे बोटं फिरवली. तिनं झोपेतच कूस बदलली आणि तिच्या तोंडून अस्पष्ट नाव बाहेर पडलं. त्याला नीट ऐकू गेलं नाही. पण ते काही त्याच्या नावासारखं वाटलं नाही. त्यानं

परत एकदा कुरवाळलं आणि तिनं परत नाव गुणगुणलं, या वेळी त्याला स्पष्ट ऐकू आलं – मॅन्युएल!

नक्कीच जोस म्हणाली नव्हती ती. मॅन्युएल. तिनं दुसऱ्या कोणाचंतरी नाव घेतलं होतं. तिनं स्वतःलाच उघडं पाडलंय, याची काही जाणीव नसल्यामुळे सुक्कोरिना झोपेतच होती.

जोस मात्र टक्क जागा झाला. आपल्या झोपलेल्या बायकोकडे बघत राहिला. अस्वस्थ करणाऱ्या विचारांची त्याच्या मनात गर्दी झाली होती.

मायोला : **डोळ्यांसमोर बिघडत जाणाऱ्या गोष्टी**

झरेला आणि मी छोट्या बोटीत बसून नदीच्या पात्रातून खालच्या बाजूला जात आहोत. काही वेळा पाणी संथ असतं. जवळजवळ एकाच जागी थांबल्यासारखं. कधीकधी खवळून आम्हाला गरगर फिरवत पुढे ढकलतं. काही ठिकाणी पूर्णच आटून जातं आणि आम्हाला आमची बोट उचलून वाळवंट ओलांडून पुढे न्यावी लागते- परत पाणी लागेपर्यंत.

नदी वळते आणि समोर सुंदर निसर्गचित्र दिसू लागतं. सर्व बाजूंनी हिरवं रान आणि अवतीभवती झाडी, किनाऱ्यावर उगवलेली अप्रतिम फुलं खुडण्यासाठी मी बोटीतून बाहेर उतरते. परत वर बघते, त्या वेळी मला झरेलासकट बोट वेगानं गरगरत दूर जाताना दिसते. तिला हाक मारायला मी तोंड उघडते; पण तोंडातून आवाज येत नाही.

मग अचानक चित्र बदलतं. हिरवळ आणि नदी गुप्त होतात. उलट मी एका उजाड आणि खडकाळ निसर्गचित्रात असते. कुठल्या दिशेनं जावं याचाच मला बोध होत नाही.

मानसोपचारशास्त्र हे एक अनोळखी क्षेत्र होतं. तरीही दोन आठवड्यांच्या आतच माझी खात्री पटली की मला हेच शिकायचं होतं. इथं रुग्ण हाच संपूर्ण एकक होता. त्याचे विचार आणि भावना, मनःस्थिती आणि वर्तन यांनी बनलेला एकात्मक घटक, त्यांच्याबरोबर बसून मी जेव्हा तपशीलवार माहिती किंवा पूर्वेतिहास लिहून घेत असे, त्या वेळी पूर्वी कधीही झालं नव्हतं असं समाधान मला होत असे.

शिकण्यासारखं तर खूपच होतं आणि सुरुवातीला ते सगळं अमूर्त वाटायचं. नाडीचे ठोके किंवा रक्तदाब मोजण्यासारखं ठोक काहीच नव्हतं. कल्पना आणि भावना... अंधूक... ओझरत्या, एखाद्या विचाराला संभ्रम का म्हणायचं, अतिमूल्य

दिलं गेलेली कल्पना का नाही? भास आणि प्रमाणाबाहेरची परीकल्पना यांत फरक कसा करायचा? मी तर या विषयात पूर्णतः रंगूनच गेले. कोणतीच दोन लक्षणं सारखी नसायची. कोणतेच दोन रुग्ण सारखे नसायचे. त्यात एकसुरीपणा यायला जागाच नव्हती. मी मानसोपचारतज्ज्ञ व्हायलाच जन्मलेय, असा मला विश्वास वाटला.

मी मान मोडून काम केलं. तासन्तास वॉर्डमध्ये घालविले- माझ्या रुग्णांशी बोलत. त्यांच्याशीच बोलून त्यांच्या लक्षणांचा अर्थ लावत. पुस्तकी ज्ञानापेक्षा वेगळ्या गोष्टी शिकत गेले.

जितकं मला मनुष्यवर्तनाचं खोलवर ज्ञान व्हायला लागलं, तितकं आजवर मी ज्या धार्मिक विश्वासांना इमानानं अंतिम सत्य मानत आले होते, त्यांच्याबद्दल माझ्या मनात शंका निर्माण व्हायला लागल्या.

मला दिसून आलं की ज्याला मानसिक आजार झालाय केवळ तोच नव्हे, तर त्याचं संपूर्ण कुटुंब न सांगता येण्यासारख्या दुःखानं उद्ध्वस्त होतं. मग माझा सर्वांवर प्रेम करणाऱ्या सर्वशक्तिमान देवावरचा विश्वास डळमळायला लागला. सर्वशक्तिमान देव त्याच्या मुलांच्या वाट्याला इतकं दुःख कसं देऊ शकतो?

मादक पदार्थांचं सेवन करणारे आणि व्यक्तिमत्त्वात गोंधळ असणारे, ज्यांना समाज- हल्ली हल्लीपर्यंत मी स्वतःसुद्धा- हेटाळणी, भीती आणि रागाच्या नजरेनं बघतो, त्यांच्याशी मी बऱ्याचदा बोलले आणि त्यांना वाटणारी भीती मला समजायला लागली. स्वतःभोवती ते संरक्षक भिंत का उभी करतात, खोल मनात ते किती संवेदनशील असतात हे समजायला लागलं आणि माझ्या लक्षात आलं की, ते स्वतःच बळी जात असतात. बालपणातील संस्कार किती महत्त्वाचे असतात ते माझ्या नजरेला यायला लागलं आणि माझ्या मनात विसंवाद वाढला. आयुष्य काही न्याय्य नसतं.

"प्रेम करणाऱ्या, सधन आणि नेकीनं वागणाऱ्या पालकांच्या पोटी आलेलं मूल हे जुलूम करणाऱ्या, गुन्हेगार किंवा व्यसनी पालकांच्या पोटी झोपडपट्टीत जन्मलेल्या मुलापेक्षा वेगळंच असणार." मी वाद घातला, "आणि शंभर वर्षांपेक्षा कमी काळात त्याला अनुसरून होणाऱ्या त्यांच्या वर्तनावर अवलंबून एकाला शाश्वत सुख आणि दुसऱ्याला कायम नरकवास देणं कितपत योग्य आहे?"

"देवाच्या निर्णयाबद्दल शंका घेणारे आपण कोण?" माझ्या विचार करण्याच्या पद्धतीमुळे ममाला त्रास व्हायला लागला म्हणून मी तिच्याशी याबाबतीत बोलणंच थांबवलं.

मला काही ते न्याय्य वाटत नव्हतं. या गोंधळाच्या असलेल्या जगात न्याय नव्हता. तसं असेल तर देव अस्तित्वात नव्हता. कारण योग्य न्याय केला नाही तर

त्याला देव मानायला मी तयार नव्हते किंवा आतापर्यंत मला जे शिकवलं गेलं ते मूलतःच चूक होतं.

माझ्या मनातल्या शंका वाढायला लागल्या तेव्हा मी स्वतःला धार्मिक कर्मकांडांमध्ये जास्तच उत्कटतेनं झोकून दिलं. मी कळकळीनं प्रार्थना करायचे. मला छळणारी संशयाची भूतं आणि अपराधीपणाची भावना नाहीशी व्हावी अशी मी आशा करत होते. आजपर्यंत माझ्या नजरेतून निसटलेले प्रश्न अचानक डोकं वर काढायला लागले.

चर्चच्या अधिकारात असणाऱ्या व्हॅटिकन बँकेतल्या भानगडींबद्दल मी वाचलं. शिवाय आमच्या स्थानिक चर्चमध्ये जे घडत होतं ते पाहूनही उद्वेग येत होता. आमच्या धर्माच्या संस्थापकाचा जन्म फालतू तबेल्यात झाला होता. त्याचं आयुष्यही गरिबीत आणि त्यागात गेलं होतं. त्याच्याशी आमच्या चर्चचं आजचं वातावरण जुळत नव्हतं. काहीतरी मोठी चूक होती. खाली घडणाऱ्या भानगडी पाहून ख्राइस्टला दुःखानं अश्रू येत असतील, असं मला वाटलं. दोन परस्परविरोधी विचारांत माझी ओढाताण होत होती– निष्ठा विरुद्ध सत्य. मी स्वतःच या प्रश्नांची उत्तरं शोधायचा प्रयत्न करायला हवा होता का?

नाही.

शंका घेण्याचं धैर्य केल्याबद्दल मला जबरदस्त अपराधी वाटायला लागलं आणि भीतीसुद्धा. लाखो लोकांचा त्याच्यावर पूर्ण विश्वास होता आणि त्यातल्या कितीतरी विद्वान लोकांबद्दल माझ्या मनातसुद्धा आदर होता. त्यांच्यापेक्षा आपल्याला अधिक कळतं असं गृहीत धरण्याचं धैर्य मी करणं बरोबर होतं का? की मी सैतानाच्या स्वाधीन होत होते? माझी निष्ठा कमकुवत आणि डळमळीत होती का? भीतीनं माझ्यावर जय मिळवला. मी खंबीरपणे ईश्वरशास्त्रीय प्रश्न दूर सारले आणि अभ्यासावर लक्ष केंद्रित केलं. माझ्यावर धर्मविषयक तत्त्वांचे झालेले संस्कार खरंच प्रभावी होते.

मला मेंदूविज्ञानशास्त्र फारच गुंगून जाण्यासारखी वाटलं. दुसऱ्याच एखाद्या अद्‌भुतरम्य जगात प्रवेश केल्यासारखं होतं ते. मेंदू विलक्षण असतो आणि त्याचं कार्य मला चमत्कारच वाटायचं. न्यूरोफिजिऑलॉजी आणि सामान्य मानसशास्त्राकडून आम्ही सायकोपॅथॅलॉजीकडे वळलो.

आम्ही जरी व्यक्तिमत्त्व विकासाचे विविध सिद्धान्त शिकलो आणि मानसशास्त्राच्या विविध प्रणालींशी आमची ओळख झाली असली तरी नेहमी जीवशास्त्रीय मानसोपचारशास्त्रावर जास्त भर दिला जात असे, आणि मला ते पटतही असे. विविध शक्तिकेंद्रांतील न्यूरोट्रान्समीटर्सचा वस्तुनिष्ठपणे अभ्यास करता येत असे आणि त्याचं मोजमापही करता येत असे. त्यामुळे अशी आशा बाळगता येत असे

की, आम्ही ज्या भयानक आजारांना रोज सामोरे जातो, त्यावर एक ना एक दिवस विजय मिळवता येईल.

एका पर्यवेक्षकाच्या देखरेखीखाली मी दोन रुग्णांवर मानसोपचार करायला सुरुवात केली. "थँक्यू डॉक्टर, तुम्ही आम्हाला खूप मदत केलीत," ते म्हणाले. पण त्यांना मदत करायला मी काही विशेष केलं होतं असं मला वाटलं नाही. एखादा चांगला मित्र, मैत्रीणही तेवढं करू शकली असती, असं माझं मत होतं. त्यासाठी मी जितका वेळ खर्च केला होता आणि परिश्रम घेतले होते ते लक्षात घेता, त्या उपचारपद्धतीचा परिणाम फारसा समाधानकारक नव्हता.

त्याउलट खरंच काळजी वाटावी अशा रुग्णांत औषधोपचारामुळे थोड्या कालावधीत उल्लेखनीय सुधारणा झाली असं माझ्या नजरेस आलं. मानसिक सूचनांचा वापर करून मानसोपचार करण्याची पद्धत फारच वेळखाऊ आणि थकवणारी होती. औषधोपचारामुळे जास्त लवकर, चांगले आणि सहज परिणाम दिसत. औषधव्यवस्था ही उपचाराची पद्धत निवडावी याबद्दल माझ्या मनात शंका नव्हती. कार्यक्षम, पैशाच्या दृष्टीनंही परवडण्यासारखी. मानसशास्त्रातील सिद्धान्तांचा अभ्यास मी केवळ परीक्षेसाठी केला आणि जीवशास्त्रीय सिद्धान्तांकडे लक्ष केंद्रित केलं. माझी खात्री होती की या सिद्धान्तांतूनच मानसोपचाराच्या व्यवसायात महत्त्वाचे शोध लागतील.

एकदा मी घरी गेलेले असताना माझ्या जुन्या मित्रानं– जेझुइस्ट समुपदेशकानं असा विचार मांडला की, बहुतेक मानसिक आजार हे सायकोसोशल विस्थापनामुळे होतात. त्यांना समुपदेशनाची गरज असते. मी त्यांच्याशी तावातावानं वाद घातला. त्यांना असं पटवायचा प्रयत्न केला की, ते सगळे जीवशास्त्रीय आजार असतात आणि औषधोपचारानं ते बरे करणं हाच सगळ्यात उत्तम मार्ग असतो. माझं सांगणं मान्य करायला त्यांनी पूर्ण नकार दिला आणि हा माणूस इतका हटवाद्यासारखा अडाणीपणा का करतोय, याचं मी स्वतःशीच नवल केलं. मानसोपचारातील अगदी आधुनिक सिद्धान्त आणि विकासाबद्दल मी शिकत होते आणि हे पारंपरिक दृष्टिकोनापासून जराही हलायला तयार नाहीत! मला राग आला. निराशही वाटलं. अनेक वर्षांनंतर मी त्यांना शोधून काढून माझ्या अननुभवी अज्ञानाबद्दल त्यांची क्षमा मागणार होते आणि त्यांचंच बरोबर होतं हे मान्य करणार होते आणि ते फक्त मृदुगूढ स्मित करणार होते.

बाह्यरुग्णांच्या गर्दीला सल्ला देणं, वॉर्ड्समध्ये फिरणं, पुस्तकं आणि ज्ञानपत्रिका यांच्यात भराभर अनेक महिने निघून गेले. एखाद्या केसवर सगळ्यांनी मिळून केलेली चर्चा, ज्ञानपत्रिकांचे क्लब्स आणि परिसंवाद. माझ्या प्रबंधाची योजना आखायची होती, ती अमलात आणायची होती, दस्तऐवज गोळा करायचा होता, प्रबंध टाइपही

करायचा होता. सायकोमेट्री आणि सायकोथेरेपीचं नेमून दिलेलं काम पूर्ण करून द्यायचं होतं आणि मग अंतिम परीक्षा.

आता मी माझ्या नावापुढे एम.डी. लावू शकत होते.

"मॅड डॉक्टर," झरेला म्हणाली.

"मास्टर डॉकी," मी हसले.

अशा रीतीनं, माझ्याच जुन्या कॉलेजच्या मानसोपचारशास्त्र शाखेत मी रुजू झाले. मी आता समाजाची प्रतिष्ठित सभासद बनले होते.

फळ छान पिकलं होतं. आता झाडावरून पडायचीच खोटी होती.

मी अल्तिनोच्या डोंगरावर, अनोळखी माणसांवर आत्मविश्वासानं उपचार करत असताना माझं मन मला खात होतं. कारण मला जाणीव होती की, ही मानसोपचाराची गरज माझ्या स्वतःच्या गावातही होती. झरेलाला तशी समस्या होती हे मला समजत होतं आणि तिला मदत करावी असं मला मनापासून वाटत असलं तरी त्याबाबतीत आपण असमर्थ ठरू, असं मला दुःख होतं.

झरेला माझी आवडती बहीण होती. ती आता एका पंचतारांकित रिसॉर्टमध्ये नोकरी करत होती. छान छान गोष्टी विकत घेणं तिला परवडत होतं. तिचा मित्रपरिवारही वाढला होता. एक-दोन फॅशनशोजमध्ये तिनं मॉडेलिंगही केलं आणि ती बाहेर नाचायलाही खूप जायची. मुलं तर तिच्यासाठी पागलच झाली होती. मी झरेलासोबत असेन तर आमच्या मागून मुलं शिट्टी मारायचे. नाहीतर माझ्यावर कोण शिट्टी मारणार! स्वतःचे चमचमते केस अशा झटक्यात उडवायची आणि त्यांच्याकडे असा काही कटाक्ष टाकायची, की ते आणखीच पागल व्हायचे.

ती बऱ्याच माणसांबरोबर फिरायची. एकामागून एकाला डच्चू देत!

"झरेला, तू एकाची निवड करून केव्हा त्याच्याबरोबर संसार थाटशील?" ममा तिला विचारायची.

"मला अजून योग्य तो पुरुष सापडला नाहीये."

"केव्हिन कसाय? चांगला मुलगा वाटतो तो. खंबीर आहे. तुला तसाच हवा."

झरेलानं ओठ बाहेर काढले, "शी:!" ती म्हणाली, "अगदीच पकाव आहे तो."

"मग अॅलेक्स कसा वाटतो? तो तर तुझ्यावर लट्टू आहे."

"बघू, पण त्याचे दात वाकडेतिकडे आहेत."

"झरेला, तुझं वय वाढत चाललंय. तू लग्नाचा विचार करायला हवास."

मला माहीत होतं की, ममा आणि पपांना झरेलाची काळजी वाटते. तिचं लग्न करावं म्हणून त्यांचे सगळे मित्र-मैत्रिणी मागे लागले होते. ती इतकी चंचल झाली होती की, त्यांना भीती वाटायची की ती स्वतःचं नाव खराब करेल आणि मग कोणी

तिच्याशी लग्न करणार नाही. पण झरेला त्यांना वाटणारी भीती उडवून लावायची. ती तरुण होती. स्वच्छंदी होती आणि आपलं स्वातंत्र्य संसाराच्या रामरगाड्यात तिला घालवून टाकायचं नव्हतं.

पण जसजसे दिवस गेले, तसा तिच्यात सूक्ष्म बदल व्हायला लागला. कधीकधी तिचा उत्साह कमी व्हायचा. ती गप्प गप्प आणि आकसल्यासारखी व्हायची. पण परत तिची मनःस्थिती बदलायची आणि ती पहिल्यासारखी आत्मविश्वासानं वागायची.

त्या संस्थेमध्ये काम करण्याचं माझं दुसरं वर्ष होतं. त्या वेळी मला तिचं गुपित माहीत झालं. मी पार्टीला जाण्यासाठी तयार होत होते आणि केसांना लावायला मला मॅचिंग क्लिप हवी होती. झरेला बाहेर गेलेली होती. आमच्या खोलीतल्या तिच्या ड्रेसिंग टेबलच्या खणात मी क्लिप धुंडाळत होते. त्या वेळी गोळ्यांच्या एका पट्टीकडे माझं लक्ष गेलं. घरातली सगळी औषधं स्वयंपाकघरात एका खोक्यात ठेवलेली असत. कुतूहलानं मी ती पट्टी सरळ केली. गर्भनिरोधक गोळ्यांची अर्धवट वापरलेली पट्टी होती ती! मी डोळे फाडून अविश्वासानं त्याकडे पाहत राहिले. झरेला गोळ्या घेत होती? म्हणजे... मी डोळे मिटून मान झटकली आणि माझ्या डोक्यातील अभद्र विचार काढून टाकायचा प्रयत्न केला.

नाही, नाही, झरेला नाही. तिला समाजात मिसळायला आवडायचं आणि ती मनमोकळी होती; पण ती चांगली मुलगी होती. याचं काहीतरी वेगळं स्पष्टीकरण असेल. पाळी वेळेवर यावी म्हणून ती त्या घेत असेल का? पण मला माहीत होतं की माझ्यापेक्षाही तिची पाळी जास्त वेळेवर यायची.

मी ममाला सांगू शकत नव्हते. माझी खात्री होती की, ही गोष्ट माझ्या आई-वडिलांच्या पचनी पडली नसती. झरेलाच्या वागणुकीबद्दल कितीतरी कंड्या त्यांच्या कानावर पडत असल्या तरी ती कधीही अशोभनीय वागणार नाही या त्यांच्या विश्वासाला ते घट्ट धरून होते. तिला मोठं करताना त्यांनी बरेच कष्ट घेतले होते आणि त्यांचा भ्रमनिरास करायला माझं मन तयार होत नव्हतं.

मी गोळ्यांची पट्टी परत जागेवर ठेवली, ड्रॉवर बंद केला आणि ती दुःखदायक बातमी मनातच ठेवली. माझा समज होता की, मी झरेलाशी कोणत्याही विषयावर बोलू शकते; पण आता त्या विषयाला वाचा फोडावी असं कधी माझ्या मनात आलं तरी काय करावं ते न कळून मी गप्पच बसायचे. त्या गुपिताचं मला ओझं व्हायला लागलं आणि तिच्याबरोबर जवळीक असावी अशी मला इच्छा झाली तरी ते गुपित आमच्यात दुरावा निर्माण करायचं.

मी माझ्या प्रबंधात गुंतले आणि आता तर मी स्वतःला अभ्यासात झोकून दिलं.

झरेला जास्त घुमी बनायला लागली. तिची मनःस्थिती फारच दोलायमान

झाली. घटकेत दुःखी, तर घटकेत आनंदी अशी ती झुलायला लागली. लग्न करण्यासाठी तिच्यावर पडणारा दबाव वाढला. ममा आणि पपांना काही जणांनी स्थळं सुचवली होती. त्या उपवधू तरुणांना भेटायला ती तयार झाली याचं मला खूपच नवल वाटलं. काय घडतंय तेच मला कळेनासं झालं.

"झरेला, तू ठरवून लग्न करणारेयस?" मी शंका घेतली.

"काय हरकत आहे?" तिनं उत्तर दिलं, "कदाचित माझा प्रिन्स चार्मिंग मला तसाच भेटणार असेल." पण मला तिच्या डोळ्यांत आणि ओठांवर निराशा दिसत होती.

"झरेला, तुझे जितके चाहते आहेत, त्यांच्यापैकी कोणी तुला पसंत नाही का?"

"नाही मायोला, तुला नाही ते समजायचं. त्यांना फक्त मजा मारण्यात रस असतो. दुसऱ्या कशात नाही," तिच्या आवाजात कडवटपणा होता.

झरेलाच्या मनात झालेल्या बदलामुळे ममाला जो आनंद झाला होता, तो थोडाच काळ टिकला. उपवधू तरुणांबरोबर भेटी व्हायच्या. ते रसही दाखवायचे. झरेलाच्या मोहापासून कोण दूर राहू शकलं असतं; पण नेहमीच मुलाकडच्या लोकांचा नकार घेऊन मध्यस्थ यायचे. त्यांना पुढे जायचं नसायचं.

नकार का येतोय याचं कारण शोधायचा ममा आणि पपांनी प्रयत्न केला, तेव्हा झरेलाच्या चारित्र्याबद्दल शंका असल्याचं कानावर आलं. माझे आई-वडील हिरिरीनं झरेलाची बाजू घ्यायचे.

"झरेलाच्या सौंदर्याचा लोकांना हेवा वाटतो," ममा कारण पुढे करायची. "म्हणूनच तिच्याबद्दल या अशा कंड्या पिकवतायत आणि हे वेडे लोक त्यावर विश्वास ठेवतायत."

माझ्या आई-वडिलांना इतकं कसं दिसत नाही याचं मला नवल वाटायचं. मला तर सत्य माहीत होतं.

एकदा अचानकच सुट्टी जाहीर झाली आणि मी अनपेक्षितपणे अर्ध्या सकाळीच घरी आले. आई-वडील दोघेही कामावर गेलेले असतील हे माहीत असल्यानं मी माझ्या किल्लीनं दार उघडलं. घरात कोणीच नसेल असं मला वाटलं होतं.

अजूनही झरेलाची आणि माझी बेडरूम एकच होती. मी तिकडे गेले आणि दाराशीच थबकले. झरेलाच्या पलंगावर एक माणूस झोपला होता आणि ती त्याच्यावर स्वार झाली होती. दोघांच्याही अंगावर कपडे नव्हते. ती खाली-वर झाली की तिचे उत्तान उरोजही नाचत होते. तो तिचे नितंब कुस्करत होता आणि विचित्र हुंकार देत होता. ते त्यात इतके गढून गेले होते की, मी आल्याचं त्यांना कळलंही नाही.

मला अगदी शिसारी आली आणि मी घरातनं निघून गेले. माझा भावनिक कल्लोळ शांत होईपर्यंत मी रस्त्यातच येरझारा घालत राहिले. नंतर मी परत आले आणि दाराशीच कानोसा घेतला. बैठकीच्या खोलीत मला आवाज ऐकू आले तेव्हा कुठे दार ठोठवायचा धीर मला आला. तिनं दार उघडलं.

"मायोला? इतक्या लवकर?"

ती खूश दिसत होती. तो माणूस स्टिरिओ सिस्टमशी खुडबुडत होता. तिनं आमची ओळख करून दिली आणि थोड्याच वेळात तो गेला.

"कोण होता तो?" मी विचारलं.

"ओह! आत्ताच भेटला तो मला," ती उत्तरली.

"इथं काय करत होता तो?"

"मी त्याला सांगितलं की आमचा स्टिरिओ नीट चालत नाहीये, तर तो म्हणाला बघायला येतो म्हणून."

"तुला तो आवडतो का?" मी जरा वेळानं विचारलं.

"आवडतो? असं का विचारतेयस तू?"

"त्याच्याशी लग्न करायचंय का तुला?"

"त्याच्याशी लग्न?" काहीच संशय न येऊन ती हसली. "किती वेड्यासारखी कल्पना! मी त्याला ओळखतसुद्धा नाही. तो उद्या गोवा सोडून जाणार आहे. कदाचित आमची परत कधी भेटही होणार नाही. शिवाय त्याचं लग्न झालंय."

ती काही खिन्न दिसत नव्हती. उलट आनंदीच दिसत होती. माझ्या चेहऱ्याचा रंग उडाला. मला खात्री होती की तो पांढराफटक पडला असेल; पण तिला काही ते जाणवलं नाही. तिनं स्टिरिओचा आवाज मोठा केला.

"परत चालायला लागला वाटतं," ती खुशीत म्हणाली.

माझ्या बहिणीच्या चारित्र्याच्या ठिकऱ्या उडाल्या होत्या आणि त्यात मध्यभागी मी उभी होते. मी आई-वडिलांशी बोलू शकत नव्हते. या दुःखापासून मला त्यांचा बचाव करायचा होता. ते इतके भाबडे आणि विश्वास ठेवणारे होते की हे कळलं तर ते मोडून पडतील, अशी मला भीती वाटली.

लग्न जुळवायच्या खटपटींना यश येईनासं झालं तेव्हा घरातली निराशा वाढली आणि वैतागसुद्धा. प्रत्येक जण बारीकसारीक कारणानंसुद्धा एकमेकांच्यावर खेकसायला लागला. मी होस्टेलला राहत होते त्याचं मला बरंच वाटायला लागलं. मला खूप काम आहे असं सांगून मी स्वतःची सुटका करून घेतली. एका संशोधन प्रकल्पाला मी सुरुवात केली होती.

झरेलाच्या पुढे असणाऱ्या अडचणींचा मला खूप त्रास होत होता. मला समजत होतं की तिला मदतीची गरज आहे. पण ती करायची कशी? मी यापूर्वीच तिला

अँटिडिप्रेसंट्स द्यायला सुरुवात केली होती. त्यांचा उपयोग झाला नाही तेव्हा मी वेगळी वेगळी मनःस्थिती स्थिरावणारी औषधं वेगवेगळ्या रीतीनं एकत्र देऊन पाहिली. ती सुधारतेय असं वाटायचं आणि पुन्हा डिप्रेशनचा कालावधी यायचा. माझ्या एखाद्या प्रोफेसरकडे जाऊन विशेष तज्ज्ञाचं मत घ्यावं असं मी सुचवलं. पण तिनं सरळ सरळ नकार दिला.

"मी काही वेडी नाहीये," ती भडकली, "डोक्यातनं काढून टाक तो विचार! तुझ्या वेड्यांच्या बाजारात मी नाही येणार."

मी निराश होऊन सर्व बघत होते. शिवाय मला अंतर्मनात खात्री होती की, तिला केवळ औषधांचा उपयोग होणार नाही. तिला आणखीही मदत हवी होती- कदाचित मानसोपचाराची. पण तशी मदत करेल असा कोणी माझ्या ओळखीचा नव्हता. सगळंच निराशाजनक होतं.

काही कारण घडलेलं नसताना अचानक ती सौम्य आणि समजूतदार बनली. कुणीही न सांगता ती ममाला घरकामात मदत करायला लागली. माझ्याशी खूप मायाळूपणे वागायला लागली. तिची बँकबुक्स तिनं पपांना दिली. ती रोज चर्चलासुद्धा जायला लागली. तिच्या वागणुकीतला हा बदल पाहून आम्हाला सर्वांना हायसं वाटलं; पण कधीकधी मला ती तिच्या पलंगावर नुसतीच पडलेली दिसायची. दूर कुठंतरी लावलेली नजर आणि भावशून्य डोळे पाहून मला गोंधळायला व्हायचं.

तिला महत्त्वाच्या वाटणाऱ्या स्वतःच्या गोष्टी तिनं मला द्यायला सुरुवात केली तेव्हाच खरंतर मला काहीतरी शंका यायला हवी होती. विशेषतः जेव्हा तिनं 'वूकी' माझ्या हातात ठेवला आणि त्याला नीट सांभाळायला सांगितलं तेव्हा. ती अगदी लहान असल्यापासून वूकी तिचा लाडका टेडीबेअर होता. कित्येक वर्षांपूर्वी ती त्याला नैरोबीहून गोव्याला घेऊन गेली होती आणि तो नेहमी तिच्या पलंगावरच असायचा.

तिनं मला वूकी दिला तेव्हा तरी मी ओळखायला हवं होतं. मी मानसोपचारतज्ज्ञ होते. पण मी मूर्खच होते. मला ते लक्षात आलं नाही. कारण माझी तशी इच्छाच नव्हती. कारण पुढे काय करावं ते मला कळलंच नसतं. त्या गोष्टीची काळजी घेण्याइतकं ज्ञान आणि अनुभव माझ्याकडे नव्हताच.

मला तो दिवस नीट आठवतो. मैत्रिणीकडे थोड्या दिवसांसाठी जाते असं सांगून तिनं घर सोडलं. जाण्यापूर्वी तिनं मला घट्ट मिठी मारली.

"गुडबाय मायोला," ती म्हणाली, "मला तू खूप आवडतेस. तू डॉक्टर झालीस आणि ममा-पपांना त्याचा अभिमान वाटतो, याचा मला आनंद आहे."

स्वतःच्या भावना ती इतक्या मोकळेपणानं कधीच शब्दांत मांडत नसे. त्यामुळे मला नवलच वाटलं. मीही तिला मिठी मारली आणि तिच्या मृदू बोलण्यामुळे

आमच्या दोघींच्या डोळ्यांत पाणी आलं.

"मायोला, मी..."

मी तिच्याकडे प्रश्नार्थक नजरेनं पाहिलं, पण तिनं डोकं नकारार्थी हलवलं. ती ताठ झाली आणि ठामपणे खोलीबाहेर पडली. जाता जाता तिनं भरून ठेवलेली बॅगही हातात घेतली.

दोन दिवसांनी मला एडगरचा फोन आला. माझा हा वर्गमित्र आता बंबोलीच्या हॉस्पिटलमध्ये नोकरी करत होता. तो थोडं इकडचंतिकडचं बोलला, पण त्याच्या आवाजात तणाव जाणवत होता आणि त्यामुळे मीही जराशी घाबरले. तो अस्वस्थ का झालाय हे तो मला सांगेल म्हणून मी वाट पाहिली.

"मायोला," शेवटी तो म्हणाला, "तुझी बहीण कुठंय, माहितीय का तुला?"

"ती थोडे दिवस मैत्रिणीकडे गेलीय," मी उत्तर देताना धास्तावले, "का विचारतोयस?"

"तिच्याशी शेवटचं कधी बोललीस?"

"ती दोन दिवसांपूर्वी इथून गेली. तेव्हापासून काहीच संपर्क नाही. पण तू तिची चौकशी का करतोयस?" मी थोडं जोरातच विचारलं.

"मायोला, तुझ्यासाठी वाईट बातमी आहे," तो सावधपणे म्हणाला.

"मेलीय का ती?" मला धक्का बसला. तुटून पडल्यासारखं वाटलं.

"हे बघ, ती तुझीच बहीण असेल याची अजून खात्री नाही," तो घाईघाईनं म्हणाला, "पण मला ती ओळखीची वाटली. कोणीतरी येऊन तिची ओळख पटवायला हवी."

"ती मेलीय का?" मी परत यांत्रिकपणे विचारलं. मी सुन्न झाले होते.

"ती कदाचित तुझी बहीण नसण्याची शक्यता आहे," तो म्हणाला, "कदाचित माझी चूक होत असेल, मी तिला किती वर्षांत पाहिलेलंही नाही."

ती झरेलाच असेल याची मला खात्री होती.

"तिचं काय झालं?" मी कुजबुजले.

"झुआरी नदीत सापडली ती," त्यानं थोडं नाराजीनंच उत्तर दिलं, "बुडाली ती नदीत."

डॉना : **प्रेम आणि स्वीकाराच्या शोधात**

ती एका अंधाऱ्या गार बागेत बसलीय. भोवताली विटांच्या उंच भिंती आहेत. तिच्या कानांवर आनंदी गाण्याचे सूर पडतात. ती उभी राहते. इकडे-तिकडे बघताना तिच्या नजरेला भिंतीतलं छोटंसं, लोखंडी फाटक

पडतं. ती धावतच तिकडे जाते. तिला बाहेरचा रस्ता दिसतो. रंगीबेरंगी कपडे घातलेला, जिप्सी लोकांचा उन्मत्त घोळका येतो. नाचत, आरडाओरडा करत आणि वेगवेगळी वाद्यं वाजवत. ती त्यांच्याकडे आशाळभूतपणे बघते. एकत्र असण्याचा त्यांना खूप आनंद वाटतोयसं दिसतं.

ते तिच्याजवळ येतात तेव्हा त्यांचा रुबाबदार म्होरक्या वळतो आणि तिच्याकडे बघून डोळा मारतो. मग त्यांच्यातले काही तरुण जिप्सी हात हलवतात आणि खूण करून तिला बोलावतात. तिच्या मनात आशा पालवते; पण ती गप्पच उभी राहते. त्यांच्यातली एक मुलगी पुढे येते. फाटकाची गंजकी कडी सरकवून फाटक उघडते आणि तिचा हात धरून तिला त्या अतिउत्साही घोळक्यात घेऊन जाते. कुणीतरी तिच्या हातात मुरलीसारखं काहीतरी वाद्य देतं. ती आनंदात बेहोशीनं ते वाजवायला लागते आणि नाचतच त्यांच्याबरोबर जाते.

दुसऱ्या दिवशी सकाळी डॉनाला वाईट वागण्याचा पश्चात्ताप होत होता. आदल्या दिवशीच्या टवाळीमुळे तिला दुःखी वाटत होतं. तिच्यामुळे आईच्या चेहऱ्यावर उठलेले वळ तिनं पाहिले आणि तिला अपराध्यासारखं वाटलं. शिवाय तिला त्रासही होत होता. डोकं दुखत होतं आणि पोटात मळमळत होतं.

''मला माफ कर, ममी,'' स्वतःच्या पायांकडे बघत ती पुटपुटली. कॅथरिननं थंडपणे होकारार्थी मान हलवली आणि डॉनाकडे पाठ वळवली. तिचा चेहरा सुजला होता आणि लालही झाला होता.

पुढचे काही दिवस डॉनानं चांगलं बनण्याचा प्रयत्न करायला परत सुरुवात केली; पण तिला कोणीच शाबासकी दिली नाही. तिचे आई-वडील फारच कमी वेळ घरी असायचे आणि डॅनियल त्याच्या पुस्तकांत आणि क्रिकेटच्या खेळात मश्गूल असायचा. ती परत आपल्या शाळेतल्या मैत्रिणींकडे ओढली गेली. कारण त्यांच्याचकडून तिला हवं असणारं आपलेपण मिळालं होतं. त्यांच्याबरोबर ती आनंदात असायची.

शाळेतून जेव्हा हळूहळू तक्रारी यायला सुरुवात झाली तेव्हा कॅथरिननं बडबड केली; टाकूनसुद्धा बोलली. पण ती स्वतःला जरा थोपवूनच होती. डॉनाच्याही ते लक्षात आलं. ओरबाडलेला चेहरा जगाला दाखवताना वाटलेल्या दुःखाची आठवण असल्यामुळे कॅथरिन तिच्याशी सावधपणेच वागत होती. कारण आपली मुलगी कशी वागेल याचा अंदाजच तिला करता येत नव्हता.

घरामध्ये असताना डॉनाला वाटणारी निराशा जास्तच वाढली. हळूहळू तिच्या लक्षात आलं की, आपली आई आपल्या रागाच्या स्फोटाला घाबरते आहे. त्यामुळे तिचा उर्मटपणा वाढतच गेला. तिच्या बाबतीत काही करण्याची तिच्या आई-

वडिलांची इच्छाच नसे आणि नाहीतरी ते फारच व्यस्त असत.

"आत्ता ती तात्पुरत्या किशोरवयीन अस्वस्थतेच्या टप्प्यावर आहे," त्यांनी आपल्या बायकोला शांत केलं. "लवकरच ती यातून बाहेर येईल."

कॅथरिनचा काही त्यावर विश्वास बसला नाही. म्हणून बायकोला खूश करण्यासाठी त्यांनी एकदा डॉनाला छडीनं फोडून काढलं; पण त्याचा तिच्यावर काहीच परिणाम झाला नाही आणि त्यांना आपण कुठंतरी अपुरे पडलो असं वाटलं. त्यांनी स्वतःला कामात जास्तच बुडवून टाकलं. बाजू त्यांच्यावरच उलटली होती आणि त्यांचा तिच्यावरचा ताबा सुटत चालला होता.

"आज मला कोण भेटलं, ओळख!" एके दिवशी तिच्या आईनं विचारलं. आई आली तेव्हा डॉना टेलिव्हिजनसमोर कोचावर पसरली होती.

"कोण?" डॉनानं विचारलं. कारण तिला माहीत होतं की तिनं विचारावं अशी आईची अपेक्षा होती.

"नंदिता!" डॉना काहीतरी उत्सुकता दाखवेल अशा आशेनं आईनं तिच्याकडे पाहिलं; पण तिला काहीच वाटलं नाही.

"हं..."

"तिनं तुझी चौकशी केली आणि तू तिला आवडतेस असं सांगितलंय. मी तिचा फोन नंबर आणलाय."

"हं..."

"शाळेत तिचं चांगलं चाललंय आणि ती आता वर्गप्रमुखही झालीय."

उत्तर नाही.

"मग? तुला तिला फोन नाही का करायचा?"

"नाही," मोठ्या कष्टांनीच डॉनानं आपला चेहरा निर्विकार ठेवला.

नंदिता! आपल्या या मैत्रिणीला भेटण्यासाठी पूर्वी ती किती तडफडत होता; पण आता नाही. नंदिता एका वेगळ्याच जगात होती आणि तिला आता स्वतःच्या जगात स्वतःची जागा सापडली होती. ही दोन्ही जगं वेगवेगळ्या अक्षांभोवती फिरत होती आणि त्यांचं मीलन होणं शक्य नव्हतं, हे तिला माहीत होतं.

रागारागानं सुस्कारा सोडून कॅथरिन वळली. "नेहमीइतका आडमुठेपणा का करतेस तू?" पण तिनं उदास वाटणाऱ्या शांततेलाच प्रश्न केला होता.

***

"तू नेहमी तो काळा शर्टच का घालतेस?" एके दिवशी कॅथरिननं डॉनाला विचारलं. "मी तुझ्यासाठी विकत आणलेले छान छान कपडे कुठे गेले?"

"हाच छान आहे."

"आणि त्या जीन्स," कॅथरिननं बिचकतच विचारलं, "तू आता घेतल्यास त्या नवीन जीन्सच आहेत का त्या?"

"हो," डॉनाच्या ओठावर पुसट हसू आलं.

"त्यांना काय झालं? चिरफाळ्या करणाऱ्या यंत्रातनं काढाव्या तशा दिसतायत त्या."

"मी त्यांच्यात जड दगड भरून त्या पायवाटेवरनं खेचल्या."

कॅथरिनच्या अंगावर काटा आला आणि स्वतःचा आनंद लपवण्यासाठी डॉनानं डोकं खाली केलं.

शाळेमधून फारच तक्रारी यायला लागल्या.

"ती अजागळासारखी राहते आणि तिचा घरचा अभ्यासही झालेला नसतो." कॅथरिननं मार्कला माहिती पुरवली. "तिला जवळजवळ नेहमीच उशीर होतो. बहुतेकदा तिचे सगळेच वर्ग बुडतात. असं फार दिवस चालणार नाही. तिला शाळेतनं काढून टाकतील."

मग शाळेतून चिठ्ठी आली. आम्हाला कळवायला खेद होतोय की, शाळेच्या संडासात गांजा ओढताना तुमच्या मुलीला पकडलं गेलंय.

"मी तिला आणखी एक संधी द्यायला तयार आहे," मुख्याध्यापक म्हणाले, "पण डॉनाला व्यावसायिक मदतीची गरज आहे."

शाळेनं सुचवलेल्या मानसशास्त्रज्ञाला डॉनाबरोबर तिच्या आई-वडिलांनाही भेटायचं होतं. म्हणून पहिल्या नियोजित भेटीच्या वेळी मुलीबरोबर ते दोघंही गेले. दोन टापटीप पोशाख केलेले अत्याधुनिक, सुसंस्कृत, मनोवेधक आणि यशस्वी प्रौढ. त्यांच्याबरोबर अव्यवस्थित, चिडकी, किशोरवयीन मुलगी. समस्या कोणामुळे होती हे समजणं काही अवघड नव्हतं. म्हणून समुपदेशिकेनं जेव्हा स्वतःचं मत सांगितलं की, त्या संपूर्ण कुटुंबालाच मदतीची गरज आहे आणि कुटुंबोपचार पद्धती सुचवली तेव्हा दोन्ही परिपूर्ण प्रौढांनी सात्त्विक संताप व्यक्त केला.

"पण आमच्यात काहीच दोष नाहीये. तुम्हाला दिसतच असेल ते!"

"जर आमच्या घरात काही कटकटी असतील तर तीच त्यांचं कारण आहे. ती सुधारली की आमचं कुटुंब आदर्श कुटुंब होईल."

"वेळ दिल्याबद्दल थँक्यू. आम्ही परत तुमच्याशी संपर्क साधू."

त्यांनी हस्तांदोलन केलं आणि ते ऑफिसबाहेर पडले – ताठ मानेनं आणि संतापानं धुमसत. किती नालायकपणा! किती धिटाई! तिला व्यवसाय करण्यासाठी परवाना तरी कुठून मिळाला?

त्यांच्यापुरता तरी समुपदेशक आणि समुपदेशन यांवर पडदा पडला.

त्यांनी मुलीला दम भरला की, यापुढे कधी ती शाळेत अडचणीत सापडली तर

ते मुळीच तिला मदत करणार नाहीत. तिनं उलटून उत्तर दिलं की, तिला शाळा आवडतच नव्हती आणि तिला नोकरी करायला सुरुवात करायची होती.

त्यांनी तिला हातखर्चाला पैसे देणं थांबवलं. तिनं दुकानातून उचलेगिरी करायला सुरुवात केली.

ती आपला बहुतेक सगळा वेळ मैत्रिणींच्या बरोबर घालवायला लागली.

''चल, मी तुझी हेअरस्टाइल करते,'' एके दिवशी मिज म्हणाली. डॉना खुशीतच तिच्यासमोर बसली. मिजनं बरेच कष्ट घेऊन तिच्या केसांच्या बारीक-बारीक वेण्या घातल्या आणि रंगीबेरंगी मणी लावून त्या सजवल्या.

''वा! मिज! मस्तच दिसतंय.'' डॉनाला तिच्या नव्या हेअरस्टाइलचा खूपच अभिमान वाटला. ''मी आता कायमसाठी केस असेच ठेवेन,'' ती आनंदानं म्हणाली आणि आपल्या प्रिय मैत्रिणीचे कष्ट पाण्यात जाऊ नयेत म्हणून केसच धुवेनाशी झाली.

''डॉना! शेवटचे केस धुतलेस त्याला किती दिवस झाले?'' तिच्या आईनं विचारलं.

''अंऽऽऽ... आठवत नाहीत.''

''तुझे केस अगदी भयंकर दिसतायत. धुवायलाच झालेयत.''

''असू देत. मी नाही धुणार,'' तिनं हाताची घडी घातली आणि भांडणाच्या पावित्र्यात उभी राहिली.

''जटा होतायत त्याच्यात.''

''मला असे आवडतात.''

''डॉना, मी तुला केस कापणारीकडे घेऊन जाईन आणि गोटा करायला सांगेन.''

डॉनानं आईकडे डोळे मोठे करून पाहिलं. ''करून बघच तर तसं,'' तिनं धमकावलं.

कॅथरिननं तिच्या डोळ्यांतील भाव पाहिले आणि ती अस्वस्थ झाली.

''घरातनं हाकलून देऊ आम्ही तुला,'' तिनं भीती घातली; पण ती गोंधळात पडली होती, हे स्पष्ट दिसत होतं.

''मग दाखवच हाकलून,'' डॉना सोफ्यावर मागे रेलत म्हणाली. तिनं मुद्दामच आपले पाय उचलून टेबलावर ठेवले. तिनं टेलिव्हिजनचे चॅनेल्स बदलले आणि आईकडे पूर्ण दुर्लक्ष केलं.

संतापून ओरडायला कॅथरिननं तोंड उघडलं, पण लगेच बंद केलं आणि तणतणत ती खोलीबाहेर पडली.

अधूनमधून तिचे आई-वडील विरोध दर्शवण्यासाठी छोटासा पवित्रा घेत; पण

ते सगळं निष्फळ ठरत होतं. ती त्यांच्या ओरडण्याकडे आणि धुसफुसण्याकडे दुर्लक्ष करून तिला हवं तसंच वागत असे.

शेवटी तिला शाळेतून काढून टाकण्यात आलं. ऐन वर्गात उघड उघड 'पॉट' ओढल्याबद्दल!

ती खोलीत शांत बसली होती. तिला कशाचीच पर्वा नव्हती. कॉफी टेबलच्या दुसऱ्या बाजूला तिची आई अवघडून बसली होती. नजर टाळत. जणूकाही तिच्या कुचकामी मुलीमुळे तीच दूषित होणार होती. उफाळून येणारा राग आवरून धरण्यात तिच्या वडिलांना यश आलं होतं. ते गंभीर आणि शांत दिसत होते. फक्त त्यांच्या ओठांच्या सतत होणाऱ्या हालचालीतून त्यांचा राग जाणवत होता.

''बरं मग डॉना,'' त्यांनी शांतपणे सुरुवात केली, ''या वेळी काय कारण सांगणारेस?''

''कोणतंही नाही.''

''कोणतंही नाही?'' त्यांनी खोटं खोटं आश्चर्य दाखवत भुवई उंचावली.

''तुझी आई आणि मी परत परत तुला काय सांगत होते हे तुला माहीतच आहे. शाळेतून आणखी एक जरी तक्रार आली...''

''तुम्ही मला तुमच्या घरातून हाकलून द्याल?''

त्यांनी प्रश्नार्थक भुवया उंचावल्या.

''घाबरू नका. मीच चालले,'' तिनं नाटकीपणे जाहीर केलं. आवाजातला आनंद तिला लपवता आला नाही. ''लवकरच तुम्हाला या कचऱ्याच्या उकिरड्यापासून सुटका मिळेल.''

ती उठून उभी राहिली. त्यांच्या चेहऱ्यावरचे भाव बघून, आपण त्यांची मुलगी आहोत ही भावना क्षणभर तिच्या मनात जागी झाली. ''सॉरी डॅडी,'' ती म्हणाली. पण फारसं मनापासून नव्हतं ते. ''सॉरी, मी तुमच्या...''

''सॉरी? गेलीस उडत!'' कॅथरिन मध्येच कठोरपणे म्हणाली, ''तुला वाईट वाटतंय? आई-वडिलांच्या पोटी येऊ शकेल असा जास्तीत जास्त कृतघ्न राक्षस आहेस तू! तुला वाईट वाटतंय असं मुळीच म्हणू नकोस. तुला 'सॉरी' या शब्दाचा अर्थसुद्धा माहीत नाहीये.''

डॉना सुन्न झाली आणि तिचा चेहरा कठोर झाला. चटकन वळून ती खोलीबाहेर गेली.

दुसऱ्या दिवशी खुशीतच तिनं घर सोडलं आणि ती मिजबरोबर राहायला गेली.

''शेवटी एकदाचं स्वातंत्र्य! मी नोकरी शोधेन आणि मला हवं तसं वागेन. कटकट करायला कोणी मोठी लोक नाहीत. हिप हिप हुर्ये!''

पण लवकरच तिला कळून चुकलं की, नोकरी मिळवणं काही सोपी गोष्ट

नव्हती. तिच्या झिपऱ्या आणि कळकट कपडे पाहून भावी बॉसवर काही चांगली छाप पडत नसे.

मिज आधीपासूनच एका पंकबारमध्ये काम करत होती. तिनं मालकाला पटवलं की त्यांना आणखी एका वेट्रेसची गरज आहे आणि तिकडे डॉनाची वर्णी लागली. तिला खूप उत्साह आला. इकडून तिकडे व्होडका आणि टकिला घेऊन जायच्या. भसाड्या गप्पांच्या पेक्षा मोठ्या आवाजात मस्करी करायची, थोडा नखरा करायचा. गर्दीत थोडी रेटारेटी करायची आणि पैसे मिळवायचे.

इथंच तिची माइकशी भेट झाली. लांब केसांचा आणि अंगभर टॅटू काढून घेतलेला संगीतकार. त्यानं तिच्यात थोडा रस दाखवला आणि ती लगेच त्याच्या प्रेमात आकंठ बुडाली. मिजच्या कळकट, कोंदट कचरापट्टीतून निघून त्याच्या एका खोलीच्या घरात राहायला जाणं म्हणजे सुटकाच होती. संगीताच्या दुनियेत आपण कोणीतरी फार मोठा माणूस बनणार आहोत, याचा त्याला अतिआत्मविश्वास होता. एखाद्या राजानं रयतेचा मुजरा स्वीकारावा तसा तो तिनं केलेली खुशामत स्वीकारायचा.

"जेव्हा एकापाठोपाठ एक करार होतील ना, तेव्हा आपण एखाद्या दहा खोल्यांच्या भव्य महालात राहायला जाऊ." त्यानं उदारपणे वादा केला, "आपण जगभर प्रवास करू आणि केवळ तुझ्यासाठी मी रोल्सरॉइस घेईन. तुला जे हवं असेल ते मिळेल." तिनं आपल्या उदारपणाच्या उपकाराची जाणीव ठेवावी अशा दृष्टीनं त्यानं तिच्याकडे पाहिलं आणि तिनंही त्याचा विरस केला नाही.

"तो माझ्यावर प्रेम करतो," तिनं मिजकडे मन मोकळं केलं. "आणि ती त्याच्या बदल्यात होईल तितकं प्रेम त्याच्यावर करायची. या प्रेमामुळे तिचं ओसाड आयुष्य दोघांचं नंदनवन बनून गेलं. सुरुवातीला त्यांच्या गरिबीचं तिला काहीच वाटायचं नाही.

माइक तिला रॉक शोजना घेऊन जायचा. तिकडे ती मन मानेल तसं किंचाळायची. त्या गर्दीबरोबर ती एक होऊन जायची. यापूर्वी तिला कधी असा अनुभव आला नव्हता. ते धुरानं भरलेल्या क्लबात अनोळखी लोकांबरोबर एका टेबलावर बसायचे. जग किती रसातळाला चाललंय, त्यांचा कसा विचका होतोय याची चर्चा करायचे आणि त्यांच्या सगळ्या गैरसोयीबद्दल जबाबदार असण्याचा ठपका दुसऱ्यावर ठेवायचे.

ते एकत्रच पॉट ओढायचे आणि झगझगीत मनोहर वाटणाऱ्या सुंदर, आनंदी जगात तरंगायचे. तिच्या आयुष्यावर तिचा स्वतःचा ताबा होता, आणि माइक तिची ज्या गोष्टींशी नव्यानं ओळख करून देत होता, त्यांचा आनंद ती भरभरून घेत होती.

एकच मोठी अडचण होता- पैसा. तिचा पगार झाला की ते थाटात राहायचे; पण पैसा वेगानं नाहीसा व्हायचा. मग त्यांना काटकसर करायला लागायची.

डॉनाला त्याचं काही वाटायचं नाही; पण माइकला काटकसर असह्य व्हायची.

"त्यामुळे माझ्या संगीताला आवश्यक असणाऱ्या शांततेचा विचका होतो," तो डाफरायचा.

पण या क्षणिक अडचणीचं शमन करण्यासाठी त्यांच्याकडे 'ग्रास' होतंच.

एकामागून एक गाण्याची ऑडिशन देण्यासाठी माइक मोठ्या आशेनं जायचा. एकामागून एक मिळणाऱ्या नकारानं, उलट त्याचा अक्कड फाजील विश्वास जास्तच मजबूत व्हायचा.

"तो माझ्या अंगावर फार ओरडतो," तिनं मिजजवळ कबूल केलं. पण ते तिनं पचवलं. इमान राखून. "माझी खात्री आहे की, तो यशस्वी होईल. तो खूप प्रतिभावान आहे, त्याला संधी मिळाली की आम्ही श्रीमंत आणि प्रसिद्ध व्यक्ती बनू."

तिला त्याच्याबद्दल फार वाईट वाटायचं आणि सुपरस्टारला बघितल्यानंतरही ओळखू न शकणाऱ्या उर्मट, अडाणी आणि मंदबुद्धी लोकांना ती आवेशानं शिव्या घालायची. त्या काळात दोघांना जेवू घालण्यासाठी ती जास्तच कष्ट उपसायची. लवकरच त्यात बदल होईल अशा आशेवर राहायची. लवकर म्हणजे खूप लवकर. आणि कदाचित दुसऱ्याच दिवशी.

पण ती चांगली संधी आलीच नाही. असंतुष्ट माइक स्वतःच्या अपयशाचा तिलाच दोष द्यायला लागला.

"हे एवढंच जेवण का?" तो गुरगुरला, "फालतू चीज सँडविचेस?"

"सध्या आपल्याला तेवढंच परवडतंय," तिनं त्याला शांत करण्याचा प्रयत्न केला. "दोन दिवसांत माझा पगार मिळेल. मग मी तुझ्या आवडीचं भाजलेलं बदक बनवेन."

"रिकाम्या पोटी मला चांगलं वाजवता येईल अशी अपेक्षाच कशी ठेवतेस तू?" तो खेकसला, "अगदी फालतू आहेस तू घरकामात. साधं पीठ मळायला येत नाही तुला."

"ए शांत हो बाबा! नुकताच मी तुझ्यासाठी सूट आणला, त्याचं काय? आणि ते महागडे बूट?" त्यानं केलेल्या चुकीच्या आरोपांमुळे डॉना डिवचली गेली. "माझे बरेचसे पैसे त्यातच खर्च झाले. कारण तूच म्हणाला होतास की, गबाळ्या कपड्यांमुळे तुझी निवड होत नव्हती."

त्यानं सँडविचेस जमिनीवर भिरकावली. "जगात यश मिळवायचं असेल ना तर पोट भरलेलं लागतं... अन्न- असला कचरा नाही. तू अगदी कुचकामी आहेस बघ डॉना!"

"करता येईल तेवढं मी करतेय," तीही भडकली. "तू काय आणतोयस

घरात? काही नाही.'' तिचं हृदय जोरजोरानं धडधडायला लागलं होतं. त्याच्याशी भांडण करायची तिची इच्छा नव्हती. पण तो तिला अगदी डिवचतच होता.

''तुझ्याचमुळे होतं ते. मला कोणीतरी प्रेरणा देण्याची गरज आहे. नडती लावायची नाही. स्वतःकडे बघ एकदा डॉना. तुला खरंच वाटतं का, की एखाद्या फार मोठ्या कलाकाराला साजेशी आहेस तू?''

डॉनाच्या नाकावरचा गुलाबी चष्मा घसरायला लागला होता. तिचा भ्रमनिरास होत होता. गोष्टी जशा होत्या तशा तिला दिसायला लागल्या होत्या. जशा असाव्यात अशी तिची इच्छा होती तशा दिसत नव्हत्या आता.

''तू काही फार मोठा कलाकार नाहीस,'' तिच्या आवाजात हेटाळणी होती, ''आणि तू कधी बनशील असंही मला वाटत नाही.''

माइकच्या कलाकाराच्या वृत्तीला तिचे टोमणे सहन झाले नाहीत. उत्तर म्हणून त्यानं तिला बुकलून काढलं. पण त्याला तिची गरज होती आणि तिलाही वाटायचं की, तिला त्याची गरज होती. त्यामुळे ती त्याला परत परत माफ करत राहायची. शेवटी ते सहन करण्याच्या पलीकडे गेलं. त्या वेळी मात्र ती डोळ्यांत पाणी घेऊनच परत मिजबरोबर राहायला गेली.

मिज तिची दृढ मैत्रीण होती. आयुष्यातील सगळ्या चढ-उतारांवर तिनं तिला आधार दिला.

''मिज, काय चुकलं असेल गं? करता येईल तेवढं मी त्याच्यासाठी केलं; पण शेवटी तो माझ्यावरच उलटला.''

''विसर त्याला डॉना. तो नालायकच होता. मला विचारशील तर सुंठीवाचून खोकला गेला!''

''पण माझं प्रेम होतं त्याच्यावर. तो खूप प्रतिभावान होता आणि त्याचंही माझ्यावर प्रेम होतं मिज...?''

''काय?''

''मिज, माझ्यातच काहीतरी दोष आहे का गं?''

मिजनं तिच्याकडे रोखून पाहिलं. ''तुझा काय दोष असणार डॉना?''

''तेच नाही मला माहीत. मला फक्त वाटतं... कदाचित मीच कुणासाठीही चांगली नसेन. तो म्हणाला की, मीच त्याला खाली खेचते. त्याच्या सगळ्या अपयशाला मीच जबाबदार आहे.''

''मूर्खासारखं बोलू नकोस डॉना! तुझ्यात काहीही दोष नाही. तोच गाढव आहे, कळलं. त्याचा विचार करण्यात वेळ घालवू नकोस. जरा वाट बघ. तुझ्या लायकीचा कोणीतरी भेटेल तुला.''

''कदाचित मला कोणीच भेटणार नाही मिज. आतापर्यंत तरी मी कोणाला

चांगली वाटलेय?'' तिनं मैत्रिणीकडे इतकं केविलवाणं होऊन पाहिलं की, मिजला तिची दया येत असूनही तिला हसू फुटणार होतं. ते तिनं कसंबसं दाबलं.

''काहीतरी बोलू नकोस डॉना,'' ती खंबीरपणे म्हणाली, ''जरा आरशात बघ. तुझा चेहरा सुंदर आहे. बांधा आकर्षक आहे. तुला चांगली बुद्धी आहे. अर्थात आत्ता तू परत परत जे बोलतेयस त्यामुळे तसं पटणार नाही. जरा स्वतःला संधी दे. तुला दुसरा कोणीतरी भेटेल प्रेम करणारा.''

डॉनानं खिन्नपणे चेहरा वळवला. ''कधीच नाही.''

पण भेटला तिला. रॉब, जुना जंकी. अर्धवट कॉलेज सोडलेला, पुनर्वसन केंद्रातून नुकताच बाहेर आलेला. आता तो एका दुकानात विक्रेता म्हणून काम करत होता आणि यापुढे सरळ मार्गानंच जायचं असा त्याचा निश्चय होता. काम संपल्यावर, त्या गजबजलेल्या, गोंगाटाच्या बारमध्ये कोपऱ्यातल्या टेबलावर तो बसायचा आणि कविता लिहायचा.

''तो इतरांच्यापेक्षा किती वेगळा आहे.'' डॉनाचं कुतूहल जागं झालं. त्याच्या मागे उभं राहून तो काय लिहितोय हे तिनं वाचलं तरी त्याची तक्रार नसायची.

''तो खूप हुशार आहे,'' ती मिजजवळ स्वतःच्या मनातलं बोलली, ''आणि तो शब्दांना ज्या प्रकारानं खेळवतो ना ते तर छानच वाटतं. कधीकधी मला एखादी ओळ किंवा कडवं समजत नाही. मग तो छान स्पष्ट करून सांगतो. मग मला असं वाटतं की... जणू त्याच्या सुंदर कल्पना समजण्याची माझी लायकीच नाही. मला जर काही समजलं नाही तर इतकं कसंसंच वाटतं ना, पण कसं कोण जाणे, काहीतरी समजून घेण्याची इच्छा असणं, हेच किती चांगलं आहे असं तो मला पटवतो.''

''पण त्याच्या काही काही कल्पना किती विचित्र असतात,'' मिजचे डोळे लुकलुकले; पण डॉनाच्या ते लक्षातच आलं नाही.

मिज खोलीच्या मध्यावर उभी राहिली. नाटकीपणे एक पाय खुर्चीवर आणि एक हात कंबरेशी ठेवून खोट्या खोट्या गंभीरतेनं तिनं मान तुकवली आणि विनोदी पद्धतीनं कविता म्हणायला सुरुवात केली :

''परत परत कंटाळवाणा झगडा
मी थांबतो... आणि लक्षात येतं
आयुष्य म्हणजे दुसरं तिसरं काही नाही.
ते आहे गाईचं शेपूट.
तोकडं आणि शेणानं माखलेलं...''

''मूर्खासारखं? मूर्ख कोण? तुला जर वाचलेल्याचा अर्थ समजत नसेल तर?'' डॉना रागानं ओरडली.

"शांत हो गं, डॉना." मिज खिदळतच म्हणाली, "मी मजा करतेय एवढंसुद्धा कळलं नाही का तुला? मला तर वाटतंय की तू त्याच्या प्रेमात पडलीयस."

आणि खरंच, दोन आठवड्यांनी डॉना खुशीखुशीतच दुसऱ्यांदा मिजच्या घराबाहेर पडली. रॉबनं तिला कसलीही वचनं दिली नव्हती, पण त्या दोघांना मिळणाऱ्या पैशांत ते ज्या प्रकारचं आयुष्य जगत होते, ते माइकबरोबरच्या आयुष्यापेक्षा खूपच चांगलं होतं आणि रॉबचा स्वभावपण मृदू होता.

"ओळख बघू?" त्यांच्या छोट्या घरात एके दिवशी तो ओरडतच शिरला. तो फार उत्साहात दिसत होता. ती हसली, "लॉटरी लागलीय तुला."

त्यानं डोकं हलवलं आणि जिवणी रुंदावून हसला, "त्याहीपेक्षा चांगलं." पण फार वेळ त्याला ती छान बातमी लपवून ठेवता येईना. "माझी पहिली कविता छापून आलीय," तो आनंदानं म्हणाला. हातात उंच धरलेलं मासिक उघडत, त्यानं तिला ती दाखवली.

'चिमुकला निळा धीवर पक्षी' खाली ठळक तिरक्या अक्षरात त्याचं नाव होतं, रॉबर्ट नॉट.

त्यानं तिला उचलून गिरक्या घेतल्या. दोघं वॉल्ट्झ नाचत खोलीभर फिरले. हातात मासिक गच्च धरूनच. ती पहिली होती. त्यानंतर अनेक कविता दुसऱ्या वर्तमानपत्रांत आणि मासिकांत प्रसिद्ध झाल्या.

त्या दोघांनी बनवलेल्या त्या छोट्याशा उबदार घरात ती खूप खूश होती.

"आज मला काही जुने मित्र भेटले," त्यानं एके दिवशी तिला सांगितलं, "आणि मी म्हटलंय आज संध्याकाळी जमू गप्पा मारायला." तिला आश्चर्यच वाटलं. त्यानं स्वतःच्या भूतकाळासंबंधी कधी एक अक्षरही सांगितलं नव्हतं. तिनंही चौकश्या केल्या नव्हत्या. कारण तिला स्वतःलाही तिच्या जुन्या आठवणी नकोशा होत्या. प्रेमानं तुडुंब असलेला वर्तमानकाळच महत्त्वाचा होता आणि त्यांच्यासमोर असणारे कवितांनी भरलेले दिवस.

"पण रॉब, तुझ्या समुपदेशकानं काय सांगितलंय लक्षात आहे ना! जुन्या मित्रांना पुन्हा भेटायचं नाही आणि जुन्या जॉइंट्सवरही जायचं नाही."

"माहितीय मला, पण त्यांना एकदाच भेटलं तर काही बिघडायचं नाही."

त्यानं तिला मिठीत घेतलं. "आता तू आहेस ना मला. माझा चिमुकला निळा धीवर पक्षी. आणि घाबरायचं कारण नाही. हे फक्त एकदाच. शिवाय, आपली झगझगीत हॉटेलात जेवायला जायची संधी हुकेल नाही तर. चल ना डॉना, हो म्हण."

डॉनानं थोडं अनिश्चिततेनंच त्याच्याकडे बघितलं. "रॉब, तुझं खूप चांगलं चाललंय आता. नाही ते धोके पत्करू नकोस."

"मी कसलाही धोका पत्करत नाहीये, प्रिये. आपल्या दोघांचं भविष्य एकच आता. मला वाटतं, मी सैतानावर विजय मिळवलाय."

त्याचा आत्मविश्वास बघून तिच्या शंकाकुशंका मावळल्या आणि स्वतःचा त्याच्यावर असणारा विश्वास दाखविण्यासाठी तिनं 'हो' म्हटलं.

त्याचे मित्र दिखाऊ आणि उर्मट होते. त्यांच्याकडे खूप पैसे होते ते दिसतच होतं. मोठी मोठी सोन्याची घड्याळं, डिझायनर कपडे घालणारे, बड्या-बड्या हॉटेलात शॅम्पेन उडवणारे आणि मोठ्या लक्झरी गाड्या चालवणारे.

"ते पैसे कसे कमावतात?" स्वतःच्या घरी परतल्यावर तिनं त्याला विचारलं. आता तुलनेनं त्यांचं घर कंटाळवाणं आणि कसंतरीच वाटत होतं.

"ड्रग्जचा व्यवसाय."

ती गप्पच बसली. पण तो अचानक उठला आणि एकाएकी आवेशानं त्यानं हातातला ग्लास त्वेषानं जमिनीवर आपटला. त्याच्या मनात इतका राग दडलेला असेल याची तिला कल्पनाही नव्हती.

"हे काही बरोबर नाहीये," तो तावातावानं म्हणाला, "हे अजिबातच योग्य नाहीये. नालायक, भयानक जगात कुठलीच गोष्ट योग्य नाहीये."

तिला धक्काच बसला. नकळतच तिच्या गालावरून अश्रू वाहायला लागले, "रॉब, ठीकंय रे सगळं." तिनं त्याच्या कमरेभोवती हाताचा विळखा घातला. त्याच्या पाठीवर डोकं टेकलं. तिचं हृदय गारठून गेलं. "रॉब, प्लीज. ठीकंय रे सगळं."

तिच्या आवाजातली भीती त्याच्या संतापाला चिरत गेली आणि जितक्या वेगानं त्याचा संताप चढला होता, तितक्याच वेगानं तो मावळलाही. तिच्या जिवात जीव आला. "माफ कर डॉना." त्यानं तिला मिठीत घेतलं आणि तिचे अश्रू ओठांनी टिपले. "माफ कर. खरंच, मला काय झालं ते मलाच कळलं नाही." ज्याचं सांत्वन होत होतं, तोच सांत्वन करायला लागला.

दोघांनी मिळून काचेचे तुकडे गोळा करून टाकले आणि एकमेकांत गुरफटून गादीवर पडले. तो त्याच्या नव्या कवितेतली कडवी म्हणून दाखवायला लागला. तिचा कोमल मनाचा कवी बनला परत. पण त्याच्यात एक अस्वस्थपणा आला होता आणि दिवसेंदिवस तो वाढतच चाललेला दिसला.

एके दिवशी त्यानं तिला एक मोत्याचं पदक भेट देऊन चकित केलं. ते सुंदरच होतं. खरंतर ती दागिन्यांकडे नेहमी तुच्छतेनं पाहायची; पण तिला ते मनापासून भावलं. कोणालातरी आपली किंमत वाटते आणि तो आपल्यावर प्रेम करतो, या जाणिवेनं ती त्याच्या मिठीत प्रेमानं विरघळून गेली.

त्याच्या कृत्याचा हा परिणाम पाहून, त्यानं तिला प्रेमाची खूण म्हणून छोट्या-

मोठ्या भेटवस्तू द्यायला सुरुवात केली. त्यांची निवडही तो विचारपूर्वक करायचा. आनंद आणि कृतज्ञता अशा दोन्ही भावनांनी ती त्यांचा स्वीकार करायची. त्यानं महागडे शोभिवंत पडदे लावून घर सजवायला सुरुवात केली तेव्हाही तिनं पैसे कुठून आले याची चौकशी केली नाही. त्याची प्रतिभा त्यानं आधीच सिद्ध केली होती आणि त्याच्या कविता खूप पैसे मिळायच्या लायकीच्या असतील, असं तिला वाटत होतं.

पण त्याच्या वागणुकीत बदल होत चालला. तो वाटेल तितक्या वाजता घरी यायला लागला आणि कुठे गेला होता याविषयी उडवाउडवीची उत्तरं द्यायला लागला.

"रॉब, किती उशीर केलास? कुठं होतास?"

"कामावर."

"पण दुकान बंद होऊन तर बराच वेळ झाला," ती गोंधळात पडली.

"सांगितलं ना तुला, कामावर होतो म्हणून. कटकट करू नकोस," त्याचा चिडखोरपणा नवाच होता. ती भीतीनं शहारली.

"रॉब, काय बिघडलंय? बरं नाहीये का तुला?"

"ठीकंय की!" तो गादीवर पडून टीव्हीकडे बघत होता. त्याचे अर्धवट उघडे डोळे चकाकत होते.

"हल्ली तू बदललायस."

"अर्थातच बदललोय मी! खूप कष्ट उपसतोय मी. खूपच. ओव्हरटाइम." डोळे उघडून त्यानं तिच्याकडे बघितलं. "आपल्याला पैशांची गरज आहे."

"काय खुपतंय तुला रॉब? तू हल्ली अलिप्त आणि चिडखोर बनत चाललायस."

"दमलोय मी," तो तुटकपणे म्हणाला, "दिसत नाही का तुला? मला फक्त विश्रांती हवीय, अशी बिनडोक प्रश्नांची सरबत्ती नकोय."

तिच्या विरुद्ध दिशेला त्यानं कूस बदलली.

त्याच्या वागणुकीमुळे तिला भीती वाटायला लागली होती. काय होतंय तेच तिला कळत नव्हतं. तिच्या परिचयाचा रॉब नाहीसा होऊन त्याची जागा एक दुर्मुखलेला, ज्याच्या वागण्याचा काहीच अंदाज करता येत नव्हता, असा परका माणूस घेत होता.

त्याच्यातल्या बदलाला तीच कारणीभूत आहे अशी शंका वाटून त्याच्या मनःस्थितीप्रमाणे ती स्वतःच बदलत होती. तो चिडू नये याची सर्वतोपरी काळजी घेत होती. पण ते काही सोपं नव्हतं. कोणीतरी आपल्याला उकसवावं असं त्याला वाटत होतं. स्वतःच्या रुसव्याफुगव्यासाठी तो काहीतरी कारणच जणू शोधत होता.

काय घडतंय याचा तिला थोडासा अंदाज आला होता; पण कसल्याशा भीतीच्या दबावामुळे ती समोरासमोर विषय काढत नव्हती. तिला इंजेक्शनची

पिचकारी सापडेपर्यंत. मग मात्र तिनं त्याला चांगलंच फैलावर घेतलं.

"रॉब! फसवलंस तू!" डोळ्यांत पाणी आणून ती ओरडली, "का केलंस असं? किती चांगलं चाललं होतं तुझं!"

त्याला शरम वाटण्याइतकी चाड होती.

धीर येऊन ती पुढे म्हणाली, "परत का त्या मार्गाला गेलास रॉब? का? का?"

तिला वाटलं होतं की, तो अद्वातद्वा बोलेल काहीतरी, पण नाही बोलला तो. त्यानं मान खाली घातली आणि दोन्ही हातांनी डोळे झाकून घेतले, "मला माहीत नाही." तो ओठ दाबूनच उत्तरला, "मला माफ कर डॉना!"

त्याच्या आवाजात तिला परत जुना रॉब दिसला आणि त्याला मिठीत घेण्यासाठी ती धावली.

"रॉब," ती रडायला लागली, "यातून बाहेर पड. यातून आत्ताच बाहेर पड. जमेल तुला ते."

त्यानं तिच्याभोवती हात घातले आणि तिच्या खांद्यावर डोकं ठेवलं.

"मला वाटलं, एका झुरक्यानं काही फरक पडणार नाही," तो दुःखानं म्हणाला, "मला वाटलं होतं की मला तेवढी मानसिक शक्ती आलीय. परत आहारी न जाण्याची."

"आहे रे तुझ्यात शक्ती," ती म्हणाली. तिनं त्याचा चेहरा हातात घेतला आणि त्याच्या डोळ्यांत बघत खंबीरपणानं म्हणाली, "तुला थांबवता येईल ते. माझी खात्री आहे, तुला जमेल ते."

त्यापासून दूर राहण्याचं त्यानं वचन दिलं आणि एक-दोन दिवस तो तिच्याशी खूप गोडीनं वागला. पण मग परत तो उशिरा घरी आला. चिडलेल्या मनःस्थितीत आणि पहिल्यापेक्षाही वाईट परिस्थितीत. ती भीतीनं दबकून कोपऱ्यात बसली. मनाच्या घालमेलीमुळे डोळ्यांत आलेले अश्रू झोंबत होते. तो घरातलं लाकडी सामान इकडे-तिकडे फेकत होता आणि आयुष्यात होणाऱ्या अन्यायाबद्दल रागारागानं ओरडत होता.

त्याचं उपद्रवी वागणं वाढतच चाललं आणि आदळआपट नेहमीचीच व्हायला लागली. तो बहुधा दिवसभर बाहेर असे; पण ती जाणून होती की, त्यानं काम सोडलंय. तिनं त्याला विचारलं तसं. पण तो भडकला आणि ती धडा शिकली, गप्प बसणं आणि त्याला हवं ते करू देणंच शहाणपणाचं होतं.

कधीकधी तो नरमायचा आणि तिच्याशी दयाळूपणे वागायचा. त्याच्या डोळ्यांत पश्चाताप दिसायचा. मग तो ज्या अधोगतीच्या गडगडत जाणाऱ्या वाटेवर चालतोय त्यावरून बाजूला होण्याची ती त्याला विनवणी करायची. तो लक्ष देऊन ऐकायचा आणि तो तसा प्रयत्न करेल असं तो म्हणायचा, त्या वेळी त्याच्या मनात खरंच

तसं असायचं हे तिला पटायचं. त्यामुळे त्याच्याबरोबर आपणही झगडावं असं तिला वाटायचं. त्याच्यासाठी. त्या दोघांसाठी.

अशी पश्चात्तापदग्ध अवस्था थोडा वेळच टिकायची आणि मग फिरून 'ये रे माझ्या मागल्या'सारखा त्याचा आक्रमकपणा उफाळून यायचा.

पण मग त्याचा सगळ्याच गोष्टींमधला रस संपत चालला. त्याचं पेन वापरलं न जाता, टेबलावर एकाकी पडून राहायचं. तो थकलेला आणि बिनकामाचा गादीवर पडून राहायचा. आधीच्या जोरदार वादळांपेक्षा या खिन्न उदासीनतेची तिला जास्तच भीती वाटायची.

"काही उपयोग नाही त्याचा," तिनं परत नाराजी दाखवली तेव्हा तो म्हणाला, "एकदा तिनं तुमच्यावर अंमल गाजवला असला ना की ती मोकळं सोडत नाही, कधीच."

"रॉब, परत व्यसनमुक्तीच्या कार्यक्रमात सामील हो," तिनं त्याला विनवलं.

"काही उपयोग नाही ना?" तो कंटाळून म्हणाला. त्याच्या डोळ्यांत निराशा होती आणि ती पाहून भीतीच वाटली तिला.

"रॉब, प्लीज. आपण दोघं मिळून त्याचा सामना करू. आपण इथून कुठंतरी लांब जाऊ आणि नव्यानं सुरुवात करू."

"त्याचा काही उपयोग नाही डॉना. दिसत नाही का तुला ते? माझ्यापेक्षा ही नशा बलवान आहे. नाही तिच्याशी लढता येत मला! नाही लढायचं मला तिच्याशी. डॉना, मी काही अशा प्रकारच्या आयुष्याची स्वप्नं बघितली नव्हती आणि आता मला हे नाही सहन होत! आयुष्य अगदी गलिच्छ आहे आणि आता मला आणखीन नको ते," त्यानं स्वतःची निराशेनं भरलेली नजर दूर वळवली.

"भरारी घे, चिमुकल्या निळ्या धीवर पक्ष्या," तो भिंतीकडे बघतच घोगऱ्या आवाजात म्हणाला, "खूप उशीर होण्यापूर्वीच भरारी घे."

"रॉब, प्लीज... मला सोडून जाऊ नकोस," हातात चेहरा लपवून ती कडवटपणे रडली. तिच्या दुःखामुळे तो स्वतःच्या दुःखातून बाहेर आला. तो उठून बसला आणि त्यानं तिला जवळ घेतलं.

"तुझ्या लायकीच्या कोणालातरी शोध, डॉना," तो तिच्या केसांत कुजबुजला. त्यानं तिला मिठीत घट्ट धरून ठेवलं होतं. "मी काहीच धड न करणारा नीच माणूस आहे. जा, चांगल्या माणसाचा शोध घे."

"मला दुसरा कोणी नको," त्याचा चेहरा हातात धरून ती हुंदके देत म्हणाली, "मला तू हवायस. फक्त तू." पण त्याचा काही उपयोग नव्हता. पुन्हा व्यसनाधीन झाल्यामुळे तो मनानं कोलमडून पडला होता.

काही दिवसांनी तिला तो गादीवर मेलेलाच दिसला. ओव्हरडोसमुळे. काहीतरी

भयंकर घडणारे, असं तिला वाटतच होतं. पण अशी अपेक्षा नव्हती. ती उद्‌ध्वस्तच झाली. भंगलेल्या हृदयानं ती किंचाळत होती. आपल्या संतापाला आणि दुःखाला वाट करून देत होती. तिला हेरॉइनचा ओव्हरडोस कुठूनतरी आणून द्यावा म्हणून मिजच्या हातापाया पडत होती. तिला जगण्यात स्वारस्य उरलं नव्हतं.

सुक्कोरिना : **अव्हेर आणि मुलगा**

ती एका उंच इमारतीच्या सपाट छतावरून चालतेय. तिथं कसलीतरी जत्रा भरलीय. पोरंसोरं इकडे-तिकडे पळतायत आणि त्यांचे आई-वडील जवळपासच घुटमळतायत. ती भडक रंगीबेरंगी गॅसचे फुगे आणि बुड्ढी का बाल विकणाऱ्यांकडे नजर टाकते. सगळे जण आनंदात आहेत. कसलीही काळजी नाही.

आणि अचानक तिला पायाखालची जमीन सरकल्यासारखी वाटते. चमकून ती खाली मोठाल्या चौकोनी फरश्यांकडे बघते आणि तिच्या लक्षात येतं की, त्यातल्या काही फरश्या सैल झाल्यायत. ती ज्यावर उभी आहे ती फरशी धोका वाटण्याइतकी कललीय. घाईघाईनं ती पक्क्या वाटणाऱ्या दुसऱ्या फरशीवर सरकते. सावधपणे ती पुढच्या फरशीवर पाय ठेवून ती हलकेच दाबते. ती फरशी आवाज न करता आत पडते आणि एक मोठं भोक आ वासून पुढे येतं. तिच्या उरात धडकी भरते. तिला त्याचा तळ काही दिसत नाही. ती दुसऱ्या एका फरशीचा अंदाज घेते आणि त्यावर ती जाते न जाते तोच तिच्या मागची आधीची फरशी अदृश्य होते. वाटणारं भय दडपून टाकून ती खालच्या अंधाऱ्या पोकळीत पडू नये यावर सगळं लक्ष केंद्रित करते.

चांगली पत्नी बनण्याचा निश्चय करून, तिच्या नवऱ्याला सुखी करण्यासाठी जे जे करता येणं शक्य होतं ते सारं सुक्कोरिनानं केलं. ती त्याचं घर चकाचक स्वच्छ ठेवायची, त्याच्यासाठी चवदार जेवण बनवायची, त्याचे कपडे धुऊन इस्त्री करायची आणि त्याच्या शेतावरही काम करायची. पुढच्या भाताच्या हंगामासाठी शेतांची मशागत करायची.

"मी बारमध्ये येऊन तुला मदत करू का," तिनं त्याला सुचवलं, "मी ग्लास विसळीन आणि गरमागरम पदार्थ बनवेन. ते तू वीक."

"नको," त्यानं रागातच उत्तर दिलं, "तुला माहितेय, तिथं फक्त पुरुषच येतात. तुला त्यांच्याशी काय करायचंय? सभ्य बाईनं जाण्यासारखी जागा नाही ती.

तू तुझ्या जागीच ठीक आहेस. इथं, नवऱ्याच्या घरात!''

मग ती आपली घरातच चमचमीत पदार्थ बनवायला लागली. ते तो बिअर आणि फेणीबरोबर विकायला लागला. तो चांगले पदार्थ विकायला लागल्यावर त्याची गिऱ्हाइकं वाढली आणि अर्थातच होणारा नफासुद्धा.

पण तिनं कितीही प्रयत्न केला तरी तो अलिप्तच राहिला. त्यानं विरघळावं म्हणून तिनं खूप प्रयत्न केले; पण तो थंडच राहिला. त्याचं तिला फार दुःख वाटलं. त्याला परतायला कितीही रात्र झाली तरी ती वाट पाहायची. खास त्याच्यासाठी बनवलेलं अन्न गरम करायची. तिला हे समजायचं नाही की, ती त्याला जो आनंद देतेय त्याचा तो उपभोग का घेत नाहीये?

एकदा रात्री तो टेबलावर बसून जेवत होता. ती त्याच्यामागे उभी राहून त्याच्या मानेला आणि खांद्याला हळुवारपणे मालीश करायला लागली. सुख वाटून त्यानं डोकं वर केलं, तेव्हा तिची बोटं कुशलतेनं आणि आत्मविश्वासानं फिरायला लागली. तो विरघळत चाललेला पाहून तिला आनंद वाटला.

खाणं संपवून तो मागे वळला आणि त्यानं तिला धरलं. तिला खाली ओढून तिचा जोरात मुका घेतला. तिला नवल वाटलं, पण तिनं कृतज्ञता वाटून त्याला प्रतिसाद दिला. तिला ज्यावर विश्वास ठेवावासा वाटत होता, तेच सिद्ध झालं होतं. त्याचं तिच्यावर प्रेम होतं, पण ते दाखवायला त्याला जमत नव्हतं.

त्यानं तिची नाइटी टरकावून बाजूला केली आणि तिचे उन्नत उरोज हातात घेतले. तो ते जोरानं दाबू लागला तेव्हा तिला दुखलं, पण त्याच वेळी तिचं अंग शहारलं, शरीराचा कणन्‌कण मोहोरला. तिचं ताठरलेलं स्तनाग्र त्यानं तोंडात घेतलं आणि जोरजोरात चोखू लागला. ती पेटून निघाली. आपोआपच त्याला आमंत्रण देत ती त्याच्या अंगावर अंग घासू लागली. हक्कानं मागणी करायला लागली.

फूत्कार सोडतच तो मागे सरकला. ''कुत्री साली!'' तो गुरगुरला. तिला हात-पाय टेकून ओणवं बसवून तो तिच्यामागे गुडघे टेकून बसला. पँटची झिप सरकवून त्यानं ताठरलेलं लिंग बाहेर काढलं आणि मागच्या बाजूनेच तिच्यावर स्वार झाला. जोरात रेटताना तो रेकतही होता. त्याला आपण सुख देतोय या आनंदानं ती हळुवार हुंकार देत होती; पण त्यामुळे तो जास्तच जोरात धडकायला लागला. तिला त्रास द्यायची त्याची इच्छा होती. त्याचा नेहमीचा शृंगार खूप कोरडा असायचा. मनात लालसा आली की, तो तिला क्षणात उपभोगायचा. शृंगाराला फुलवण्यासाठी किंवा नंतर तृप्ततेची कोणतीच भावना त्याच्यात नसायची. त्यापेक्षा हे फारच वेगळं होतं. त्याच्या त्या वेळच्या भावनांविषयी तिच्या मनात जो गैरसमज निर्माण झाला होता, त्याला अनुसरून तिच्या मनात त्याच्याविषयी प्रेम उफाळून आलं.

आणि जेव्हा तिला हे थांबूच नयेसं वाटत होतं तेव्हा अचानक तो मागे

सरकला. तिला गर्रकन मागे वळवून त्यानं तिच्या चकित झालेल्या चेहऱ्यावर आपलं लिंग घासलं. तिला त्याच्या डोळ्यांत थंड तिरस्कार दिसला आणि अचानक डोळ्यांत कोमट वीर्य उडून तिला दिसेनासं झालं.

"हीच लायकी आहे तुझी रांड साली!"

त्यानं केलेल्या अपमानानं अवाक् होऊन ती धडपडतच खोलीबाहेर पडली – भांबावलेली आणि दुःखी, अपमानित आणि गोंधळलेली.

त्याच्या मनात राग होता आणि त्याला असुरक्षितही वाटत होतं. तिनं दुसऱ्या माणसावर प्रेम केलं होतं. त्याला फसगत झाल्यासारखं वाटत होतं. त्याच्या मनात एक सूक्ष्म भीतीही होती जी तो स्वतःजवळ कबूल करायला कचरत होता. तिच्या गुपितातल्या प्रियकराबरोबर तुलना केली तर तो कसा ठरत होता? तो तिला पुरेसा पडत होता का? अशा प्रश्नांना सरळ तोंड देण्यापेक्षा तो त्यांना दडपूनच टाकत होता. त्यामुळे त्याला होणाऱ्या दुःखाचा परिणाम म्हणून तिचा जास्तच तिरस्कार करत होता. त्याचा पुरुषी अहंकार आणि आत्मसन्मान दुखावले गेले होते आणि म्हणून तो तिला माफ करू शकत नव्हता.

उलट तिला असंच वाटत राहिलं की, ती निरुपयोगी आहे म्हणून त्याला ती आवडत नव्हती. तिच्या वडिलांच्या घरात ती अशाच ओझ्याखाली वाढली होती. आणखी एक भिक्कारडी मुलगी जन्मल्यामुळे आई-वडील तिला कधीच माफ करू शकले नाहीत. आता ती बायको म्हणूनही फालतू ठरलीय हे दुःखदायक सत्यही स्वीकारणं भाग होतं. तेव्हा ती आई-वडिलांसाठी ओझं होती. आता नवऱ्यासाठी.

आपल्याला तो टाकून देईल या विचारानं ती हतबल झाली होती, आणि आपण प्रियकर म्हणून अपुरा पडत असू या शंकेनं तो अस्वस्थ झाला होता, तिच्या गरजांच्या बाबतीत उदासीन झाला होता. ही परिस्थिती बदलण्याचं धैर्य दोघांतही नसल्यामुळे त्यांचं वैवाहिक जीवननृत्य तसंच उदासपणे चालू राहिलं- सावधपणेच एकमेकांभोवती फिरत. स्वतःला वाटणाऱ्या भीतीबद्दल ते एकमेकांशी बोलले नाहीत; उलट स्वतःभोवती त्यांनी सुरक्षेचं कुंपण घालून घेतलं आणि एकमेकांपासून जास्तच दुरावले. जास्तच एकाकी, कडवट आणि दुःखी बनले.

त्यांच्या अनियमित शृंगाराला एकदाचं फळ आलं आणि ती आनंदात न्हाऊन निघाली. यापुढे फक्त चांगलंच होऊ शकेल असं तिला वाटलं. जरी ती त्याला प्रेमाचा पाझर फोडू शकली नसली, तरी त्याच्या स्वतःच्या बीजातून निर्माण झालेलं मूल ते नक्कीच करेल, आणि मग त्याच्या परिघावरच्या प्रेमात त्याच्या मुलाची आई म्हणून तिलाही न्हाऊन जाता येईल, असा विश्वास तिला वाटत होता.

त्याची तिच्याशी वागण्याची पद्धत बदलली. तो तिची काळजी घ्यायला लागला. जड गोष्टी उचलायला त्यानं तिला बंदी केली. लग्न झाल्यापासून त्याचं

वाढलेलं दारू पिणंही आता खूप कमी झालं. तो अशी काळजी घेऊ लागल्यामुळे तिला आनंदाचं भरतं आलं. ती आतुरतेनं बाळाच्या येण्याची वाट पाहायला लागली. त्या बाळामुळे ते आदर्श आणि आनंदी कुटुंब म्हणून एकत्र बांधले जातील, अशी तिला आशा होती.

अपेक्षा होती तसंच, तिचं बाळ पोटात वाढत होतं. त्यामुळे ती अंतर्बाह्य उजळून निघाली होती. तिचे गाल गुलाबी झाले होते, डोळे चमकत होते, पायही झरझर पडत होते आणि आवाजात जणू गोड आनंदी गाणं भरून राहिलं होतं. बाळानं पोटात लाथ मारली की, तिला आनंद व्हायचा. मग ती काम थांबवून वाढणाऱ्या पोटावर दोन्ही हात ठेवायची आणि निःशब्द राहूनच त्याला आपल्या प्रेमाची जाणीव करून द्यायची.

कधी बाहेर गेली की, तिचं लक्ष नेहमी बाळांकडे जायचं आणि तिच्या चेहऱ्यावर आनंदानं हसू पसरायचं. तिच्या पोटात वाढणाऱ्या त्या चमत्काराची तिला आदरमिश्रित भीती वाटायची. तिचा देवावरचा विश्वास पुन्हा ज़ोर धरायला लागला. ती रोज मासला जायला लागली आणि 'थँक्स गिव्हिंग'साठी आपल्या बाळाला देवाचे शुभाशीर्वाद लाभावेत, अशी प्रार्थना करण्यासाठी चर्चला जायला लागली. बाळाच्या आई-वडिलांसाठीसुद्धा शुभाशीर्वादाची प्रार्थना करायला लागली.

पण जसजसे तिचे दिवस भरत चालले तसतशी तिची काळजी वाढायला लागली. बाळाला जन्म देताना किती त्रास होतो हे तिनं ऐकलं होतं. त्यात आई आणि बाळ दोघांनाही धोका असतो. स्वतःच्या आयुष्याची तिला कधीच पर्वा वाटली नव्हती; पण आता बाळासाठी जगलं पाहिजे, असा खंबीर विचार तिच्या मनात यायला लागला होता.

"माझ्याबरोबर तू खास प्रार्थनासभेला चल," मारियानं तिला आग्रह केला, "बरं करण्याच्या शक्तीसाठी ते फार प्रसिद्ध आहे. अख्ख्या गोव्यातून लोक तिथं येतात. तुला आणि तुझ्या जन्माला येणाऱ्या बाळाला प्रार्थनेमुळे पापापासून मुक्तता मिळेल."

ती मोठ्या श्रद्धेनं तिथं गेली, पण जेव्हा पाद्री पापाबद्दल आणि राक्षसाच्या शक्तीबद्दल बोलायला लागला तेव्हा तिच्या वरच्या ओठावर घामाचे थेंब गोळा झाले.

"जगातल्या सगळ्या दुःखाचं कारण पाप आहे," तो ओरडून म्हणाला, "लक्षात ठेवा." समोर जमा झालेल्या लोकांना त्यानं बोट दाखवून इशारा केला. "पापच दुःख आणि मृत्यू देतं. फक्त तुम्हालाच नव्हे, तर तुमच्या निरागस मुला-बाळांनासुद्धा..."

सुक्कोरिना डोळे विस्फारून एकतानतेनं ऐकत होती. तिला घुसमटायला झालं.

पाद्र्यानं कठोरपणेच सर्वत्र नजर फिरवली आणि तिला वाटलं तो आपल्याकडे

रोखून बघतोय.

"...अगदी सातव्या पिढीपर्यंत."

ती भीतीनं शहारली. तिचं डोकं गरगरायला लागलं. हृदय धडधडायला लागलं. दुखायलाच लागलं. ती स्तब्ध बसली. हलायची तिला भीतीच वाटली. उगीच सगळ्यांचं लक्ष तिच्यासारख्या पापी बाईकडे वेधलं जायला नको.

जमलेले लोक एकत्रितपणे पुढे झाले आणि 'लोलूया! प्रेझ द लॉर्ड' म्हणू लागले. त्यांना शुभाशीर्वाद हवे होते आणि त्यांच्यातल्या दुष्ट प्रवृत्तींना काढून टाकायचं होतं. तेव्हा तिला जणू एका अपवित्र अंधारानं वेढून टाकलं. मनात येणाऱ्या भीतीशी ती झगडायला लागली आणि झटकन उठून त्या पवित्र जागेतून पळून गेली.

तिला अपेक्षित असणाऱ्या आनंदाला अरिष्टसूचक विचारांनी ग्रासून टाकलं. तिचं हृदय फारच जोरात धडधडायला लागलं आणि छोट्या-मोठ्या आवाजानं ती दचकायला लागली; पण तिच्या पोटातल्या बाळामुळे तिच्या मनात ज्या आनंदाच्या लहरी येत होत्या, त्यांनी तिच्या अवास्तव भीतीवर विजय मिळवला. काही दिवसांतच ती शांत झाली. बाळाच्या आगमनाची जी वेळ सांगितली होती त्यापूर्वी महिनाभर आधी जोसनं तिला आईच्या घरी आणून सोडलं. अंतोनेतनं तिला बाळाचे छान छान कपडे शिवायला मदत केली आणि पुष्कळसे मऊ मऊ फ्लॅनेलचे नॅपकिन्स.

कळा यायला लागल्या तेव्हा तिला सुटकाच वाटली. तिचं पोट इतकं मोठं झालं होतं की, तिला वैताग यायला लागला होता. त्रासदायक वाटत होतं. त्यांनी भाड्याची टॅक्सी केली आणि तिला घेऊन ते मडगावच्या नर्सिंग होममध्ये गेले. तिथं रात्र होईपर्यंत तिला कळा येतच होत्या. फारच अंधारलं तेव्हा डॉक्टरांनी निर्णय घेतला की, तिच्या पोटाला छेद देऊन बाळाला बाहेर यायला मदत करावी. त्यांचा हेतू गर्भाला त्रास होऊ नये हा होता की डॉक्टरांना, हे कधीच कळणार नाही. तिचा मुलगा पहिल्यांदा रडला. खरंतर बाळाच्या पहिल्या रडण्याचा आवाज कानावर पडला की आईला परत हुशारी येते; थकवा आणि दुःख विसरायला होतं. पण सुक्कोरिनानं ते ऐकलंच नाही. कारण ती औषधांमुळे आलेल्या शांत झोपेत होती. स्वप्नही पडलं नव्हतं तिला.

डेव्हिड निरोगी आणि शक्तिवान होता. त्याला दूध प्यायला घेतलं की, तिला दुखायचंही आणि अंगावर शिरशिरीही यायची. ती मोहात पडल्यासारखी त्याच्याकडे बघत राहिली. किती परिपूर्ण चेहरा, परिपूर्ण छोटी छोटी बोटं, परिपूर्ण पाय आणि ती विचारात पडली, कुठून आला होता तो? तिनं जरी त्याला जन्म दिला असला तरी त्याचं श्रेय ती घेऊ शकत नव्हती. इतक्या सुंदर बाळाला निर्माण करू

शकण्याचं सामर्थ्य तिला नव्हतं. तिचं मन देवाविषयीच्या आणि त्यानं दिलेल्या शुभाशीर्वादाच्या कृतज्ञतेनं भरून आलं. आपल्या बाळाची चांगली काळजी घ्यावी म्हणून तिनं देवाची कळकळीनं प्रार्थना केली.

आई म्हणून ती अगदी सावध होती. जास्तच काळजी घ्यायची आणि बाळाचं संरक्षणही करायची. तो तिच्या आयुष्याचं केंद्र बनला होता आणि त्याला जराही दुःख किंवा गैरसोय होऊ नये म्हणून ती जपायची. त्याची सर्वतोपरी काळजी घेण्यात तिला आनंद होता.

पण नेमकं बाळाला घेऊन त्याच्या वडिलांच्या घरी परत जायच्या सुमाराला तो आजारी पडला. खोकला आणि ताप आला त्याला. त्याच्या डोळ्यांतून पाणी वाहायला लागलं आणि श्वास घ्यायलाही त्रास व्हायला लागला. त्याच्या प्रत्येक श्वासाबरोबर येणारा खरखर आणि कूं-कूं आवाज ऐकून तिला काळजात कोणीतरी कट्यार खुपसत असल्यासारखं वाटलं.

हवालदिल होऊन तिनं टॅक्सी केली आणि त्याला मडगावच्या स्पेशालिस्ट डॉक्टरकडे घेऊन गेली. डॉक्टरांनी त्याला काळजीपूर्वक तपासलं.

''नुसती सर्दी आहे, पण जास्त आहे इतकंच.'' त्यांनी तिला समजावलं, ''ही औषधं त्याला दे.'' आणि त्यांनी बाळासाठी औषधं लिहून दिली.

''तो मरणार आहे का डॉक्टर?''

डॉक्टर हसले. ''नाही, त्याला धोका नाहीये. जर तसा असता तर मी त्याला हॉस्पिटलमध्ये दाखल करायला सांगितलं असतं. त्याला वेळेवर योग्य औषधं देत जा आणि काही दिवसांतच तो ठीक होईल.''

तिनं अगदी काटेकोरपणे औषधं दिली, पण तो संपूर्ण दिवस बाळ कर्कश आवाज करतच श्वास घेत होतं आणि कधीतरी त्याचा श्वास बंद पडेल की काय अशा भीतीनं ती त्याच्याकडे लक्ष ठेवून रात्रभर जागीच होती.

सभोवार पसरलेल्या काळोखात बसून स्वतःचं बाळ गमवावं लागेल असा विचार करता करता मनात इतरही भीती जाग्या झाल्या. पाद्र्यानं सांगितलेल्या अभद्र गोष्टी तिच्या कानात तीव्र आवाजात घुमायला लागल्या. आई-वडिलांचं पाप... निरागस मुलं भोगतात... पाप... मृत्यू... अचानक एका वाईट विचारानं तिच्या मनात घर केलं. तिचं प्रिय बाळ, ज्याच्यामुळे तिच्या मनात आनंद फुलायला लागला होता, तो तिच्यापासून हिरावला जाणार होता का? तिच्या हातून घडलेल्या पापाची शिक्षा म्हणून? इतके दिवस दाबून ठेवलेलं दुःख उफाळून आलं आणि तिनं मोठ्यानं हंबरडा फोडला. सगळं घरदार जागं झालं.

एकदा तिनं दुःखाला वाट करून दिल्यानंतर तिचा त्यावरचा ताबाच सुटला. ती किंचाळीमागून किंचाळी फोडत सुटली. तिची आई आणि बहीण दचकून झोपेतून

जाग्या झाल्या. त्यांनी तिला शांत करण्याचा खूप प्रयत्न केला; पण त्यांना ते फारसं जमलं नाही. तिच्या भयानक किंकाळ्या थांबल्या, पण वाटणारी भीती कमी झाली नाही. बाळाला छातीशी धरून ती जमिनीवर झुकली. एखाद्या जखमी जनावरासारखी वळवळायला लागली. कोणालाही जवळ येऊ देईना ती.

डेव्हिडही किंचाळायला लागला. तिनं त्याला शांत करायचा प्रयत्न केला; पण ती स्वतःच अशांत असल्यामुळे त्याचं किंचाळणं जास्तच वाढलं. तिनं त्याला गदागदा हलवलं, पण तो काही गप्प झाला नाही. वादळी डोळ्यांनी तिनं इकडे-तिकडे बघितलं. बाळाला आईच्या हातात कोंबत ती पिसाटल्यासारखी धावत धावत घराबाहेरच्या काळोखात दिसेनाशी झाली. तिच्या जोरजोरात मारलेल्या किंकाळ्या त्यांना ऐकू येत होत्याच.

अंतोनेतनं घाबरलेल्या आईकडे दीनवाण्या नजरेनं पाहिलं. पण काही सांगण्यासारखी तिची परिस्थिती नाही असं लगेच तिच्या लक्षात आलं. मग ती घाबरत घाबरतच स्वतःच्या डोकं ठिकाणावर नसलेल्या बहिणीच्या मागे धावली.

ती जवळच सापडली. चॅपेलच्या जमिनीवर पालथी पडलेली. क्रॉस उभा केलेल्या चौथऱ्याभोवती तिनं दोन्ही हात टाकले होते आणि ती हुंदके देत होती. ती कसा प्रतिसाद देईल याची अंतोनेतला भीती वाटत होती; पण बहिणीवरच्या प्रेमानं तिनं तिला हलकेच उठवलं आणि घरी घेऊन गेली, तेव्हाही ती रडतच होती.

सुक्कोरिना गरीब गायीसारखी तिच्या पाठोपाठ गेली. गादीवर पडली आणि तिनं आढ्याकडे नजर लावली. तिचे ओठ हळूहळू काहीतरी पुटपुटत होते. माय आणि अंतोनेतनं सुटकेचा निःश्वास सोडला; पण सुक्कोरिनाच्या डोळ्यांतील बेफिकिरीची चमत्कारिक चमक पाहून त्या अस्वस्थ झाल्या होत्या.

सूर्य उगवला. सगळीकडे प्रकाश झाला. रात्रीचा अंधार नाहीसा झाला आणि भीतीनं बावरून गेलेल्या त्यांच्या मनात थोडी आशा निर्माण झाली; पण ते दुःस्वप्न संपलं नाही. ती चमकून उठली आणि गादीवरून उतरून सटासट खिडक्या-दारं बंद करायला लागली. तिला आणि तिच्या बाळाला नाहीसं करण्याचा प्रयत्न कोणीतरी करतंय, अशी उगाचच कल्पना करून घेऊन ती काहीतरी असंबद्ध बरळायला लागली.

त्या तिची समजूत घालायला लागल्या तेव्हा तिचा चेहरा विचित्रच वाकडातिकडा झाला आणि ती जास्तच मोठ्यानं ओरडायला लागली. त्या भिऊन मागे सरकल्या आणि काही कल्पना नसतानाच एकदमच ती बाहेर पळाली. जाता जाता तिनं स्वतःचे कपडेही फाडले. त्यांना परत ती क्रॉसजवळ पालथी पडलेली सापडली. कडवटपणे रडणारी आणि कधीतरी चिडून किंचाळणारी. जेव्हा तिच्या अंगातली शक्तीच संपली तेव्हाच तिला त्या परत घरी आणू शकल्या. ती जमिनीवर बसून ॲलोलिया आणि प्रार्थना म्हणायला लागली.

शेजारपाजारचे लोक गोळा झाले आणि बहुमूल्य सल्ले द्यायला लागले.

"हे काही तिचं नेहमीचं वागणं नाहीये!"

"ती नेहमी किती शहाण्यासारखं वागते आणि कामसूही आहे."

"याच्याआधी तिनं कधी कोणावर आवाज चढवला नव्हता."

याचं कारण एकच असू शकतं – "तिला पछाडलंय कुणीतरी!" सगळ्यांच्या मनात आलेली गोष्ट बोलून दाखवण्याचा धीर एका म्हाताऱ्या बाईनं केला. ते ऐकल्यावर जोरजोरात माना हलवून सर्वांनी मान्यता दिली.

"आता काय करायचं?"

स्वतःच्या मुलीनं जोरदार हंबरडा फोडलेला ऐकून सुक्कोरिनाच्या आईनं निराशेत हात चोळले.

"हे भूत काढणं माझ्या आवाक्याबाहेरचं आहे." आजूबाजूच्या परिसरातली वाईट नजर काढून टाकणारी, एक कमरेत वाकलेली बाई सावधपणे म्हणाली, "तिला एखाद्या व्यावसायिक मांत्रिकाकडेच न्यावं लागेल तुम्हाला."

भोवती जमलेल्या सर्वांच्या माना पुन्हा जोरजोरात हलल्या.

टॅक्सी बोलावली गेली. त्यात बसायला सांगितलं तेव्हा सुक्कोरिनानं चक्क नकार दिला.

"कुठं घेऊन जाताय मला?"

"बरं करण्यासाठी पाद्र्याकडे."

"मला काहीही झालेलं नाहीये," तिला कसलीतरी भीती वाटली. "तुम्ही सगळे मला ठार मारणार आहात. मला नाहीसं करणार आहात तुम्ही!" तिनं बाल्कनीच्या खांबाभोवती हातापायांची घट्ट मिठी मारली आणि सोडायला ठाम नकार दिला.

त्यांनी तिला बाबापुता केलं. धमकावलं, ढकललं, खेचलं, सगळं व्यर्थ! जितका त्यांनी जास्त प्रयत्न केला तितकी तिला जास्तच शंका यायला लागली. किनऱ्या आवाजात किंचाळत ती जवळ येणाऱ्या प्रत्येकाला मारायला आणि लाथा घालायला लागली.

"आता आपण करायचं तरी काय?" माय मोठ्यांदा रडायला लागली.

त्यातलीच दोन माणसं पुढे झाली. "दोरखंड आहेत का?" एकानं विचारलं, "तिचे हातपाय बांधावे लागतील."

अंतोनेत पळत पळत विहिरीशी गेली आणि दोरखंड घेऊन आली.

"माझ्या जवळ येऊ नका," सुक्कोरिना ओरडली, "तुम्ही मला ठार मारायच्या आधी मीच तुम्हाला ठार मारून टाकेन."

पण ते पुष्कळ जण होते. चहूबाजूंनी ते तिच्यावर झेपावले. तिनं खूप निकराची धडपड केली; पण शेवटी तिची शक्ती कमी पडली. त्यांनी तिचे हातपाय पकडले,

तरीही ती त्यांना चावायचा प्रयत्न करत होती.

"तिचं तोंड पण बांधा."

एका माणसानं फडकं काढून तिच्या तोंडात बोळा कोंबला.

मग त्यांनी तिला गाडीत कोंबलं आणि गाडी घाईघाईनं निघून गेली.

ती आधी ज्या प्रार्थनासभेला आली होती, तिकडेच तिला सगळ्यांनी नेलं. तेव्हा तिला वाटलं की, आपलं मरण जवळ आलंय आणि आता तिला नरकातल्या आगीच्या आणि राक्षसाच्या छळवादाकडे सोपवून टाकणार आहेत. ती जमिनीवर पाद्र्याच्या पायाजवळ बसली. अजूनही तिचे हातपाय बांधलेलेच होते. कोणीतरी तिच्या तोंडातला बोळा काढला आणि तिनं पाद्र्याला शिव्यांची लाखोली वाहिली.

त्यानं तिला तिच्या सर्व पापांचं प्रायश्चित्त करायला सांगितलं.

ती जास्तच ओरडायला लागली. सगळ्यांच्याच नावानं अश्लील शिव्या द्यायला लागली.

"फादर, ती असे शब्द कधीच वापरत नाही," तिची आई म्हणाली, "ती बोलत नाहीये हे."

सगळ्या शेजाऱ्यांनीसुद्धा होकारार्थी माना हलवल्या.

"तिला ज्या भुतानं झपाटलंय तेच तिला असं बोलायला लावतंय!"

पाद्र्यानं त्या भुताला स्वतःचं नाव सांगण्याची आज्ञा केली.

ती त्याच्या तोंडावर थुंकली.

त्यांनी तिला गुडघ्यावर बसवलं आणि तिला सोडून जाण्याची भुताला आज्ञा केली.

ती जमिनीवर गडगडायला लागली आणि डोकं आपटायला लागली.

त्यांनी तिच्या अंगावर पवित्र पाणी शिंपडलं आणि हातानं क्रॉसचं चिन्ह केलं. पण ती कशानंच शांत झाली नाही. पाद्र्यानं तिच्या डोक्यावर हात ठेवून प्रार्थना केली आणि तिला दुसऱ्या दिवशी घेऊन यायला सांगितलं.

थकून भागून आणि निराश होऊन ते तिला परत घरी घेऊन गेले. वाकडातिकडा झालेला तिचा चेहरा आसुरी दिसत होता. गाडीत बसलेल्या माणसांना भीती वाटली. स्वतःवर क्रॉसचं चिन्ह करत ते आपापल्या आवडत्या संतांची प्रार्थना करायला लागले आणि या सगळ्या अरिष्टापासून संरक्षण करायला विनवायला लागले.

कधीकधी ती शांत व्हायची; पण थोडाच वेळ. त्यांना फारशी उसंत मिळायची नाही. कोणीतरी अदृश्य शक्ती तिची शिकार करण्याचा प्रयत्न करत असावी अशा रीतीनं ती एकदम दचकायची आणि पुन्हा जोरजोरात किंचाळायला लागायची. त्या किंकाळ्या ऐकणाऱ्यांच्या मनात धडकी भरायची. त्या किंकाळ्या जणू नरकातूनच बाहेर पडत होत्या. त्या किंकाळ्या एकदम वेड्यापिशा हसण्यात बदलायच्या आणि

पाठोपाठ घाणेरड्या आवाजात ॲलोलिया सुरू व्हायचं.

मग ते परत त्या काळी जादू करणाऱ्या बाईकडे मदत मागायला गेले.

"जर तिला पाद्री मदत करू शकला नसेल तर तिला त्याहून मोठ्या मांत्रिकाकडे न्यावं लागेल..." आणि तिनं एका दूरच्या खेड्याचं नाव सांगितलं. मग सुक्कोरिनाला परत बांधलं, डुकराला मारण्यासाठी नेतात तसं आणि थांबून राहिलेल्या टॅक्सीत ढकललं. ती किंचाळतच होती.

या वेळी तिला एका जित्याजागत्या नरकातच उतरवलं. जंगलाच्या मध्येच कुंपण घालून आवार तयार केलं होतं. तिथं दगडी जमिनीवर दोन उघडीबंब माणसं गुडघे टेकून बसली होती. जवळच्याच झाडांपासून तयार केलेले फोक घेऊन स्वतःलाच झोडपत होती. त्या मोकळ्या केलेल्या जागेच्या मध्यभागी पवित्र झाड होतं. त्याभोवती काही बायका गुडघ्यावर बसल्या होत्या. त्या स्वतःची छाती पिटत होत्या आणि केस ओढत होत्या.

एक चांगला धट्टाकट्टा तरुण भक्कम झाडाला साखळ्यांनी बांधलेला होता. अधूनमधून तो हिंसकपणे साखळ्या खळखळवत त्या तोडून सुटका करून घेण्याचा प्रयत्न करत होता. त्याच्या तोंडाला फेस येत होता. तो गलिच्छ शिव्यांची लाखोली वाहत होता. काही करू शकत नसल्यामुळे तो चवताळला होता. तो केविलवाणं रडत होता आणि मध्येच रागानं आणि भयानं ओरडत होता; पण ते काही बहिऱ्या स्वर्गात ऐकू जात नव्हतं.

डोळ्यांपुढचं ते दृश्य बघून सुक्कोरिनाच्या पोटात भीतीनं खड्डा पडला. तिला स्पष्ट दिसत होतं की, तो नरकच होता आणि तिथं निराशेचं राज्य होतं. तिच्या स्वतःच्या किंकाळ्या थांबल्या. तिनं डोळे बंद करून ते असह्य दृश्य आणि मानवाचे हाल केल्यामुळे ऐकू येणाऱ्या किंकाळ्या यातून सुटका करून घेण्याचा प्रयत्न केला.

दोन धट्टेकट्टे मदतनीस पुढे आले. त्यांनी तिला उचलून घेतलं आणि त्या गोल मोकळ्या जागेच्या सीमेवर ठोकलेल्या खुंटाला बांधून घालण्यासाठी घेऊन गेले. ती तिथं डोळे बंद करूनच उभी राहिली. झावळ्यांच्या झोपडीतून एक भगवी कफनी घातलेला साधू बाहेर आला आणि तिच्यासमोर उभा राहिला.

"डोळे उघड," त्यानं आज्ञा केली.

तिनं त्याची आज्ञा पाळली आणि डोळे उघडले. त्याचा चेहरा तिच्या चेहऱ्यापासून थोड्याच अंतरावर होता. काही इंचच. भेदक डोळ्यांनी तो कठोरपणे पाहत होता. ती परत भीतीनं गारठून गेली. एका बाजूनं दुसऱ्या बाजूला डोकं वळवत परत किंचाळायला लागली. त्याच्या धमकावणाऱ्या नजरेला चुकवायचा प्रयत्न करायला धडपडू लागली.

तिच्याकडे दुष्टपणे पाहत पाहतच तो शांत आवाजात काहीतरी एका सुरात

म्हणायला लागला. हळूहळू त्याचा आवाज मोठा झाला. त्यात जास्त जरब आली. तिला समजत होतं की, तो तिला वश करावयाचा प्रयत्न करतोय. ती सर्व शक्तिनिशी त्याला प्रतिकार करू लागली. त्याच्या चेहऱ्यावर दिसणारा भाव पाहून तिला किळस आली.

तिचा चिवट प्रतिकार पाहून त्यानं हातातला सोटा उगारला आणि तिला भीती दाखवली. आवाजात जरब आणून तिला अनोळखी असणाऱ्या भाषेत आज्ञा करायला लागला.

तिच्या मनात भीतीबरोबरच रागही निर्माण झाला आणि सुक्कोरिना किंचाळतच राहिली. तिचा आवाज घोगरा झाला होता. चिरत होता. दोघेही निर्धारानं एकमेकांशी सामना करत होते. सरतेशेवटी त्याचा आवाज उंच उंच चढत गेला. त्यानं तिला सोट्यानं जोरात फटका मारला आणि तो निघून गेला.

ती किंचाळायची थांबली आणि थकून मान खाली घालून उभी राहिली. आता तिच्या कानावर इतरांच्या किंकाळ्या पडायला लागल्या. तिनं आजूबाजूच्या लोकांकडे बघितलं. त्यांना खूप यातना दिल्या जात होत्या. त्या पाहून तिच्या मनात क्षणभर प्रकाश चमकला. तिचं दुःख नाहीसं झालं.

त्या लोकांना वाचवण्यासाठीच ती इथं आली होती!

त्या क्षणी तिला कळलं की, त्यांना वाचवता यावं म्हणून तिचा बळी देणार होते. तिला धर्ममंडळाच्या या कार्यासाठीच आणलं होतं. तिला धन्य धन्य वाटलं. तिच्या चेहऱ्यावर शांती पसरली. तिला वाटणारी असहायता नाहीशी झाली आणि विशिष्ट उद्देश मनात धरून तिनं सर्वत्र नजर फिरवली.

तेवढ्यात तो साधू आपल्या दोन मदतनिसांना घेऊन परत आला. त्याच्या हातात एक वाडगा होता. तिच्यासमोर उभं राहून त्यानं पुन्हा एकवार तिच्याकडे भेदक नजरेनं पाहिलं; पण आता इतरांना वाचवण्याची इच्छा मनात असल्यामुळे तिनं शांतपणे त्याच्या नजरेला नजर दिली.

पुटपुटत त्यानं वाडगा वर केला. त्यातलं पेय तिनं प्यावं म्हणून! त्यात गलिच्छ दिसणारं, गलिच्छ वासाचं काहीतरी मिश्रण होतं. तिनं स्वतःचं तोंड घट्ट बंद केलं आणि त्यांनी जोर लावून तिचा जबडा उघडण्याचा प्रयत्न केला.

तिनं प्रतिकार केला. पण मग तिच्या चेहऱ्यावर छद्मी हसू आलं. अचानकच तिनं त्यांचं म्हणणं ऐकलं आणि ते पेय तोंडात घेतलं. ते जितकं गलिच्छ दिसत होतं तितकंच चवीलाही घाणेरडं होतं. ते समाधानानं हसत असतानाच तिनं चपळाईनं त्यांच्या चेहऱ्यावर चूळ फेकली. त्यांच्या गालावरून ते ओघळायला लागलं आणि ती मोठमोठ्यानं खदखदायला लागली. संतापानं त्यांचे चेहरे वाकडेतिकडे झाले आणि हातात असलेल्या काठ्यांनी ते तिला बदडायला लागले.

धार्मिक पोटतिडकेची जागा भीतीनं घेतली आणि ती विकृत आरडाओरडा करायला लागली. तिच्याबरोबरच्या दुर्दैवी जिवाच्या आकांतात तिचाही सूर मिसळला. कडवट निराशेचे अश्रू तिच्या गालावरून ओघळायला लागले.

सुक्कोरिना त्या ठिकाणी पूर्ण तीन दिवस राहिली. पण कुठल्याच यातना देणाऱ्या विधीचा उपयोग झाला नाही.

ते तिला परत घरी घेऊन आले. काळीनिळी झालेल्या आणि बुकलून काढलेल्या अवस्थेत! आता तिची स्थिती पहिल्यापेक्षाही खराब झाली होती. भेटायला येणाऱ्या प्रत्येकाची तिला भीती आणि तिरस्कार वाटायचा आणि ती पुन्हा किंचाळायला लागायची. तरीही मित्रमंडळ, शेजारी आणि नातलग येतच राहिले. त्यांना वाटणारं तीव्र कुतूहल दूर करण्यासाठी! येताना ते तिच्या अंगावर ठेवण्यासाठी पवित्र तसबिरी, पुतळे, पदकं आणि काहीबाही घेऊन यायचे.

त्या वाईट नजर काढणाऱ्या बाईनं तिच्या पाठीवर आणि हातापायांवर रसरशीत तापलेल्या लोखंडी पळ्या आणि अंगठ्यांनी चटके दिले. नको असलेल्या पाहुण्याला हाकलून लावण्याची ती वर्षानुवर्षं वापरली जात असणारी पद्धतच होती. तिच्या शरीराला यातना देणाऱ्या जखमा केल्या की ते पळून जातं, पण या गोष्टींची आठवण जखमांच्या रूपानं कायम अंगावर ठेवून जाते. पण कशाचाच उपयोग झाला नाही. ते सर्वशक्तिमान आणि प्रतिकार करणारं पिशाच्च जणू त्यांच्या त्याला हाकलून देण्याच्या वांझ प्रयत्नाला हसत होतं. त्याची आदरयुक्त भीती वाटून ते मागेच सरकले. शेवटचा प्रयत्न म्हणून कोणीतरी डॉक्टरला घेऊन आलं. तो आला आणि त्यानं सगळं लक्षपूर्वक ऐकलं.

''तिला अल्तिनोच्या रुग्णालयात घेऊन जा,'' त्यानं सल्ला दिला, ''तिला मानसिक आजार झालाय आणि उपचारांची गरज आहे.''

पण त्यांचं धैर्यच खचलं होतं.

''पाद्रीबाबानं स्वतः हार मानली असताना डॉक्टर काय करू शकणार?''

''डॉक्टर्स खूप शिकलेले असतील पण याबाबतीत ते काय करणार?''

हा काही शारीरिक आजार नव्हता. तो आत्म्याचा आजार होता. त्यांना फक्त देवच वाचवू शकणार होता आणि त्यांच्या केविलवाण्या विनवण्या त्याला ऐकू जात नव्हत्या.

मायोला : **गोठवणारा रितेपणा**

मी कुठल्यातरी परदेशी समुद्रकिनाऱ्यावरील झावळ्यांच्या झोपडीसारख्या उपाहारगृहात आहे. नारळाच्या चटया लावून त्यात अनेक विभाग केले

आहेत. विचित्र, भयानक रंगानं केस रंगविलेल्या दोन वेश्या कामुक प्रदर्शन करत आहेत. त्याकडे बघावंसंही वाटतंय आणि किळसही येतेय. त्या माझ्या दिशेनं येऊ लागतात आणि मी भिऊन पळ काढते. दुसऱ्या विभागात जाऊन लपण्याचा प्रयत्न करते.

मागच्या बाजूनं मी बाहेर पडते तेव्हा तिथं एक गावातच राहणारी बाई बसलेली असते. तिनं छाती उघडीच टाकलीय. तिच्या समोर मोठमोठ्या टोपल्यांत माल मांडून ठेवलाय. माझी खात्री आहे की, तो तिनंच पिकवलाय आणि बनवलाय. तिच्या आजूबाजूला दोन पोरं खेळतायत. मालाची योग्य किंमत आणि कसदारपणा पाहून मला नवलच वाटतं. ती अगदी साधीसुधी आणि व्यवहारी बाई आहे. मला तिचं खूप कौतुक वाटतं. का, कोण जाणे!

मला जेव्हा झरेलाच्या मृत्यूविषयी समजलं, तेव्हा माझ्या आई-वडिलांना कसं सांभाळावं हा माझ्यापुढचा सर्वांत महत्त्वाचा प्रश्न होता. मला माहीत होतं की, बातमी ऐकून ते पूर्णपणे कोलमडूनच जातील. तसंच झालं. खंबीरपणे मी माझं स्वतःचं दुःख बाजूला सारलं. बरेचसे औपचारिक सोपस्कार करावे लागणार होते आणि त्यासाठी मन स्थिर असणं आवश्यक होतं.

मी शवागारातील त्या शवाकडे पाहिलं तेव्हा क्षणभर मला सुटका वाटली. त्या शवाच्या चेहऱ्यावर झरेलासारखं तेजस्वी सौंदर्य नव्हतं. शरीर फुगलेलं होतं आणि लांबसडक केस चिखलानं बरबटले होते. पण ती झरेलाच होती.

माझ्याभोवती काळोखी पसरली आणि मी काळ्या विवरात खोल जातेय, असं मला वाटलं. एडगरनं मला धरलं.

"मायोला, ठीक आहेस का तू?" कुठूनतरी दूरवरून आल्यासारखा त्याचा आवाज आला. हळूहळू काळोखी दूर झाली आणि परत मी शवागारात उभी आहे हे जाणवलं. एडगर काळजीनं माझ्या नाडीचे ठोके बघत होता.

"बापरे, मायोला तू खरंच मला घाबरवलंस," तो म्हणाला.

मला समजलं की, पोलीस तिचं शव घेऊन आले होते आणि शवविच्छेदनानंतरच ते आमच्या ताब्यात दिलं जाणार होतं.

माझ्या शरीरातला कणनूकण जड झाला होता. मी खूप थकून गेले होते. घरी गेल्यावर आई-वडिलांना ती भयानक बातमी द्यायला मी कचरत होते. होता होईल तितकं सौम्यपणे मी त्यांच्याशी बोलले; पण अशा प्रकारचा आघात कितीसा सौम्य करता येणार?

ते अजिबात हालचाल न करता बसून राहिले. धक्क्यामुळे सुन्न होऊन निर्विकार नजरेनं समोर पाहत बसले. डॅनीकाका आणि फिलोकाकी आले तेव्हा मी सुटकेचा

निःश्वास टाकला. पुढे काय करायचं हे त्यांना समजत होतं. माझ्या चुलत भावंडांना वेगवेगळ्या ठिकाणी निरोप द्यायला पाठवलं. मला पण काहीतरी काम सांगावं असा मी आग्रह धरला. आपणही मदत करतोय या समाधानाबरोबरच कामात गुंतल्यामुळे मी दुःखालाही थोडं दूर ठेवू शकत होते.

अंत्यविधीची तयारी होत आली तरी ममाचे डोळे कोरडे आणि निर्विकारच होते. कोणत्याच भावना ती व्यक्त करत नव्हती. पण जेव्हा ती शवपेटी पुरण्यासाठी खड्ड्यात उतरवायला लागले तेव्हा तिचा बांध फुटला आणि आपली मुलगी आपल्यापासून दूर नेऊ नये म्हणून ती रडत-ओरडत लोकांच्या विनवण्या करायला लागली. तिनं स्वतःला शवपेटीवर झोकून दिलं आणि असंबद्ध बडबड करायला लागली. झरेलाला ती वचनं द्यायला लागली की, तिला दूर पाठवणार नाही. ती नैरोबीलाच राहिली तरी चालेल. मोठं झाल्यावर तिला हवं असेल ते तिनं बनावं अशी.

माझ्या मतिगुंग अवस्थेतून मी दचकून बाहेर आले. मला वाटलेली भीती खरी ठरली होती. ममा भ्रमिष्ट झाली होती. वास्तवाचा तिला विसर पडला होता. झरेला १२ वर्षांची असताना तिनं गोव्याला जाण्यासाठी नैरोबी सोडलं, त्यापूर्वीच्या काळात ती वावरत होती.

ती त्यांना शवपेटी खाली उतरवायला मना करत होती. केविलवाणेपणानं झरेलाला परत बोलावत होती. तिला चांगलं आयुष्य देण्याचं वचन देत होती.

फिलोकाकी तिला घट्ट धरून बाजूला करत होती; पण ती जोरजोरात ओरडून विरोध करत होती. बऱ्याच बायकांनी मिळून तिला बाजूला केलं. ती किंचाळत आणि लाथा झाडत असताना तसंच उचलून तिला गाडीकडे नेलं, परत घरी घेऊन जाण्यासाठी.

फिलोकाकीनं मला आहे तिथंच थांबण्याचा इशारा केला होता. तिनं ममाची काळजी घेतली असती. मी काहीच न बोलता तिचं ऐकलं. झरेलाची शवपेटी खाली जात असताना मी सुन्नपणे पाहत होते. माझ्या हातात कोणीतरी मूठभर माती दिली आणि त्या लाकडी पेटीवर घालायला सांगितली. तसं करून मी मागे सरकले आणि डोळे मिटले. लगेचच झरेला एखाद्या स्वप्नासारखी मला दिसली.

झरेला जलपरी बनली होती. इंद्रधनुषी रंगाच्या पोवळ्याच्या जाळीतून निळ्याशार स्फटिकासारख्या पाण्यात ती पोहत होती. तिचे लांब काळे केस तिच्या मागे लहरत होते आणि गळ्यात तिनं मोत्यांच्या माळा घातल्या होत्या. ती हसत होती. ती इतकी सुंदर आणि खुशीत दिसली की, मला परत एकदा पहिल्यासारखं धावत धावत जाऊन तिच्यापर्यंत पोहोचण्याची इच्छा झाली.

दिवास्वप्न पाहता पाहता माझ्या चेहऱ्यावर हसू आलं असावं बहुतेक. कारण

शेजारी उभं असणाऱ्या चुलत बहिणीनं मला कोपरानं ढोसलं. माझं स्वप्न भंग पावलं आणि माझ्या लक्षात आलं की, आजूबाजूचे लोक माझ्याकडे विचित्रपणे बघतायत. मी दाणकन परत वास्तवात आले.

आम्ही घरी परतलो तेव्हासुद्धा ममा बरळत होती. तिनं बुकीला हातात घट्ट धरलं होतं आणि बाहेर जाऊन झरेलाला शोधावं असं सगळ्यांना विनवत होती. ती म्हणत होती की, झरेला अजून घरी आली नाहीये आणि एकट्या छोट्या मुलीला बाहेर धोका आहे. आम्ही लहान होतो तेव्हा आमच्यावर ज्या डॉक्टरांनी उपचार केले होते त्यांना कुणीतरी बोलावून आणलं. त्यांनी इंजेक्शनची सुई तयार केली. मी ममाला धरून ठेवलं आणि त्यांनी सफाईनं ते तिच्या दंडावर टोचलं. तिला शांत करण्यासाठीच ते दिलं होतं. मग ती छान झोपी गेली. तिला त्याची फारच गरज होती.

तिला जाग येऊ नये म्हणून आम्ही अलगद चालत होतो. जागी झाली तेव्हा ती शांत होती, पण काहीशी अलिप्त. तिची खळखळ थांबली होती म्हणून आम्हाला सर्वांना सुटल्यासारखं वाटलं. ती यांत्रिकपणे वागत होती. सभोवताली घडणाऱ्या गोष्टींचं तिला अजिबात भान नव्हतं. तिच्या समोर झरेलाचा उल्लेखसुद्धा करणं आम्ही टाळलं. कारण आम्हाला भीती वाटत होती की, तिला परत वेडाचा झटका येईल.

पपांनी परत त्यांच्या नेहमीच्या कामात स्वतःला गुंतवून घेतलं. पण आता त्यांची हालचाल हळू झाली होती आणि खांदेही पडले होते. एका रात्रीत ते म्हातारे झाले होते. ते लांबवर फिरायला जायला लागले, बहुतेक दफनभूमीकडे. घरी तर आमच्यात काही संवाद होतच नव्हता. पण मला वाटत होतं की, ते झरेलाशी मूकपणे खूप संवाद साधतात.

त्यांनी मोठ्या प्रेमानं झरेलासाठी फुलझाडं लावली. त्यामुळे मातीच्या इतर ढिगाऱ्यात झरेलाचं थडगं छान दिसायचं. पपांच्या प्रेमाच्या त्या रंगीबेरंगी प्रतीकांमुळे उठून दिसायचं.

पुढचे काही दिवस फिलोकाकी आणि माझ्या चुलत बहिणी आमच्याच घरी राहिल्या म्हणून मला खूप बरं वाटलं. त्यांच्यामुळे घरातलं वातावरण बरंच हलकं झालं. त्यानंतर आजी आमच्याकडे राहिली. काही वर्षांपूर्वीच तिनं मुंबईतली नोकरी सोडली होती आणि चिनचिनीमध्ये स्वतःच्या घरी राहत होती.

या अडचणीच्या दिवसांत ती भक्कम आधार बनली. तिचा देवावर अगदी अढळ विश्वास होता आणि त्यानंच आम्हाला यातून तारून नेलं असं तिला वाटत होतं. तिला खूप विश्वास होता की, देवाच्या हातात ती सुखरूप आहे आणि कधीतरी आमची सर्वांची पुन्हा भेट होईल. कधीकधी मलाही स्वतःच्या शंकाकुशंका सोडून तिचं म्हणणं मान्य करावं, असा मोह होई.

एक अस्वस्थता मला सारखी कुरतडायची. मी घरी संपूर्ण सत्य सांगितलं नव्हतं. त्यांना वाटत होतं की, झरेलाचा मृत्यू म्हणजे अपघात होता. ममा मात्र स्वतःच्या कल्पनेला घट्ट धरून होती की तिचा हेवा वाटून कुणीतरी तिचा खून केला होता.

शवविच्छेदन झाल्यानंतर काय समजलं होतं ते फक्त डॅनीकाकाला आणि मला माहीत होतं. बुडण्यामुळे मृत्यू आला होता. पण तिच्या अंगावर जखमा नव्हत्या. अगदी ओरखडासुद्धा नव्हता आणि मृत्यू आला त्या वेळी तिला दिवस जाऊन तीन महिने झाले होते. एवढं पुरेसं नव्हतं म्हणून की काय, तिनं माझा ज्या तऱ्हेनं शेवटचा निरोप घेतला होता, त्याची मला वारंवार आठवण होत होती.

त्यामुळे जेव्हा आजी झरेला देवाजवळ असण्याची गोष्ट करायला लागली तेव्हा तिच्याशी बोलणं मला गरजेचं वाटायला लागलं.

"आजी," शेवटी एके दिवशी मी तिला विचारलंच, "झरेलानं पाप केलं असेल तर काय?"

"पाप तर आपण सगळेच करतो," तिनं सहजपणे उत्तर दिलं, "देव म्हणजे प्रेमाचंच रूप. देव सगळ्यांना माफ करतो."

माझं तेवढ्यानं समाधान झालं नाही. मी नेटानं विचारलं, "जर झरेलानं मोठं पाप केलं असलं आणि त्यासाठी क्षमा मागण्यापूर्वीच तिला मरण आलं असलं तर?" शाळेत शिकलेली प्रश्नोत्तरांची पद्धत अजूनही माझ्या डोक्यात पक्की होती. त्या वेळी आजीनं माझ्याकडे जसं पाहिलं ना, ती नजर मी कधीच विसरू शकणार नाही. त्यात जाणीव, ज्ञान आणि सहानुभूती पुरेपूर भरली होती. तिनं जणू माझ्या अंतरात्म्यात डोकावून पाहिलं. माझ्या मनात आलं की तिला झरेलाच्या बाबतीत काय घडलंय हे पूर्ण समजलंय. ज्या ओझ्याखाली मी दडपली जात होते त्यापासून मुक्त झाल्यासारखा मला आनंद झाला; तिनं काही उत्तर देण्याआधीच.

"मायोला, आपल्या अधम वागण्यानं आपण देवावर उपकारच करत असतो. तसं करून आपण त्याला थोडं खालच्या पातळीवर आणतो. आपल्याला वाटतं, त्यापेक्षा देव खूप खूप थोर आहे. त्याच्याकडे अपरंपार प्रेम आहे आणि कोणतंही पाप, लक्षात घे मायोला, कोणतंही पाप इतकं मोठं नसतं की त्यासाठी तो क्षमा करू शकणार नाही."

तिनं मला जवळ घेतलं आणि मी तिला घट्ट मिठी मारली. माझ्या डोळ्यांतून प्रेमाचे आणि सुटका झाल्याचे अश्रू वाहू लागले.

मला परत कामावर जायला हवं होतं. ममाची काळजी घेण्यासाठी आजी तिथंच राहिली. तिच्या मनावर अजूनही खिन्नतेचं ओझं होतं. मी तिला अँटिडिप्रेसंट्स द्यायला सुरुवात केली होती. ती हळूहळू सुधारायला लागली होती, पण ती पूर्णपणे कधीच बरी झाली नाही.

तिचा नेहमीचा उत्साह लयाला गेला होता आणि ती सुस्त व्हायला लागली होती. झरेलाच्या मृत्यूमुळे तिच्या मनात भीतीनं घर केलं होतं आणि ही भीती आमच्या सर्वांबद्दल असायची. ती कायम जोरजोरात उसासे टाकायला लागली आणि हसायचं तर विसरूनच गेली.

तिचा ठाम विश्वास होता की, कोणाची तरी वाईट नजर लागूनच झरेलाचा मृत्यू झाला होता आणि ही कल्पना मी मोडून काढू शकत नव्हते. विशेषतः अनेक जण त्याला दुजोरा देत असल्यामुळे ते शक्य नव्हतं. माझ्या सुरक्षिततेची तिला फारच काळजी वाटायला लागली. तिनं आशीर्वाद देऊन परत परत क्रॉसचं चिन्ह केल्याशिवाय मला घराबाहेर पडताच यायचं नाही. मी नजरेआड होईपर्यंत ती तसं करत राहायची.

मी अभिमान वाटण्यासारखं काही काम केलेलं असलं तरी त्याबद्दल कोणाशी बोलायचं नाही, उगाच कोणाची तरी नजर लागायला नको म्हणून! आमच्या संस्थेत आता मी मानसशास्त्राची ज्येष्ठ निवासी डॉक्टर होते. एकदा पार्टीला जायचं असताना मी थोडीशी लिप्स्टिक आणि आयलायनर लावलं होतं, तर तिनं मला ते पुसायला लावलं. तिला भीती वाटली की मी चांगली दिसले, तर कोणाचीतरी दुष्ट नजर माझ्यावर पडेल. मला त्याचं काही वाटलं नाही. कारण सौंदर्यप्रसाधनं मी क्वचित वापरत असे आणि मी नेहमी सैलसर, आरामदायी कपडे वापरत असे. त्यामुळे कोणी माझ्याकडे कौतुकानं बघण्याची शक्यताच नव्हती.

आठवड्याच्या शेवटी मी घरी आले की त्या काळ्या जादूवाल्या बाईला बोलावलं जायचं आणि आठवडाभरात जर मला कुणी वाईट नजर लावली असेल तर ती काढली जायची. ती म्हातारी रात्री यायची. उजव्या हातात लाल मिरची आणि नंतर मीठ, तुरटी घेऊन माझ्यावरून उतरवून टाकायची. पूर्ण वेळ ती काहीतरी मंत्र म्हणत असायची आणि मी 'माझा विश्वास आहे' असं म्हणत राहायचे. मग ती मला खोकायला सांगायची आणि मीठ-मिरची विस्तवात टाकायची. त्याच्याबरोबर तुरटीसुद्धा. ममानं शेगडीत विस्तव पेटवलेलाच असायचा. तुरटीचा चुरचुरीत आवाज यायचा आणि ती कितीतरी पटीनं फुलायची. त्या दोघी समाधानानं त्याकडे बघायच्या. कारण त्याचा अर्थ असा होता की नजर व्यवस्थित निघालीय. वाईट नजर निघून गेलीय. जितक्या वेळा हा प्रकार झाला तितक्या वेळा तुरटीचा तुकडा फुलला नाही असं कधी झालं नाही. म्हणजे माझ्यावर फारच भयानक प्रकारची दुष्ट जादू होत असली पाहिजे!

मग ती चिमट्यानं हळुवारपणे तुरटी विस्तवातून बाहेर काढून जमिनीवर ठेवायची. नंतर मी डाव्या टाचेनं तिला चिरडून टाकायचे. अगदी पूड होईपर्यंत चिरडायचे. मग ती काळजीपूर्वक ते सगळं गोळा करून घेऊन जायची आणि त्याची

व्यवस्थित वासलात लावायची. जेणेकरून ती काळी जादू दुसऱ्या कोणालातरी लागू नये.

या सगळ्या विधींमुळे ममाला सुरक्षित वाटायचं. तिची काळजी कमी व्हायची. वाईट शक्तींपासून ती माझं संरक्षण करतेय असं तिला वाटायचं. म्हणून मी ते हसत हसत सहन करायचे. मला त्याचा काही त्रास नसायचा आणि तिला खूप बरं वाटायचं. पण ती म्हातारी गेली की, मला त्याची टिंगल केल्यावाचून राहवायचं नाही.

झरेलाच्या मृत्यूचा मला वाटलं होतं त्यापेक्षा माझ्यावर कमी परिणाम झाला. त्याचं श्रेय मी माझ्या देवावरच्या आणि धर्मावरच्या श्रद्धेला दिलं. तेव्हापासून माझी श्रद्धा थोडी वाढलीच होती. माझ्या सगळ्या शंकाकुशंका संपल्या आणि मी आनंदी झाले. घाबरण्यासारखं काही नव्हतंच. स्वर्गात देव होता आणि सर्व जगाचं भलं चाललं होतं. झरेला जिथं असेल तिथून ती मला हात हलवून दाखवतेय, असं मला वाटायचं आणि आमची दोघींची भेट कधीतरी होईल असा मला विश्वासही होता. तोपर्यंत मला बऱ्याच गोष्टी करायच्या होत्या.

मी कामावर परत गेले. मला शिकवायला आवडायचं. माझ्या आयुष्याला एक अस्पष्ट समाधान व्यापून राहिलं होतं. कामाची घडी बसली होती आणि त्या एकसुरीपणात काहीतरी बदल घडावा असं मनात यायला लागलं होतं. माझ्या बहुतेक वर्गमैत्रिणींची लग्नं झाली होती आणि त्यांना नेहमी परत घरी जायची घाई असायची- आपल्या प्रेमाच्या नवऱ्याकडे, नाहीतर छोट्या बाळाकडे! एकटी पडल्यानं मी खूप वाचन करायला लागले. जरा जास्तच काम करायला लागले. पण तेवढं पुरेसं नव्हतं.

नातलग वरचेवर लग्नाचा विषय काढायला लागले. ममानंसुद्धा विचारलं की, मला कोणात रस वाटतो का, पण तसं काहीच नव्हतं.

एकदा मी एका परिषदेहून परतत होते. तेव्हा खूप जुन्या आठवणींची माझ्या मनात गर्दी झाली. काहीतरी शब्दातीत असं दुःख मला झालं. बसमध्ये कोणीतरी कॅसेट लावली होती. मी खिडकीतून बाहेरचा निसर्ग पाहत होते. माझं गाण्याकडे अर्धवटच लक्ष होतं.

पिंक फ्लॉइडचं 'द वॉल' गाणं लागलं आणि मी दचकलेच. ते झरेलाचं आवडतं गाणं होतं. माहीत असलेले शब्द ऐकताना माझं दुःख अधिकच गहिरं झालं. त्या क्षणाला माझ्या मनाला झरेलाची खूप ओढ वाटली. मला तिची खूप आठवण आली. परत तिला बघावं, तिच्याशी बोलावं असं वाटलं. माझे डोळे भरून आले. माझ्या भावनांची तीव्रता बघून माझं मलाच नवल वाटलं.

संस्थेतल्या माझ्या खोलीपर्यंत पोहोचेतोवर मी त्या दुःखात बुडालेली होते.

झोपायची तयारी करता असताना मी आवेगानं कोलमडले. एकामागून एक दुःखाच्या लाटा येऊन मी गदगदून रडले. आपलं रडणं थांबतंय असं मला वाटायचं, पण लगेच पुन्हा उमाळा यायचा आणि मला थरथरायला व्हायचं.

मला एकदम हरवल्यासारखं वाटलं. भांबावून आणि भिऊन गेले मी. जणू माझा स्वत:वरचा ताबाच सुटला होता. कुठे जावं आणि काय करावं तेच कळत नव्हतं. मृत्यू हाच अंतिम असतो. त्यानंतर काहीच नसतं, अशा प्रकारचे वेडेविद्रे विचार माझ्या मनात यायला लागले. वाटलं, झरेला कायमची गेलीय. या नंतर आमची कधीच भेट होणार नाही हेच खरं. मी स्वत:ला उगीचच फसवत होते, तिला परत भेटेन असं हे सगळं अस्तित्वच निरर्थक आहे.

या विचारांची मला भीती वाटली. तिला दूर सारण्यासाठी मी परत परत 'हेल मेरी' आणि 'अवर फादर्स' कळकळीनं म्हणायला लागले. पण निराशेचे काळे ढग वाढतच गेले, त्याबरोबर माझं दुःखसुद्धा.

संपूर्ण रात्रभर मी माझ्या छोट्याशा खोलीत येरझारा घालत होते – रडत निराश वाटत आणि स्वत:शीच झगडत. उजाडल्यावर मी कपडे केले आणि कामावर गेले. वॉर्डमध्ये गेल्यावर मला जरा बरं वाटलं, पण थकल्यासारखंसुद्धा वाटलं.

माझ्या भावनांचा पेटारा आता उघडला होता. मी तो परत बंद करण्याचा प्रयत्न केला, पण जमलं नाही. मी एकटं राहायचं टाळायला लागले. कारण तसं झालं तर माझ्या मनात वाईटच विचार यायचे. पण संपूर्ण दिवस मला नर्सेसच्या क्वार्टर्समध्ये किंवा वाचनालयात घालविता येणं शक्य नव्हतं आणि माझ्या शरीराला झोपेचीही गरज होती.

एकमेकांत गुंतलेल्या आणि गोंधळात पाडणाऱ्या विविध भावनांची माझ्या डोक्यात नुसती खिचडी झाली होती. त्याचा माझ्यावर ताण पडायला लागला होता आणि आपला मनावरचा ताबा सुटतो की काय, अशी मला भीती वाटायला लागली होती.

झरेलाला घालवून बसल्यामुळे मी दुःखानं पिळवटून गेले होते. तिच्याबरोबर घालविलेले चांगले दिवस मला आठवायचे. तिच्या हसऱ्या आणि चैतन्यपूर्ण अस्तित्वाशिवाय घराला घरपण राहिलं नव्हतं. मला तिचं मजेनं चिडवणं आठवायचं. मुलांशी कसं वागावं याचा मोठ्या बहिणीच्या भूमिकेतून दिलेला सल्ला आठवायचा. आता धावत धावत जाऊन गाठावंसं वाटेल असं कोणीच माझ्यासमोर नव्हतं. मी एकटीच होते.

माझ्या मनात राग खदखदत होता आणि मी तो दाबून टाकत होते. कारण मी जर त्यात गुंतले तर मला जास्तच अपराधी वाटायचं. कधीकधी तो उफाळून यायचा आणि माझ्या आई-वडिलांवर, ते इतके भाबडे आणि आंधळे असल्याबद्दल मी

चिडायचे. समाजावर तो पाषाणहृदयी असल्याबद्दल आणि हक्क गाजवत असल्याबद्दल चिडायचे आणि देवावरही चिडायचे. स्वतःच्या मुलांना आयुष्यात अकल्पित शक्तींबद्दल जोरदार थप्पड खायला एकटंच सोडून दिल्याबद्दल. पण मला सर्वांत जास्त चीड यायची ती स्वतःचीच.

मला खूप अपराधी वाटायचं आणि ती भावना अगदी कुरतडून टाकायची. मला वाटायचं की, मी काहीतरी करायला हवं होतं. तिचा मृत्यू टाळण्यासाठी काहीतरी करायलाच हवं होतं. तिला समजून घ्यायचा प्रयत्न करायला हवा होता. धत्! मानवी भावनांचा व्यवहार समजण्यात मी तज्ज्ञ होते आणि माझ्या स्वतःच्याच बहिणीला जाणून घ्यायला मी कमी पडले होते. मानसोपचारतज्ज्ञ म्हणून काम करत राहण्याची माझी लायकी नव्हती. मी पूर्णपणे अयशस्वी ठरले होते. मी अगदी निरुपयोगी होते.

मी शंकाकुशंकांनी वेढले गेले होते. देव होता का? त्यानं दर्शन द्यावं म्हणून मी खूप विनवणी केली, त्याच्या अस्तित्वाची काहीतरी प्रचिती यावी म्हणून. मी काहीतरी भयानक करण्यापूर्वी त्यानं मला वाचवावं म्हणून.

उत्तरादाखल मला काय मिळालं असेल तर फक्त निःशब्द शांतता. त्यामुळे मला खूप निराशा वाटली. जगण्यात अर्थच काय होता? जगायला कारण काय होतं? आयुष्यभर मी झगडतच आले होते. भरपूर अभ्यास केला होता. माझ्याबद्दलच्या अपेक्षा आणि माझी कर्तव्य पूर्ण करण्याचा जीव तोडून प्रयत्न केला होता आणि शेवटी माझ्या पदरात काय पडलं होतं? मृत्यू आणि कबर. माती असशी; मातीस मिळशी. मागे काहीच राहणार नव्हतं. इतके खूप प्रयत्न करायचे तरी कशासाठी? सगळं व्यर्थच आहे. सगळं पूर्ण पुसून टाकणंच चांगलं होतं. झरेलासारखं.

एके रात्री झरेलाला भेटण्याची मला जी अनावर इच्छा झाली, तिच्यापुढे मी मान तुकवली. पहाटेचे दोन वाजले होते. मी माझी स्कुटी काढली. रिकाम्या रस्त्यावरून जात असताना मी झरेलाबरोबर निळ्याशार समुद्रात पोहत आहे अशी कल्पना करायला लागले. आम्ही दोघीही जलपऱ्या झालो होतो.

मी ठरवलेल्या ठिकाणी पोहोचले. झुआरी पुलावर. दुचाकी रस्त्यावर ठेवून मी कठड्याशी पोहोचले आणि वाकून खोलवरच्या पाण्याकडे पाहायला लागले. उडी मारावी अशी कल्पना केली, पण इतक्या उंचावरून खाली पडण्याच्या विचारानंच भीतीही वाटली. माझ्या लक्षात आलं की, मी तसं करू शकणार नाही. मी भेकड होते. झरेलासारखं धैर्य माझ्यात नव्हतं. मृत्यू समोर उभा राहिल्यावर मला कळलं की माझी मरायची तयारी नव्हती.

मला माझ्या शंकांचीच शंका यायला लागली. मृत्यूनंतर जर खरंच आयुष्य असलं तर काय? पण नन्सचं बरोबर असलं आणि आजीचं चुकलं असलं तर

काय? मोठं पाप केल्यानंतर मृत्यू आला तर मनुष्य कायमसाठी नरकात जात असला तर? मी एकदा एका वैमानिकाची गोष्ट वाचली होती. त्यानं आत्महत्या केली आणि त्याच्या आत्म्याला मोकळं होता न आल्यामुळे तो त्याच्या सडणाऱ्या शरीराशी बांधलेलाच राहिला. ती कल्पनाच भयावह होती आणि तसलं भ्याडपणाचं काम करण्यापासून मी स्वतःलाच सावरलं.

कठड्यावरच मी हातावर डोकं टेकलं आणि मुसमुसायला लागले. आपल्या आयुष्यातील महत्त्वाच्या घटना जाणण्यापासून आपल्याला पूर्ण अंधारातच का ठेवलं जातं? आयुष्य इतकं कठीण आणि दुःसह का असतं? खरं काय असतं? आपल्याला आत्मा असतो की नाही?

मी आकाशाकडे पाहिलं आणि हताश वाटून किंचाळले. माझा आवाज ऐकून मीच दचकले आणि मला शरम वाटली. मी चटकन आजूबाजूला नजर टाकली- कोणी माझं ओरडणं ऐकलं असेल की काय ते पाहायला. पण आसपास कोणीच नव्हतं.

समुद्राकडे ओढलं जाणाऱ्या पाण्याकडे मी पाहत होते आणि आकाशात रेंगाळणाऱ्या पूर्ण चंद्राकडे माझं लक्ष गेलं. तो खूप प्रकाशमान आणि सुंदर दिसत होता. सगळं दृश्यच शांत होतं. माझ्या मनातली खळबळ हळूहळू शांत व्हायला लागली. मी तिथं बराच वेळ उभी होते. चेहऱ्यावर वारा झेलत आणि आजूबाजूच्या प्रसन्नतेचा आनंद घेत.

मी आजीशी बोलायला गेले. तिला भेटून नेहमीच छान वाटायचं.

"आजी," मी विचारलं. हातात गरमगरम चहाचा कप घेऊनच गेले होते मी. "झरेला देवाच्या हाती सुखरूप आहे याची तुला इतकी खात्री कशी वाटते?"

आजी हसली. "मला माहितेय," ती सहजपणे म्हणाली.

मला ती खूप आवडायची, पण तिच्या उत्तरानं मला रागच आला.

"तुला कसं माहीत झालं?" मी विचारलं, "झरेला मेल्यानंतर तू तिच्याशी बोललीस का? किंवा देवाशी? किंवा दुसऱ्या कोणातरी मेलेल्या माणसाशी?"

"नाही," तिनं न चिडता उत्तर दिलं.

"मग तुला इतकी खात्री कशी वाटते? काय पुरावा आहे तुझ्याजवळ?"

"काही गोष्टी सिद्ध करता येत नाहीत, मायोला," तिनं हळुवार उत्तर दिलं.

"तुला असं म्हणायचंय का, की दुसऱ्यांनी सांगितलेल्या गोष्टींवर आपण डोळे मिटून विश्वास ठेवायचा?"

"नाही, आयुष्यातल्या काही गोष्टी आपल्या आपल्यालाच शिकाव्या लागतात. स्वतःच अनुभव घ्यावा लागतो इथं." तिनं हृदयाकडे हात नेला.

मला फार निराश वाटलं.

"अशा गोष्टी कशा शिकायच्या?"

"स्वतःचंच अंतर्बाह्य निरीक्षण करून."

"तुला अंतर्ज्ञान म्हणायचंय का?"

"तुला जे नाव द्यायचं असेल ते दे; पण आपण आतल्या स्वतःला ओळखायला लागलो की आपल्याला उत्तरं मिळतात."

मी गोंधळून गेले.

"पण आजी," मी हरकत घेतली, "आपलं आपल्यालाच फसवणं किती सोपंय ते तुला माहितीय. सगळीकडेच मला दिसतं तसं. दवाखान्यात आम्ही लोकांना औषधं देतो. त्यांना जे खरं वाटतंय ते वाटू नये म्हणून. त्यांना ते खरं वाटत असलं तरी इतरांना दिसत असतं की ते खोटं आहे. मग समजता यावं म्हणून मी स्वतःवरच अवलंबून राहणं किती योग्य आहे?"

"जर तू लक्ष लावून निरीक्षण करत राहिलीस ना, तर हे खोटे विश्वास कधी ना कधी उघडे पडतात. त्याच्यावरचा एकेक पापुद्रा हळूहळू दूर होतो आणि शेवटी निखळ सत्य उरतं."

"पण आजी, त्यासाठी वर्षानुवर्षं जावी लागतील!"

"कमीत कमी!" तिनं हसून माझ्याकडे पाहिलं.

"मला आत्ताच सत्य समजून घ्यायचंय!"

"त्याच्यासाठी जवळचे मार्ग नाहीत, मायोला."

मला राग आला आणि निराशही वाटलं.

"आपलं हे आयुष्य मूर्खपणाचं आणि कठीण का असतं?"

"कारण आपण त्याला नीट समजून घेत नाही."

"आणि तुला माहितेय की मृत्यूनंतरही आयुष्य असतं?"

"हो."

"माझ्यासाठी एवढंच उत्तर पुरेसं नाही."

"अर्थातच नसणार. तुझी उत्तरं तूच शोधायची असतात."

"कुठं?"

"सगळीकडेच." ती हसायलाच लागली. माझा राग विरून गेला. माझा तिच्यावरचा राग फार वेळ टिकतच नसे.

"हे ज्ञान मिळावं यासाठी मी इतका वेळ थांबू शकत नाही," मी म्हणाले, "कदाचित ते कधीच मिळणार नाही. त्यापेक्षा मीच त्याच्या शोधात जाईन."

"तुला ते मिळालं की मला येऊन सांगायला विसरू नकोस."

"नाही विसरणार." मी तिच्याकडे प्रेमानं पाहिलं. ती झुलत्या खुर्चीत बसली होती. मी जितक्या लोकांना ओळखत होते त्यांच्यात ती सगळ्यात चांगली होती.

पण ती दाखवत असलेला मार्ग कठीण होता. माझी खात्री होती की एखादा सोपा मार्गसुद्धा असेल आणि मी तो शोधून काढेन.

माझ्या खदखदणाऱ्या गोंधळाला शांत करू शकेल, असं वाटणाऱ्या प्रत्येक पाद्र्याला आणि ननला मी भेटले; पण त्यात कोणालाच यश आलं नाही. त्यांनी मला धर्मविषयक सिद्धान्त मांडणारी पत्रकं वाचायला दिली; पण मला ती सगळी निरर्थक आणि कुचकामी वाटली किंवा त्यांनी तो विषय पूर्णपणेच टाळला. माझं असमाधान वाढायलाच लागलं. जे फक्त श्रद्धा ठेवतात; पण ज्यांना त्याचं ज्ञान नाही अशा लोकांवर मी तरी कसा विश्वास ठेवायचा?

हिंदू ऋषींच्या प्रवचनांना मी जायला लागले. मी काही आश्रमांनासुद्धा भेटी दिल्या. त्यामुळे ममाचा थोडा हिरमोडही झाला. मी माझा आत्माच गमावून बसण्याचा धोका पत्करतेय असं तिला वाटायला लागलं आणि प्रत्येक वेळी मी आई-वडिलांना भेटायला गेले की मला 'बरं' करण्यासाठी बरेच प्रयत्न केले जायचे. बायबल मंडळाची, प्रार्थना मंडळाची माणसं यायची. पापी असणाऱ्या माझ्या डोक्यावर हात ठेवायची आणि मला मुक्ती मिळावी म्हणून जोरजोरात प्रार्थना करायची.

मला वेळ मिळेल तशी मी आश्रमात जातच होते.

मला त्यांची जीवनपद्धती आवडली होती. सर्व जण एका समान ध्येयाच्या दिशेनं प्रयत्न करत होते. संपूर्ण समाज नेटकेपणे चालावा यासाठी प्रत्येक जण स्वत:चं काम मनापासून करत असे. मी येऊन ऐकत असे. मला आशा वाटायची की, मी जी उत्तरं शोधतेय ती मला इथं मिळतील. मी तिकडे पुष्कळदा गेले. उपदेशकांची वागणूक जवळनं पाहिली आणि माझी निराशा व्हायला लागली.

कुठंतरी चिडखोरपणा आणि राग जरा जास्तच होता. कुठंतरी अधिकार श्रेणीवर ज्येष्ठ-कनिष्ठपणावर नको तितका भर दिला जात होता. विसंगत गोष्टी, अरेरावी, डामडौल आणि थाटामाटाची गरज, प्रदर्शनप्रवृत्ती हे सगळं पाहून मी त्यापासून दूर झाले. माझी कल्पना होती की, ज्यांना आयुष्यातील खोलवरचं ज्ञान प्राप्त झालंय ते वेगळ्या प्रकारचे असतील आणि मी परत माझ्या अव्यवस्थित आयुष्याकडे वळले.

त्यातल्याच एका आश्रमात माझी वोल्फगँगशी ओळख झाली. तो जर्मन होता. उंच आणि सडपातळ. लांब पिंगट केसांचं त्यानं पोनीटेल बांधली होती आणि एकाच कानात पिरोजी रंगाची रिंग चमकत होती. पण त्याचं हसणं मनापासून होतं. त्याच्या विनोदबुद्धीमुळे माझा नेहमीचा लाजाळू स्वभाव कुठंच पळाला.

त्याच्याशी सहज बोलता यायचं- मजासुद्धा यायची. त्यानं सांगितलं की, तो कायद्याचा विद्यार्थी होता; पण अभ्यासाचा कंटाळा आल्यामुळे त्यानं एक सत्र सुट्टी घेऊन आशियात हिंडायचं ठरवलं होतं. त्याचा उरलेला अभ्यासक्रम व्यवस्थित पार

पाडता यावा यासाठी खात्रीचा काही उपाय सापडतो क, हे शोधायच्या उद्देशानं तो आश्रमात आला होता. कारण अभ्यासक्रम पूर्ण केला नाही तर त्याचं कुटुंब त्याचा त्याग करेल. तो बोलायचा त्या वेळी त्याचे डोळे चमकत असायचे, त्यामुळे तो सांगतो ते सगळं खरं आहे का, हेच कळायचं नाही.

यापूर्वी वोल्फगँगसारखा कोणीच मला भेटला नव्हता. मला त्याचं खूप आकर्षण वाटलं.

शेवटी न टाळता येण्यासारख्या निराशेला सामोरं जायलाच लागलं. माझी आश्रम सोडण्याची वेळ आली. मी माझ्या सामानाची बांधाबांध केली. वोल्फगँग मला पोहोचवायला स्टेशनवर आला. गाडी सुरू झाल्यावर तो खिडकीला धरून पळत होता. विनोद करून मला हसवत होता.

गाडीनं वेग घेतला आणि मी निश्चयानं त्याला मनातून काढून टाकलं आणि आता यापुढे काय करावं याचा विचार करायला लागले. आता मला स्वतःशीच कबूल करावं लागलं की, आजी सांगत होती ते बरोबर होतं. मला हवी होती ती उत्तरं दुसऱ्या कोणालाच देता आली नसती. मला ती कष्टांनं स्वतःच्या आतूनच मिळवावी लागतील. माझे विचार, भावना आणि अनुभव यांतूनच शोधावी लागतील. काम तर धैर्य खचवणारंच होतं; पण निदान कुठून सुरुवात करावी हे तरी मला कळलं होतं किंवा कळलंय असं वाटलं होतं.

पण संस्थेत परत गेल्यानंतर नित्यक्रम सुरू झाला आणि अनुत्साह आणि आळसानं मी दडपून जायला लागले. आयुष्यात हे एवढंच असतं का?

कर्तव्य?

सुरक्षितता?

गुणवान आणि प्रतिष्ठित बनण्याच्या, स्वतःवर घालून घेतलेल्या बंधनाच्या ओझ्याखाली मी घुसमटून गेले. माझ्या अंतर्मनात काहीतरी मुक्त होण्यासाठी धडपडत होतं- माझा आतला बेचैन आवाज मोठा व्हायला लागला होता; कारण त्याचं ऐकायला आता कान तयार होता- नाइलाजानं का असेना.

मीच मेहनतीनं तयार केलेल्या जीवनाच्या आदर्श रचनेला भेदून बाहेर यावं अशी मला प्रकर्षानं इच्छा झाली. त्यातून उडी मारून बाहेर पडायचं; पण कुठं? मला माहीत नव्हतं. त्या विषयाचा मी सैद्धान्तिक अभ्यास केला असला तरी प्रत्यक्षात त्याला तोंड देत असताना माझ्या हे लक्षात आलं नाही की, मी मुखवट्याचा त्याग करून खऱ्या स्वतःकडे प्रवास करत आहे. दिशाभिमुख होण्यासाठी अनुकूल असेल अशी खात्री नाही असा प्रवास. एक उतार, मी यापूर्वी शरीरानं केला असेल अशा उतारापेक्षा वेगळा. माझ्या स्वतःतच खोल उतरणारा.

मी कोण आहे? मी काय आहे?

डॉना : **गोव्यातली सुट्टी**

ती एका नक्षीदार जिन्यावरून उतरतेय. सोबत डेव्ह आहे. जिन्याच्या पायथ्याशी मातकट रंगाचं डबकं आहे. आजूबाजूला शेळ्या, गायी, डुकरं आणि कोंबड्या आहेत – शेतमळ्याच्या आवाराचं शांततापूर्ण दृश्य. ते शेवटची पायरी उतरतात आणि अचानक त्या डबक्यातून दोन मगरी बाहेर डोकावतात. त्यांचे भयानक जबडे आ वासून तिला चावायचा प्रयत्न करतात. दचकून ती डेव्हला मागे खेचते आणि जिन्यानं वर पळण्याचा प्रयत्न करते. मगरी त्यांचा पाठलाग करायचा प्रयत्न करतात.

भीतीनं धापा टाकतच ती वर पोहोचते आणि एका खोलीत शिरते. तिथं तिचे आई-वडील उभे आहेत. घाबरगुंडी उडालेली असतानाच ती त्यांना मगरीबद्दल सांगू लागते. तिची आई तिच्या पायाशी एक मगरीचं पिल्लू टाकते आणि विचारते, "अशा होत्या का त्या?" तिला खूप धक्का बसतो आणि ती घाबरून किंचाळायला लागते.

किंचाळतच ती जागी झाली.

मिज आपल्या बुडणाऱ्या मैत्रिणीला वाचवायला धावतच आली. ती आता हेअरड्रेसर म्हणून काम करत होती. डॉनाच्या भोवती साचणाऱ्या उदासीनतेच्या चिखलातून तिला बाहेर काढण्याइतकं मानसिक बळ तिला होतं.

"तू माझ्याबरोबर राहू शकतेस डॉना?" ती म्हणाली, "तुला स्वतःला आपलं आपलं तरायची शक्ती परत येईपर्यंत."

"माझी मरायचीच लायकी आहे, मिज. मरू दे मला. प्लीज. माझी पनवतीच लागते इतरांना. रॉबची आणि माझी भेट झाली नसती तर यातलं काहीच घडलं नसतं."

डॉना मिजच्या पलंगावर बसली होती. तिनं अंगाभोवती उबदार पांघरूण घेतलं होतं. मिजनं दिलेला गरम चहाचा कप तिनं कृतज्ञतेनं हातात घेतला.

"वेडपटपणा करू नकोस डॉना. तुला भेटण्यापूर्वीच तो त्याच्या आहारी गेला होता. स्वतःला दोष देऊ नकोस."

"नाही मिज, मीच कमी पडले. जर मी वेगळ्या प्रकारची बाई असते, तर कदाचित गोष्टी वेगळ्याच घडल्या असत्या."

"वेगळ्या प्रकारची म्हणजे काय म्हणायचंय तुला, डॉना? तू आहेस तशी आहेस! शिवाय समस्या त्याला होती; तुला नाही," मिज डॉनाजवळ पलंगावर बसली.

"नाही मिज, त्याच्यावाचून मला जगायचं नाहीय."

"डॉना, आता तुला स्वतःचं आयुष्य जगावंच लागेल. हळूहळू दुःख कमी होईल. काळासारखं दुसरं औषध नाही. स्वतःला सावर."

"माझं सगळं आयुष्य मी एकटीच होते आणि आता मला प्रेम करावासा, कोणी भेटला तर तोही मला सोडून गेला. हे काही ठीक नाही झालं! जग नुसतं वाइटानं बरबटलेलं आहे! ते नेहमीच मला सोडून जातात. मला माहितेय, नेहमी मी एकटीच राहणारेय! माझ्यावर कोणी प्रेम करणार नाही. मी अगदीच निरुपयोगी आहे!"

"मी इथंच आहे की डॉना, आणि मी तुझ्यावर प्रेम करते. विश्वास ठेव किंवा ठेवू नकोस."

डॉनानं हात लांब करून मिजला जवळ घेतलं. अश्रूभरल्या डोळ्यांनी कृतज्ञतेनं पाहत ती हसली.

तिला ठप्प करणारी निराशा हळूहळू कमी व्हायला लागली; पण ती अजूनही भीतीच्या दहशतीखाली वावरत होती. तिच्या मनातली आणि आजूबाजूच्या गोष्टींची तिला वाटणारी भीती डोकं वर काढत होती. त्यापासून दूर पळत ती इतरांचा सहवास शोधत होती.

तिच्या आई-वडिलांची तक्रार असे की, ती संपर्क ठेवत नाही; पण ती भेटायला गेली की ते तिच्याशी थंड अलिप्ततेनं वागत. एखाद्या कळकट अंधाऱ्या फटीतून सरपटत बाहेर आलेल्या झुरळागत वाटायचं तिला. डॅनियलकडे ते बारीक लक्ष पुरवायचे. तिचा नवलाचा भाऊ! त्यानं मिळवलेलं उत्तमोत्तम यश आणि ती बापडी अंग चोरून खुर्चीत बसायची. त्यांची दोषारोप करणारी नजर चुकवून परत स्वतःच्या बिळात परतावं असं तिला वाटायचं.

त्यांचा निरोप घेताना नेहमी सुटका वाटायची, कर्तव्य पूर्ण केल्यासारखी. तिच्या हातात वडील नोटा कोंबायचे आणि ती आभार मानायची. त्यांचंही कर्तव्य ते पूर्ण करायचे. त्यांना भेटायला जाणं कमी केलं आणि तिचं अपराधी वाटणं वाढायला लागलं.

"तू आमच्याबरोबर का येत नाहीस, मिज?" एके दिवशी संध्याकाळी बाहेर जाण्यासाठी डॉना तयार होत होती.

"तुझं हे नवं मित्रमंडळ मला फारसं आवडलं नाही," मिजनं उत्तर दिलं.

"मला त्यांची गरज आहे, मिज," बचावादाखल डॉना म्हणाली, "मला एकटीला राहता येत नाही."

"पण ती विकृत माणसं आहेत, डॉना. ते फक्त तुझा वापर करतायत."

"असू देत. मला त्यांची गरज आहे."

तिचा आयुष्यावरचा ताबा सुटत चालला होता.

"मला तुझी काळजी वाटते, डॉना."

"अगदी माझ्या आईसारखं बोललीस, मिज."

मिजनं त्या टोमण्याकडे दुर्लक्ष केलं आणि ती नेटानं पुढे म्हणाली, "मला वाटतं, तुला मदतीची गरज आहे."

"मदत? कसली मदत? मी ठीकय. मला फक्त एका चांगल्या बॉयफ्रेंडची गरज आहे."

मिजनं थेट विषयाला हात घातला. "मला वाटतं, तू मानसोपचारतज्ज्ञाला भेटावंस डॉना. तुला..."

"मानसोपचारतज्ज्ञ?" अपेक्षेप्रमाणेच डॉनाच्या रागाचा स्फोट झाला. "तुझं डोकं ठिकाणावर आहे का मिज? मी वेडी नाहीये आणि सगळ्याच डॉक्टरांची मला चीड येते! परत कधी असलं काही मला सुचवू नकोस."

मिज गप्पच झाली.

काही दिवसांनंतर तिनं दुसरी एक गोष्ट सुचवली, "तू सुट्टी घालवायला कुठंतरी जात का नाहीस, डॉना? मला वाटतं, त्यानं तुला बरं वाटेल. गोव्याला गेलीस तर?"

"गोवा?" डॉना स्वतःचीच थट्टा केल्यासारखं हसली. "मला नेहमी गोव्याला जाऊन राहावंसं वाटायचं. पण आता... त्याला खूप पैसे लागतील मिज आणि तुला माहितेय की, माझ्याकडे तर अजिबातच नाहीत."

"वडिलांशी बोलून बघ."

"विचार करते."

तिनं जितका विचार केला तितकी ती कल्पना तिला आवडू लागली. तिनं जरी स्वच्छ शब्दांत उघडपणे कबूल केलं नसलं तरी मनातल्या मनात ती जाणून होती की, काहीतरी बरंच चुकतंय आणि कदाचित गोव्याला गेल्यानंतर सारं काही ठीक होईल. गोव्यानं तिचं आपुलकीनं स्वागत केलं असतं.

ती जेव्हा याबाबत वडिलांशी बोलली तेव्हा त्यांनी प्रोत्साहनच दिलं. "मिजला विचार, तिलाही तुझ्याबरोबर यायला आवडेल का म्हणून." ते म्हणाले, "तुमच्या दोघींचंही विमानाचं तिकीट मी काढेन."

मिजला तर खूपच आनंद झाला. "भारताला भेट द्यावंसं मला नेहमीच वाटायचं," ती म्हणाली. तिचे डोळे आनंदानं लुकलुकत होते, "आणि तिकडचे आश्रम. कदाचित आपल्याला तिकडे सुखाचा मार्ग सापडेल."

गोव्यातल्या दाबोली विमानतळावर थेट विमानं जायची. घरघर करत आकाशातून जाणारं विमान फार हळू जातंय असं डॉनाला वाटत होतं आणि स्वतःची अस्वस्थता तिला लपवता येत नव्हती. मग विमान उतरायला लागलं. माडाच्या झाडांची रांग

असलेला ओळखीचा समुद्रकिनारा दिसायला लागला. तिच्या मनात सूर्यप्रकाशासारख्या स्वच्छ आठवणींनी गर्दी केली आणि आपलेपणाच्या अपेक्षेनं तिला भरून आलं.

विमानतळात बदल झाला होता. वाईट. तिच्या आठवणीतल्या लाल कौलारू घरांची जागा आता अलिप्त वाटणाऱ्या सिमेंटच्या अक्राळविक्राळ जंगलांनी घेतली होती. आधुनिक गोव्याचा नवा चेहरा!

तिला घ्यायला काका आणि काकी विमानतळावर आले होते. तिनं त्यांना लगेच ओळखलं. ती सामानाची वाट पाहत उभी होती. तिथूनच तिनं हात केला. त्यांना पाहून तिला खूपच आनंद झाला होता. पण तिला पाहून ते मात्र भीतीनं गांगरले. त्यांनी नजर चुकवली आणि इतर प्रवाशांच्यात ते तिला हुडकू लागले. त्यांना चालू शकेल अशा डॉनाला. तिचा हात खाली आला आणि चेहराही पडला. तिच्या पोटात खड्डा पडला. तिचं डोकं गरगरायला लागलं आणि आता आपण पडतो की काय, असं तिला वाटायला लागलं. सगळ्यांनी टाकून दिलेली व्यक्ती!

स्वतःचं सामान गोळा करत ती रेंगाळली. सामान हळूहळू खेचत आपल्या नातलगांपाशी आली. तोवर त्यांनी आपल्या चेहऱ्यावरची भीती पुसली होती.

"तूच डॉना असणार," तिचे काका उत्साहानं म्हणाले. जरा जास्तच उत्साहानं.

तिच्या काकीनं ओठ घट्ट बंद करून बोचऱ्या नजरेनं तिच्याकडे पाहिलं. तिचे जटा झालेले केस, तिच्या दंडावर दिसणारं गोंदण. तिच्या दोन्ही कानांवर आणि भुवयांवर घातलेल्या चांदीच्या बटणांच्या रांगा, तिचे अस्वच्छ, फाटके कपडे... ती गप्पच राहिली. डॉनाला मनातल्या मनात सुटल्यासारखं वाटलं. तिच्या काकीची भेदक नजर कपड्यांच्या आत शिरून तिच्या शरीरावरील नाही नाही त्या जागांवर टोचलेले धातूचे इतर अलंकार पाहू शकत नव्हती.

तिनं मिजची ओळख करून दिली आणि काहीच न बोलता ते गाडीकडे निघाले. कोळव्याला पोहोचेपर्यंत तिची काकी दगडासारखी मख्ख बसली होती आणि काका धाडसानं संभाषणाचा ओघ चालू ठेवण्याचा प्रयत्न करत होते. त्यांनी तिच्या आई-वडिलांची आणि भावाची चौकशी केली; पण थोड्याच वेळात हे स्पष्ट झालं की, त्यांनाच तिच्यापेक्षा जास्त माहिती आहे.

ओळखीच्या फाटकातून त्यांनी गाडी आत घेतली. ज्याचं ती नेहमी स्वप्न बघत असे त्या घराकडे जाताना तिच्या नकारात्मक भावना गळून पडल्या आणि तिला परत उत्साह आला. आत पाऊल टाकण्यापूर्वी तिनं क्षणभर डोळे मिटले. आता सगळं व्यवस्थित होणार होतं. इतक्या दुःखदायक वर्षांनंतर, खूप आनंदात असलेल्या पहिल्या जागी ती परत आली होती.

सगळं काही तिला आठवत होतं तसंच होतं. पण वातावरण कोंदट वाटत होतं. मध्ये गेलेल्या वर्षांचा भिक्कार वारसाच म्हणायचा तो. आता प्रेमळ आजी

नव्हती! उत्सुकतेनं स्वागत करणारा नातलगांचा गोतावळा नव्हता आणि धावत-पळत येणाऱ्या चुलत भावंडांच्या पायाचा आवाजही नव्हता. ते भलंमोठं घर म्हातारं आणि शांत झालं होतं.

"डोरोथी संध्याकाळी परत येईल," त्यांना त्यांची खोली दाखवता दाखवता काकी म्हणाली, "तुला घ्यायला तिला विमानतळावर यायचं होतं, पण तिला पणजीला एक महत्त्वाची मीटिंग होती."

डॉनानं न बोलताच मान हलवली. नव्या वातावरणानं मिजला उत्साह आला होता. पण तिला मात्र हवा गेलेल्या फुग्यासारखं वाटायला लागलं होतं. मिज त्या छानशा जुन्या घरात जणू तरंगतच होती. अधूनमधून थांबून जुनं कोरलेलं फर्निचर किंवा जुन्या चिनीमातीच्या नक्षीदार कलाकृती कौतुकानं बघत होती; पण तिचा तो आनंदही डॉनाला तिच्या उदासीनतेतून बाहेर काढू शकला नाही. संध्याकाळी डोरोथी जणू सूर्यकिरणासारखा आनंद घेऊन आली. डॉनाला परत भेटून तिला खरोखरच आनंद झाला होता. अगदी तिच्या त्या विचित्र ध्यानाला पाहूनही. आता तिला खूप प्रश्न विचारावेसे वाटत होते. डॉनाला हसू आल्याशिवाय राहवलं नाही. डोरोथीत फारसा बदल झाला नव्हता. ती पहिल्यासारखीच प्रेमळ, हसरी आणि चौकस होती. अगदी तिला आठवत होती तशीच.

त्या गादीवर पसरल्या आणि बडबड करत सुटल्या, डोरोथीची आई तिला बोलावेपर्यंत. तिला भीती वाटली असेल की, आपल्या मुलीवर काहीतरी वाईट प्रभाव पडेल म्हणून. नाइलाजानंच तिला त्या दुष्ट ध्यानाला आपल्या पवित्र घरात घ्यावं लागलं होतं.

"आपण दुसरीकडे जाऊ या, मिज. तिला पाहिलं की माझ्या अंगावर काटा येतो."

"पण हे जुनं घर किती छान आहे, डॉना." मिज ज्या आरामखुर्चीत बसली होती तिच्यावरून तिनं हळुवार हात फिरवला. "इथं खास वातावरण आहे. शिवाय हे तुझ्या आजीचं घर आहे. तिच्याकडे तू दुर्लक्ष कर ना."

"नाही जमत. ती माझ्याकडे कशी बघते ते पाहिलंस का? ती मला वेडं करून सोडेल मिज. मला गेलंच पाहिजे," ती अस्वस्थपणे खोलीत येरझारा घालत होती.

त्या जातायत असं सांगितल्यावर डोरोथीचा विरस झाला. "कदाचित उत्तरेकडच्या समुद्रकिनाऱ्यावर तुम्हाला जास्त मजा येईल." तिनं सुचवलं, "तिकडेच प्रवाशांची गर्दी असते."

त्यांनी कलंगुटबागा रोडवर एका छोट्या स्वस्त गेस्टहाउसमध्ये जागा घेतली. त्यामुळे डॉनाला परत अवसान आलं. आरामात झोपून राहायचं. जेवायच्या वेळेआधी थोडाच वेळ उठायचं आणि एखाद्या गजबजलेल्या उपाहारगृहात न्याहारी आणि जेवण यांच्या मधलंच काहीतरी खायचं आणि मग समुद्रकिनाऱ्यावरच्या गर्दीत

जाऊन उन्हात पडायचं. संध्याकाळच्या जेवणात त्या चमचमीत ताजे मासे, कालवं, कोळंबी असं खायच्या आणि मावळणाऱ्या सोनेरी, केशरी, लाल सूर्याकडे बघत बसायच्या. शाईसारखं आकाश गहिरं व्हायला लागलं की, त्या थंडगार बिअरचे घुटके घेत बरोबरच्या प्रवाशांशी गप्पा मारायच्या. पार्श्वभूमीला बूमबूम तांत्रिक संगीत सुरू असायचं.

दररोज रात्री त्या दुसऱ्या दिवशी काय काय बघायला जायचं याची तपशीलवार यादी करायच्या आणि रोज सकाळी केराच्या टोपलीत टाकायच्या. तिथं इतकं गरम व्हायचं की, कुठचेही श्रम नकोच वाटायचे.

दर बुधवारी इतरांसारख्या त्याही अंजुनाच्या वाटेला लागायच्या.

"ओह! तो हिरव्या दगडाचा बुद्ध बघ!" त्या बाजारात आकर्षक रीतीने मांडलेल्या गोष्टी पाहत फेरफटका मारत होत्या. असं वाटत होतं की, कलंगुटबागाला आलेले सगळे प्रवासी अंजुनाच्या पांढऱ्या वाळूत गोळा झालेयत. दक्षिणेकडून बस आणि टॅक्सीमधून येणाऱ्यांची त्यात भरच पडत होती आणि वाहनांचा सोडवता येणार नाही असा गोंधळच होत होता.

"मला हा हवाच आहे," मिज तो छोटासा पुतळा हातात घेऊनच फिरत होती.

डॉना सामान विकणाऱ्या तिबेटी बाईकडे गेली आणि मिजकडे परत आली. "तुझ्या आठवड्याच्या पगारापेक्षा जास्त पैसे पडतील त्याला."

"चालेल. पण मला तो हवाच आहे."

स्थानिक पुरुष जर प्रवासाला आले नसते तर त्यांची सुट्टी छान गेली असती.

मनापासून अभ्यास करणाऱ्या निसर्गतज्ज्ञानं एखाद्या नमुन्याचं निरीक्षण करण्यात जसं गढून जावं तसे त्या किनाऱ्यावरचे वाकड्या नजरेनं पाहणारे पुरुष स्त्रियांच्या शोधातच असायचे. त्यांच्याभोवती गर्दी करायचे. त्यांच्या शरीराचा अभ्यास करत असल्यासारखे त्यांच्या छातीकडे, पार्श्वभागाकडे नजर रोखून पाहायचे. त्यांनी बिकिनी घातली असो किंवा नसो.

रस्त्यांच्या कोपऱ्यांवर मोटारसायकलवर मांड ठोकून गावातले तरुण मुद्दाम बसलेले असायचे. डॉनाला त्यांनी आपली 'विचित्र गाववाली' म्हणून ओळखलं. तिच्याकडे बघून ते छद्मीपणे हसायचे. मोठमोठ्याने शिव्या द्यायचे. तिला आपल्या टवाळकीचं लक्ष्य करायचे. त्यामुळे ती अगदी हैराण झाली होती.

"त्यांच्याकडे लक्ष देऊ नकोस," मिजनं सल्ला दिला. "आणि प्लीज त्यांच्याकडे बघून वेडेवाकडे हातवारे करू नकोस. बैलाला लाल झेंडा दाखवून उकसवावं तसंच होईल ते. जास्तच चेव येईल त्यांना."

पण डॉनाला सहन होण्यापलीकडे वैताग आला होता.

मिजनं आत्मसाक्षात्कार आणि शाश्वत सुख मिळवायचं असं ध्येय स्वतःला

ठरवून दिलं होतं. त्यासाठी ती खूप प्रयत्न करत होती; पण डॉना नुसतीच भटकत होती. तिची डेव्हशी ओळख होईपर्यंत. तो ऑस्ट्रेलियाचा होता. मनमिळाऊ आणि आनंदी. डॉना तत्क्षणीच प्रेमात पडली आणि मग मिजला तिच्या निर्वाणाच्या शोधासाठी हिंडण्याची मोठ्या उदारपणे परवानगी मिळाली.

डेव्ह जगभर शोध आणि अनुभव घ्यायच्या उद्देशानं प्रवास करत होता. आतापर्यंत त्याचा अर्धा प्रवास झाला होता. त्याचा सहवास सुखाचा होता. त्याच्या पायाला नेहमीच चक्र बांधलेलं असल्यामुळे तो नको तिथं हिंडण्यात आणि चरफडण्यात वेळ वाया घालवत नव्हता. तो तिला घेऊन जवळच्या कुप्रसिद्ध रेव्ह पार्टीजना गेला. त्या पार्ट्या म्हणजे धुंद झालेली, बरळणारी, घामेजलेली माणसं, जी संगीताच्या ठेक्यांवर नाचत होती. त्यांनी घेतलेल्या रासायनिक द्रव्यांच्या आहारी जाऊन केलेला नाच. ही दोघं त्यांच्यातलीच एक बनून गेली. एक्सटसी. शरीराबाहेर गेल्यासारखा अनुभव. अनंताबरोबरची एकरूपता, तत्काळ निर्वाण. मिज जे शोधत होती ते तिला इथं मिळालं असतं. पुष्कळ कमी श्रमात.

तिनं स्वतःला थकून जाईपर्यंत दामटलं होतं. विश्रांती घ्यायला अवसर न देताच ती डेव्हबरोबर दक्षिणेला गेली. तिथं त्यांनी बेनाली खेड्यात एक आरामशीर खोली भाड्यानं घेतली. तिला लगेचच ती जागा आवडली. हे गाव खूपसं तिच्या बालपणीच्या गोव्यासारखं होतं. रमतगमत ते समुद्रकिनाऱ्याला गेले. तिकडे मनमिळाऊ वातावरण असणारे डॉमिनिक्स आणि हवाईबार होते.

तिला उरलेली सगळी सुट्टी तिकडेच घालवायला आवडलं असतं कारण ती ज्याच्या शोधात होती ते तिला शेवटी इकडे सापडलं होतं. तिला आपल्यात सामावून घेईल अशी जागा. पण डेव्हला त्याच्या प्रवासात जास्तीत जास्त गोष्टी साध्य करावयाच्या होत्या. त्यामुळे त्याला पुढे जायची घाई होती. तिच्यापुढे कठीणच प्रश्न होता- त्याच्याबरोबर जायचं की इथंच थांबायचं?

आतापर्यंत तिला भेटलेल्या माणसांत डेव्ह हीच- सहजपणे ज्याच्याशी जमेल अशी- व्यक्ती होती. त्याचं आयुष्यावर प्रेम होतं आणि प्रत्येक नव्या अनुभवाला तो आनंदानं सामोरा जायचा. हा आनंद दुसऱ्यालाही आनंदी बनवायचा. त्याची नशा चढायची. पण त्याहीपेक्षा त्याच्या सतत भटकंतीच्या आवडीपलीकडे त्याच्यातली अंतःस्थ एकदिली तिला जाणवली आणि त्याचंच आकर्षण वाटलं.

तिनं त्याच्याबरोबर जाण्याचा निर्णय घेतला.

डेव्हिडनं एक मोटारसायकल भाड्यानं घेतली आणि ते संपूर्ण दक्षिण किनारपट्टी पाहायला निघाले. साल नदीच्या मुखाजवळ असणारी पंचतारांकित लक्झरी हॉटेल्स पार करून ते समुद्रात पुढे आलेल्या उंच जमिनीकडे आले. त्या पुढे आलेल्या भागांमध्ये छोटे छोटे समुद्रकिनारे लपले होते. त्या हिरव्यागार डोंगरावर ते चढ-

उतारावरून वेगाने गेले, समोरचा रस्ता नेईल तिकडे. जुना काबो-दि-रामा. ते कोसळलेल्या किल्ल्याच्या तटावर चढले. जुन्या काळच्या विजयी योद्धयासारखं. समोरच्या विस्मयकारक दृश्याकडे पाहत राहिले.

"ते काय?" अस्मानी रंगाच्या समुद्रात डेव्हला काहीतरी दिसलं.

समुद्राचा पृष्ठभाग कापून एक काळा आकार वर डोकावला.

"शार्कमासा!"

आणखीही काही आकार खेळकरपणे पाण्याच्या बाहेर आले.

"डॉल्फिन्स," माशांच्या डौलदार हालचाली पाहत दोघंही एकदमच म्हणाले.

एक आईमासा आणि एक बाळमासा. दोघंही पाण्यातून बाहेर आले. हवेत त्यांनी कोलांटी मारली आणि पाणी उडवत, जोरात आवाज करत परत समुद्रात गेले.

"वाह!" डॉना आणि डेव्हनं उत्स्फूर्तपणे टाळ्या वाजवल्या.

त्या डॉल्फिन जोडीनं पुन्हा तसंच केलं. जणू तसं करताना त्यांनाही आनंद होत होता. बघणारी माणसं मंत्रमुग्ध होऊन पाहत होती, अगदी ते डॉल्फिन्स तिथून निघून जाईपर्यंत.

मग ते दक्षिणेकडे खाली पालोलेमपर्यंत गेले. तिकडे पॅरडाइज किनाऱ्यावर त्यांनी काही दिवस आरामात घालवले. सगळंच कसं छान होतं. तिला वाटलं, डेव्ह आणि ती एकमेकांसाठीच बनलेत. गोव्याच्या उबदार उन्हात ते स्वतःच्या शरीराला सुखवायचे आणि मनाला त्याच्या प्रेमाच्या आनंदात.

शानदार सूर्यास्त बघायला, शेजारीच असणारे मोठाले दगड म्हणजे अगदी मोक्याची आसनंच होती जणू. योगा करणारी काही मंडळी तिथंच राहत होती. ऊन पडलेल्या दगडावर डॉना बसली होती. खेळकर लाटा तिच्या पायांना कुरवाळत होत्या. डॉना त्या ईश्वराचा शोध घेणाऱ्यांच्या हालचाली कुतूहलानं बघत होती. तिला त्याची गंमतही वाटत होती.

"ते इतके गमतीशीर हालचाल का करतायत?" तिनं डेव्हला विचारलं.

त्यानं थोडा वेळ त्यांचं निरीक्षण केलं. "आपल्या शरीराच्या प्रत्येक छोट्या छोट्या हालचालींवर ते लक्ष केंद्रित करतायत." त्यानं हळू आवाजात सांगितलं.

"पण तसं कशाला करतील ते?"

"ते संपूर्ण ज्ञान मिळवण्याचा प्रयत्न करतायत," शेजारच्या दगडावर बसलेल्या एका पिंगट केसांच्या बाईनं सांगितलं.

खोलीवर परतल्यावर डेव्ह झोपायची तयारी करत होता, त्या वेळी मुद्दामच तो थोड्या वेळापूर्वी पाहिलेल्या दीर्घ हालचालींची पुनरावृत्ती करत होता.

"तू काय मिळवायचा प्रयत्न करतोयस?" डॉना हसायला लागली.

"देव."

"खुळ्यासारखं बोलू नकोस," डॉना मोठ्यांदा हसायला लागली. "देव वगैरे काहीही नसतो. इतक्या दूरचं काही नसतंच. शेवटी फक्त रिकामी पोकळी असते."

डेव्हनं तिला सावकाश, हळुवार आणि संथपणे स्वत:कडे ओढलं आणि तिचा मुका घेतला. "कल्पना कर... जर... देव असला तर..."

जरी ती प्रेमानं त्याच्याकडे बघत हसत होती, तरी तिचा चेहरा कठोर झाला. "देवबीव काही नसतं," ती थंडपणे म्हणाली, "या आपल्या सगळ्या अर्थशून्य अस्तित्वातून घेता येईल तितका आनंद ओरबाडून घ्यावा लागतो."

तिनं त्याला पलंगावर ओढलं आणि त्याची पँट उतरवली. "चल, आपण प्रेम करू या." तिनं मागणी केली, "तुझ्याबरोबर सेक्सचा अनुभव घेणं हे मला जास्त उत्साहवर्धक, जास्त समाधानकारक आणि जास्त पवित्र वाटतं... त्या इतर सगळ्या भोंदू चालीरीतींपेक्षा!"

झपाटल्यासारखे दिवस जात होते आणि डॉना आनंदात होती.

"चल, आपण दूधसागर धबधबा पाहायला जाऊ या," डेव्ह म्हणाला.

ती त्यांची सहल म्हणजे निव्वळ धाडस होतं. भगवान महावीर वाइल्ड लाइफ सँक्च्युअरीच्या अगदी मधून तीन नद्या जात होत्या. त्यांच्या खडकाळ उथळ पात्रात तयार झालेल्या खोल वाटेवरून चढ-उतार करत, पावसानं झोडपलेल्या मातीच्या रस्त्यांवरून त्यांनी प्रवास केला. सूर्य चांगलाच तापला होता. ६०० मीटर उंचीवरून पडणाऱ्या त्या भव्य धबधब्याच्या पायथ्याशी तयार झालेल्या तळ्यात डुंबण्याचा मोह त्यांना आवरता आला नाही. मान उंच करून ते त्या कोसळणाऱ्या पाण्याकडे पाहत होते. ते सौंदर्य पाहत असताना त्यांचा श्वास रोखला गेला होता.

आयुष्य मजेत चाललं होतं आणि डॉना आनंदात होती. येणाऱ्या दिवसांत मिळणाऱ्या सुखाची वाट पाहत होती; पण काहीतरी काळाकुट्ट जहरी शाप तिला एकटीला सोडायलाच तयार नव्हता. तिला मिळणारा आनंद त्या शापानं ग्रासून टाकला होता.

त्या रात्री तिला जबड्यांची उघडझाप करणाऱ्या मगरींचं स्वप्न पडलं आणि ती किंचाळत जागी झाली. डेव्हनं तिला जवळ घेऊन शांत करण्याचा प्रयत्न केला; पण तिची भीती कमीच होत नव्हती. संपूर्ण दिवस ती त्रासदायक भीतीच्या ओझ्याखाली वावरत होती. सर्व जगाला जीवन देणारा तो प्रकाशगोलक जेव्हा समुद्रानं गिळला तेव्हा तिची भीती जास्तच वाढली आणि वेडीपिशी होऊन ती उगाचच काहीतरी करायला लागली. ती डेव्हला किनाऱ्यावरच्या एका झोपडीतून दुसऱ्या झोपडीत घेऊन जायला विनवू लागली. तिची होणारी तगमग पाहून तोही विरोध न करता तसं करायला लागला. पण तिची भीतीपासून सुटका नव्हती. तिला कशाची इतकी भीती वाटतेय हेही ती त्याला सांगू शकत नव्हती. तिला स्वतःलाच माहीत नव्हतं ते.

असा अनुभव तिनं यापूर्वी कधीच घेतला नव्हता.

ती खूप अस्वस्थ झाली होती. कशावरही तिला लक्ष केंद्रित करता येत नव्हतं; पण जर ती स्वस्थ बसली तर काळजी वाढतच जायची आणि मग ती काहीतरीच करायला लागायची... त्यापासून सुटका मिळवण्यासाठी काहीही. काही करता येत नव्हतं आणि काहीतरी केल्याशिवाय राहवत नव्हतं. त्यामुळे आपण वेडे होऊ की काय, असं तिला वाटायला लागलं आणि मग तिची भीती आणखीच वाढली. तिच्या छातीत धडधडायला लागलं आणि वादळी वाऱ्यात सापडल्यासारखे तिचे हातपाय थरथरायला लागले. ती एकामागून एक कॉकटेल रिचवत होती. तरीही तिचं तोंड शुष्क आणि कोरडं झालं होतं.

व्हेलियम घेऊन तिला छोटीशी पण अस्वस्थच झोप आली. मात्र जाग आल्यावर तिचं स्वागत करायला भीती समोरच उभी होती. तिचा धीर सुटत चालला होता आणि सहनशील डेव्हचाही. धीर सुटल्यामुळे आणि यातना सहन होत नसल्यामुळे तिच्या मनात आत्महत्येचे विचार यायला लागले. थोडंसं हेरॉइन आणून दे असं ती डेव्हला विनवायला लागली.

त्याऐवजी तो तिला एका मानसोपचारतज्ज्ञाकडे घेऊन गेला. त्या छोट्याशा वेटिंगरूममध्ये बसून ती तिकडे हजर असलेल्या दोघा-तिघांकडे खवळून बघायला लागली. ते अगदी गुपचूप बसले होते.

"बघ जरा त्यांच्याकडे," ती डेव्हच्या कानाशी जोरातच कुजबुजली, "ते किती सालस दिसतायत. गरीब गायीसारखे. औषध घेऊन असंच होतं. आपलं मन जागेवर राहत नाही."

'शूऽऽ, डॉना."

पण ती झटक्यानं खुर्चीतून उठली. "मी पण तशीच बनेन," ती ओरडली, "ते माझा मेंदूच उखडून टाकतील. मी नाही तसं होऊ देणार!"

डेव्ह तिला थोपवू शकण्यापूर्वीच ती खोलीबाहेर पळाली.

बाहेरची डॉक्टरांची पाटी बघून तिला डोरोथीची आठवण झाली आणि तिच्या मनात आशेचा एक पुसटसा किरण आला.

"मला डोरोथीकडे घेऊन चल." तिनं विनवलं, "डोरोथी डॉक्टर आहे. तिला कळेल काय करावं ते. मला डोरोथीकडे ने..."

सुक्कोरिना : **समेट, एक प्रकारचा**

ती एका कुलूप लावलेल्या दारासमोर उभी आहे. ती उभी आहे तिकडे
अगदी उदास वातावरण आहे; पण तिला माहितेय, पलीकडच्या

बाजूला छानसं ऊन पडलेली बाग आहे. त्यात पुष्कळ फुला-फळांची झाडं आहेत. ती निकरानं किल्लीचा शोध घेते.

जोसनं निरोप पाठवला की, तो त्याच्या बायकोला परत घरी नेणार नाही आणि तिचा सगळा हुंडा परत करेल. तेव्हा घर जास्तच विषण्ण झालं आणि सुक्कोरिनाला आणखीच झटके यायला लागले. सगळी आशा संपून गेली. पण ते तिला उपचार करणाऱ्या प्रार्थनासभांना नेतच राहिले. एका मांत्रिकाकडून दुसऱ्याकडे. पण कशाचाच उपयोग झाला नाही. ती थोड्याच काळासाठी शांत व्हायची आणि मग तिची भीती आणि किंकाळ्या यांनी परत एकदा त्यांचं आयुष्य ढवळून काढायच्या.

जर अंतोनेतची एस्ताफानियाशी बाजारात अचानक भेट झाली नसती तर हे सारं किती दिवस चालू राह्यलं असतं, हे सांगता आलं नसतं. तिनं तिची दुःखद कहाणी सांगितली आणि एस्ताफानिया घाईघाईनं सुक्कोरिनाला भेटायला आली. तिला एखाद्या जंगली जनावरासारखं दोरखंडानं बांधून ठेवलं होतं ते पाहून तिला खूप कणव वाटली आणि संतापही आला.

"दुष्ट शक्ती? काहीतरीच! तुम्हाला इतकी भीती का वाटते? तुमचा देवावर विश्वास नाही का?" तिनं ठामपणे विचारलं.

तिनं नुसताच विरोध केला नाही तर आशेचा एक किरणही दाखवला.

"तिला डॉक्टरची गरज आहे. माझी एक नात थोडे दिवस माझ्याकडे राहायला आलीय. ती अशा प्रकारच्या आजारांवर उपचार करते. कदाचित ती तुम्हाला मदत करू शकेल."

तिच्या नातीनं मदत केलीच. मायोला जरी कनिष्ठ रहिवासी डॉक्टर असली तरी रोगनिदान करणं तिला कठीण गेलं नाही.

सुक्कोरिनाला ॲंटिसायकोटिक्सची गरज होती. मायोलानं तिला औषधपत्रक लिहून दिलं. तिच्या कुटुंबाला फारसा विश्वास वाटला नव्हता, पण त्यांनी औषध आणून ते द्यायला सुरुवात केली. निदान त्यानं काही नुकसान तरी झालं नसतं; पण जेव्हा तिला येणारे झटके अगदी नाट्यपूर्ण रीतीनं कमी व्हायला लागले, तेव्हा त्यांना आश्चर्यच वाटलं आणि मायोलाचे आभार मानण्यासाठी ते येऊन गेले.

सुक्कोरिनात सुधारणा होतच राहिली. ती रात्री शांत झोपायला लागली आणि लवकरच परत डेव्हिडकडे लक्ष द्यायला लागली. जेव्हा पुढच्या वेळी मायोला आजीला भेटायला आली, तेव्हा तिचे आभार मानायला सुक्कोरिना स्वतः गेली- तिनंच बनवलेल्या कोळंबीच्या लोणच्याची बाटली घेऊन. तिची भीती आता गेली होती. पण उदासीनता राहिलीच होती.

"माझ्या नवऱ्याला आता मी नकोय," ती रडत होती, "आणि मला तर

मुलालाही वाढवायचंय. मी त्याची देखभाल कशी करणार? मला कोणी कसलं कामही देणार नाही.''

''तुझ्या कुटुंबाचं काय? ते नक्की सांभाळतील तुला.''

''माझी आई म्हातारी झालीय. तिच्यावर आणखी दोन तोंडांना खाऊ घालण्याची जबाबदारी मी कशी टाकू? मी करू तरी काय?''

''काळजी करू नकोस,'' मायोलानं तिला धीर दिला. ''तुला अजून खिन्न वाटतंय. ज्या प्रकारचा मानसिक आजार तुला झाला होता, त्यानंतर असं होतं कधीकधी. मी तुझ्या औषधात थोडा बदल करते. काही दिवसांनंतर तुला बरं वाटेल. रडू नकोस. तू बरी होशील पण गोळ्या घ्यायचं थांबवू नकोस.''

सुक्कोरिना रडतच होती. मायोलानं औषधं बदलून दिली आणि ती गेली. यापेक्षा जास्त काही करणं तिला शक्यच नव्हतं. तिनं मनातनं सुक्कोरिनाचा विचार काढून टाकला. तिच्या आजीनं मात्र उपचार पुढे चालूच ठेवले.

''आता मी म्हातारी झाले. कुणीतरी मदतीला मिळालं तर बरं होईल,'' ती म्हणाली, ''घरकामात थोडी मदत करायला मी बाई शोधतेय. तुला चालणार असलं तर तू माझ्याकडे राहू शकतेस. अर्थातच तुझ्या बाळाला घेऊन. मी तुला पगार देईन आणि जेवणही मिळेल तुला.''

सुक्कोरिनाचा चेहरा उजळला. तिनं एस्ताफानियाचे आभार मानले आणि त्याच दिवशी ती तिच्या घरी राहायला आली. फार पूर्वी हे घर बांधताना तिनंही त्यात भाग घेतला होता. ही नवी भागीदारी त्या दोघींसाठीही भल्याची ठरली. एस्ताफानियाला घरातली कंटाळवाणी कामं करायला लागत नव्हती.

त्याऐवजी ती प्रार्थना करण्यात आणि वाचण्यात वेळ घालवायला लागली. संध्याकाळी तिच्या बाल्कनीत जमा होणाऱ्या शेजारपाजारच्या अशिक्षित बायकांना ती शिकवायला लागली. त्यांना आरोग्य, आरोग्यशास्त्र आणि आहारविषयक माहिती द्यायला लागली. ती त्यांना स्वतः घेतलेल्या पुस्तकं, वर्तमानपत्र आणि नियतकालिकं यांतून वाचून दाखवायची. ते ऐकायला सुक्कोरिनालाही आवडायचं.

सुक्कोरिनाला स्वतः काही छान वाटायला लागलं. तिची कोणालातरी गरज होती. ती मनापासून काम करायची. तिला शिकायची आवड होती. जगभरातले वेगवेगळे पदार्थ करायला एस्ताफानियानं तिला शिकवलं. अनेक वर्षांनंतर मायोलाला त्याचा फायदा होईल हे त्या वेळी कोणीच सांगू शकलं नसतं. ती परत हसायला लागली, गुणगुणायलाही लागली. पण तिच्या चेहऱ्यावरची खिन्नता जात नव्हती. ते एस्ताफानियाच्या तीक्ष्ण नजरेतून निसटलं नाही. एस्ताफानियानं सुस्कारा सोडला.

''बाईची जागा तिच्या नवऱ्याच्या घरी असते,'' ती म्हणाली. ती निर्धारानं बाजारापलीकडच्या जोसच्या घरी निघाली होती. जाताना पावसाळातल्या चिखलात

बरबटू नये म्हणून तिनं साडी वर उचलून धरली होती. अर्थात त्याचा काही उपयोग नव्हता. हातातली छत्री ती जणू मुद्दामच हलवत होती.

याआधी ती त्याला कधी भेटली नव्हती. भकास नजरेनं समोर बघत जोस बाल्कनीत बसला होता. हाताशीच अर्धवट भरलेला ग्लास होता. अजून सकाळच होती तरी त्याच्या तोंडाला फेणीचा भपका येत होता. तिचा संताप नाहीसा झाला आणि तिला त्याच्याविषयी थोडी सहानुभूती वाटायला लागली.

"तू घेतलेल्या लग्नातल्या शपथांचा विसर पडला का तुला?" नमस्कार करून तिनं स्वतःचं काम सांगितलं आणि काहीसं आव्हान देतच विचारलं, "देवाच्या वेदीवर पाद्र्यानं दिलेल्या पवित्र शपथा?" तिनं येताना ठरवलं होतं त्यापेक्षा तिचा आवाज बराच मऊ होता.

"मी दुष्ट शक्तींचा सामना कसा करू शकणार?" त्यानं घुमेपणानंच विचारलं.

त्याला सुचलंच नाही की, तिला जा म्हणून सांगावं असा अधिकार त्याला आहे. त्याच्या भानगडीत नाक खुपसायचा अधिकार तिला नाही असं तो म्हणू शकतो.

"कुठल्या दुष्ट शक्ती?" तिनं विचारलं, "दुष्ट शक्ती वगैरे काही नसतं. तुझी बायको आजारी होती." त्याला पटत नाहीये हे तिला दिसत होतं. "तिच्या मेंदूत झालेल्या काही बदलांमुळे तुझ्या बायकोला एक प्रकारचा आजार झाला होता. बाकीच्या आजारांसारखाच." तिनं स्पष्टीकरण दिलं. "तिला जर साखरेचा विकार असता, तर तू टाकून दिलं असतंस का तिला?"

त्यानं नकारार्थी मान हलवली.

"मनाच्या आजारपणामुळे लोक विचित्रपणे वागतात आणि बोलतात."

"नाही," तो भडकला. स्वतःच्या भावना त्याला ताब्यात ठेवता येईनात. "तिला तिच्या पापांची शिक्षा मिळतेय. तिचं दुसऱ्यावर प्रेम होतं आणि त्याचेच भोग ती भोगतेय."

एस्ताफानियाला धक्काच बसला. "खात्री तुझी?" स्वतःच्या विचारांची जुळवाजुळव करत तिनं विचारलं, "सुक्कोरिना, बेईमानी करणारी वाटत नाही. तुला दुखावणार नाही ती."

"खरंय ते." जोस दुःखानं म्हणाला, "माझ्याशी लग्न करण्यापूर्वी." आतापर्यंत कोणालाही न सांगितलेल्या गोष्टी त्यानं एस्ताफानियाला सांगितल्या. आपलं मन मोकळं केलं.

"नंतर कधी बेईमानी केली का तिनं तुझ्याशी?"

"नाही, मला तसं वाटत नाही."

एस्ताफानियानं क्षणभर विचार केला. "हे जरी खरं असलं," सरतेशेवटी ती म्हणाली, "तरी ते सगळं आता संपलं आहे. माझी खात्री आहे की, तिचं तुझ्यावर

प्रेम आहे आणि तू टाकून दिल्यानं ती फार दुःखी आहे, तिला तुझी गरज आहे. तुझ्या मुलाला तुझी गरज आहे आणि तुला मान्य असो वा नसो, तुलाही त्यांची गरज आहे. आणि जर आपण एकमेकांना माफ करायला शिकलो नाही, तर देवानं आपल्या पापांसाठी आपल्याला क्षमा करावी अशी अपेक्षा तरी कशी ठेवता येईल? तू कमी वेळा म्हणतोस का, की 'आम्ही जर काही अन्याय केला असला तर त्याबद्दल माफ कर, जसं आमच्यावर अन्याय करणाऱ्यांना आम्ही माफ करतो.' आपणच जर हे म्हणणं आचरणात आणलं नाही तर त्याचा काय उपयोग?''

यावर त्याला काहीच उत्तर देता आलं नाही आणि मग सुक्कोरिना तिच्या मुलाला घेऊन त्याच्या वडिलांकडे परत गेली. तिचं मन कृतज्ञतेनं भरून आलं. तिनं त्या म्हाताऱ्या बाईला वाऱ्यावर सोडलं नाही. रोज, दिवसाचे दोन तास ती तिच्याकडे जात राहिली.

''मला जोसची काळजी वाटते,'' तिनं एके दिवशी एस्ताफानियाला विश्वासात घेतलं, ''तो फारच प्यायला लागलाय. त्याचा व्यवसाय ठप्प झालाय आणि त्याला येता-जाता प्यायला लागतं.''

''त्यानं पिणं थांबवलं पाहिजे.''

''त्यानं प्रयत्न केला. त्यानं खरंच प्रयत्न केला, पण मग तो नियंत्रण न राहून थरथरायला लागतो आणि दारू घेतल्यावरच ते थांबतं. आता आम्ही काय करायचं?''

''त्याला दवाखान्यात घेऊन जा.''

बोलणं सोपं होतं, करणं नाही. त्यानं ठाम नकार दिला. त्याला इंजेक्शनची आणि दवाखान्यात डॉक्टर रुग्णांना ज्या भयंकर यातनांतून जायला लावतात त्याची भीती वाटते, हे उघडपणे कबूल करणं त्याला जमलं नव्हतं. त्यानं नाका-तोंडात नळ्या घातलेले रुग्ण पाहिले होते आणि काही झालं तरी स्वतःला त्या अवस्थेत जावं लागणं त्याला मंजूर नव्हतं.

एके दिवशी सुक्कोरिनानं एक विचित्रच आवाज ऐकला आणि त्यापाठोपाठ काहीतरी धप्पकन पडल्याचा! स्वयंपाकघरातून ती धावत बाहेर आली तर तो बाहेरच्या खोलीतल्या जमिनीवर अस्ताव्यस्त पडला होता. त्याचा चेहरा वाकडातिकडा झाला होता. डोळे वरच्या बाजूला फिरत होते आणि दातखीळ बसली होती. त्यातून लाळ आणि फेस येत होता. तो हातपाय जोरजोरात झटकत होता. काय करावं हे न सुचून ती जोरात किंचाळायला लागली. ते ऐकून शेजारपाजारचे लोक धावत आले. त्यांनी सगळं बघितलं आणि एक जण टॅक्सी आणायला गेला. ती येईपर्यंत झटके थांबले होते; पण त्याची नजर निर्विकार दिसत होती आणि त्याला नीट समजतही नव्हतं. त्यांनी त्याला टॅक्सीत बसवलं आणि मडगावच्या हॉस्पिटलमध्ये घेऊन गेले. त्यानं कसलाच विरोध केला नाही.

दारूवर अवलंबून असण्याची लक्षणं आणि रमची फेफरं.

दवाखान्याच्या मागच्या बाजूला असणाऱ्या डोंगरावरच्या सॅनिटोरियममध्ये त्याला ठेवलं. त्या गर्दीच्या शहराच्या मध्यभागी एखाद्या वाळवंटातील हिरवळीसारखं ते वाटत होतं. हिरवी झाडी आणि शांतता. नर्सेस चांगली काळजी घ्यायच्या आणि डॉक्टरही प्रेमळ होते. त्याच्या अंगातलं विषारी द्रव्य काढून टाकलं.

"त्याच्यासाठी काहीतरी दुसरा व्यवसाय शोधावा लागेल," डॉक्टरांनी त्यांना सांगितलं, "उपचारानं सुधारत असलेल्या मद्यप्यानं दारू विकण्याचा धंदा करावा असं आम्ही कधी सुचवणार नाही."

पण त्याला दुसरं काय येत होतं? सातव्या इयत्तेतच त्यानं शाळा सोडली होती आणि एखादी सुरक्षित सरकारी नोकरी करावी तर त्यासाठी वशिल्याची गरज होती. तो त्यांच्याकडे नव्हताच. इतरही बऱ्याच नोकऱ्या होत्या; पण त्यांचा पगार अगदीच कमी होता.

"इतक्या कमी पैशांकरता मी कशाला कष्ट करू?" त्याची चिडचिड झाली, "तितक्या पैशात आपण आठवडाभरसुद्धा गुजराण करू शकणार नाही! त्यापेक्षा मी काही काम न करता घरीच बसेन- गोव्यातल्या इतर अनेक बेकार तरुणांसारखं."

एस्ताफानियाचा मुलगा अमेरिकेतून सहकुटुंब आला होता. प्रेक्षणीय स्थळं पाहण्यासाठी जायला ते पुष्कळदा पांढऱ्या लक्झरी टुरिस्ट टॅक्सीज भाड्यानं घ्यायचे. बाजारात हिंडणाऱ्या जुन्यापुराण्या काळ्यापिवळ्या त्यांना चालायच्या नाहीत.

टुरिझममध्ये खूप पैसा मिळतो, असं सुक्कोरिनानं ऐकलं होतं. अनेक दिवस दाबून टाकलेली मॅन्युअलची आठवण होऊन तिला एक विचार सुचला.

"तुला माहीत आहे का त्या पंचतारांकित हॉटेलांत राहणारे परदेशी प्रवासी टॅक्स्यांना किती पैसे देतात? त्यातच पैसा मिळतो. तू टॅक्सी चालव." तिनं जोसला आग्रह केला, "लक्झरी टुरिस्ट टॅक्सी." त्यालाही ती कल्पना आवडली.

"माझ्या स्वतःच्याच गाडीत फिरायचं," तो उत्साहानं म्हणाला, "आणि भरपूर पैसेसुद्धा मिळवायचे."

मग त्यानं ड्रायव्हिंग स्कूलमध्ये नाव घातलं आणि वाहन चालवण्याचा व्यावसायिक परवाना मिळवला. त्यांना दोघांनाही खूप हुरूप आला होता. एस्ताफानिया रोजच्या वर्तमानपत्रात वापरलेल्या गाड्यांच्या सेलच्या जाहिराती पाहायची आणि ते त्यांची काळजीपूर्वक छाननी करायचे. जोसनं एका बिझनेसमनच्या पांढऱ्या कॉन्टेसा गाडीची निवड केली.

"याचे पैसे द्यायला कसं जमेल तुला?" एस्ताफानियानं विचारलं, "बरीच किंमत आहे तिची."

"मी कुवेतहून आणलेलं थोडंसं सोनं आहे माझ्याकडे," सुक्कोरिना म्हणाली,

"ते विकता येईल." तिला मिळालेले पैसे काही पुरेसे नव्हते.

"मला बँकेकडून कर्ज घेता येईल," जोस धीटपणे म्हणाला, "माझं घर आणि जमीन तारण म्हणून ठेवता येईल."

"पण व्याजाचे दर खूप जास्त आहेत," एस्ताफानियानं धोक्याची सूचना दिली.

"असू देत. खूप कमी वेळात पैसे जमवून कर्ज फेडता येईल आम्हाला," त्यांच्या आवाजात आत्मविश्वास ठासून भरला होता.

व्यवहार पूर्ण झाला. जोसनं त्याचं चकचकीत वाहन गावातून अभिमानानं फिरवत आणलं आणि स्वतःच्या घरासमोर उभं केलं. ते ठेवण्यासाठी त्यानं ॲसबेस्टॉसची एक खास शेड बांधली होती. शेजारपाजारचे लोक कौतुकानं बघायला आले. आपल्या चेहऱ्यावरच्या भावात किंवा आवाजात असूया जाणवणार नाही याची ते पक्की काळजी घेत होते. ते वाहन अगदी छाप पडावी असंच होतं.

"जोस आसपासच्या पंचतारांकित हॉटेलांत भेटून आला," सुक्कोरिनानं एस्ताफानियाला एके दिवशी सांगितलं, "एका मॅनेजरनं त्याच्या हॉटेलात संधी दिलीय त्याला, पण..." तिनं आवाज खाली आणला, "त्यानं दहा हजार रुपयांची लाच मागितलीय."

"हे तर खूपच पैसे झाले!" एस्ताफानियाला काळजी वाटली.

"पण आता सगळं करून झालं व्यवस्थित."

सुक्कोरिनाचा उत्साह बघून एस्ताफानियाला आनंद झाला. पैसे मिळवण्याची सगळी तयारी सिद्ध झाली होती; पण त्यांनी एक महत्त्वाची गोष्ट विचारातच घेतली नव्हती.

गोव्यात टुरिस्ट टॅक्सीचा धंदा आधीच भरून वाहत होता आणि स्पर्धा फारच तीव्र होती. त्या खेचाखेचीत ते फार उशिरा सामील झाले होते. जुने अनुभवी ड्रायव्हर नव्या लोकांना अहमहमिकेनं मागे पाडायचे. घासाघीस करून लाभदायक सफरी आपल्या पदरात पाडून घ्यायचे. डार्विनच्या सिद्धान्ताप्रमाणेच होतं ते.

रिसॉर्टच्या बाहेर उभं राहून कधी न येणाऱ्या पर्यटकांना बोलावण्याची वाट पाहत जोसनं तासन्तास घालविले. उत्साहाची जागा निराशेनं घेतली. पैसा तर थोडाही येत नव्हता आणि कर्ज तर फेडायला हवं होतं, तेही व्याजासकट. दुसऱ्या काही निरुपयोगी ड्रायव्हर्सबरोबर तो वेळ घालवायला लागला, पत्ते नाही तर जुगार खेळत. सुरुवातीला थोडेच पैसे लावले; पण निराशा वाढत चालली तसे पैसेही जास्त लावले जायला लागले. दारूची जागा जुगारानं घेतली.

गोव्याची अर्थव्यवस्था वेगानं बदलत होती. महागाई वाढली. पूर्वी माहीत नव्हती अशी चैनीची साधनं दुकानात येऊ लागली. ज्यांना ती परवडत होती त्यांना आनंद झाला; पण त्याचबरोबर आवश्यक त्या वस्तूंच्या किमतीसुद्धा वाढू लागल्या. सामान्य माणसाचा मुख्य आहार असणारा भात आणि मासेसुद्धा महाग झाले.

पकडलेल्या माशांतले चांगल्या कोळंबी आणि झिंगे परदेशात पाठवले जाऊ लागले किंवा हवाबंद डब्यात भरून मोठमोठ्या हॉटेलांना पुरवले जाऊ लागले. गृहिणींवर आपल्या कुटुंबासाठी छोटे काटेरी मासे घ्यायची वेळ आली. यापूर्वी ते फक्त जनावरांनाच खाऊ घातले जात किंवा त्यांचं खत बनवलं जाई.

जीवनाला पूरक असणाऱ्या हरितपट्ट्यांचं, अगदी निलाजरेपणानं अवैध बांधकाम करून राखाडी रंगाच्या सिमेंटच्या जंगलात रूपांतर होत होतं. त्यातून आधाशी आणि निर्लज्ज राजकारणी, आणि न घाबरता स्वतःचे धादांत निंद्य व्यवहार करणारे नोकरशहा यांच्या तुंबड्या भरत होत्या. त्यांना खात्री होती की, त्यांच्यावर कधीही कारवाई होणार नाही. लोकांनी प्रतिनिधी म्हणून निवडून दिलेले हे प्रतिष्ठित लोक स्वतःच्या भवितव्याची काळजी घेत होते. मिनिस्टरच्या खुर्चीसाठी संगीतखुर्ची खेळणं, विरुद्ध पार्टीचं सरकार पाडणं, पार्ट्या बदलणं, जनतेच्या पैशाची उधळपट्टी करणं, अशा प्रकारचे खेळ खेळत होते आणि गोवा जळत होता. त्याचे वारसदार स्वतःवर दाखल झालेल्या भयंकर फौजदारी गुन्ह्यांकडे दुर्लक्ष करून क्षुद्र कारवायांत गुंगून गेले होते. आपल्याच मुलांचं भविष्य कवडीमोलानं विकत होते.

विजेचा पुरवठा नियमितपणे अनियमित असायचा. त्यामुळे विजेची नाजूक उपकरणं बिघडून जायची. डोकं शांत ठेवणं आणि सहनशीलता यांचा अगदी कडेलोट व्हायचा. मग धूर ओकणारी जनित्रं वापरायला लागायची. त्यांच्या वापरानं हवा खराब व्हायची आणि परिणामी आरोग्यासाठी जास्त किंमत मोजायला लागायची. बसची अवस्थाही भीषण होती. चाकावरच्या डब्यांत अमानुषपणे माणसांना कोंबलं जायचं. खासगी मालकीची दोन आणि चार चाकांची वाहनं खड्डे पडलेल्या रस्त्यांवरून मोकाट सुटायची. त्या शोचनीय रस्त्यांवरून धावणारी वाहनं आणि त्यात बसलेली माणसं दोघांसाठीही तो मृत्यूचाच सापळा होता.

एस्ताफानियानं सुक्कोरिनाचा पगार वाढवला. आता तिचं वय जाणवायला लागलं होतं. ती विसराळू बनत चालली. विशेषतः ती बाजाराला गेलेली असताना. ती पुष्कळ मासे, मांस, भाज्या आणि फळं घेऊन यायची. ते सगळं तिला एकटीला संपवता येणं शक्यच नव्हतं.

"मी आता म्हातारी व्हायला लागले," ती म्हणायची, "इतक्या अन्नाचं मी काय करू? मी तर एकटीच आहे. ते खराब होण्यापूर्वी तूच घेऊन जा सुक्कोरिना. चांगलं अन्न फुकट घालवायला बरं वाटत नाही." सुक्कोरिना कृतज्ञतेनं ते सारं घेऊन जायची. तिला त्याची गरज असायचीच. म्हातारी तिला फार आवडायची.

"आम्ही फार मोठी चूक केली." एके दिवशी तिनं कबूल केलं, "आम्हाला गाडी विकावीच लागेल. ती सांभाळणं परवडेनासं झालंय."

जोसला त्याची आवडती कॉन्टेसा विकण्याची कल्पना अजिबात आवडत

नव्हती. गाडी चालवायच्या चाकापुढे बसलं की त्याला मस्त वाटायचं. स्वतःविषयीचा अभिमान वाटायचा. पण दुसरा काहीच उपाय उरला नव्हता. त्याचं कर्ज फुगायला लागलं तेव्हा त्याला ती विकावीच लागली. त्यात त्यांचं पैसा, अभिमान आणि आशा अशा तिन्हींचं नुकसानच झालं. जुना प्रश्नच पुन्हा उपस्थित झाला, आता त्यानं करायचं काय?

"तू एखादं दुकान का नाही टाकत?" एस्ताफानियानं सुचवलं.

"पण कुठं? बाजारात आधीच खूप दुकानं आहेत. त्यातली थोडीशी सोडली तर बाकीची नीट चालतही नाहीत." आधीच खिशाला भोक पडल्यामुळे आता सुक्कोरिना जरा सावध झाली होती. "जोसला परदेशी जावंसं वाटतंय," तिच्या बोलण्यात साशंकता होती. "गल्फला. आम्ही थोड्या दलालांशी बोललोय. ते कदाचित त्याच्यासाठी काम शोधतील."

त्यात त्यांना यश आलं. एका दलालानं त्याच्यासाठी दुबईत ड्रायव्हरचं काम शोधलं आणि त्याला खूप आनंद झाला. पहिल्या वर्षाचा जवळजवळ संपूर्ण पगार त्याला दलाली म्हणून द्यावा लागणार होता, हे त्यानं विशेष मनावर घेतलं नाही. भविष्यात भरपूर पैसे मिळावेत म्हणून केलेली ती गुंतवणूक होती. तो आपल्या बायको-मुलांना दोन वर्षांतून एकदाच महिना-दोन महिन्यासाठी भेटू शकणार होता. तेवढा त्याग तर त्यांना करावाच लागणार होता- तग धरण्यासाठी, भरभराट होण्यासाठी.

जोस गेल्यानंतर सुक्कोरिना आणि डेव्हिड परत एस्ताफानियाच्या घरी राहायला गेले. एस्ताफानियाची तब्येत आता जास्त खराब व्हायला लागली होती. तिची मुलगी मुंबईहून भेटायला आली होती आणि तिनं तिला आपल्याबरोबर चलण्याचा आग्रह केला.

"मला स्वतःचं स्वतःला करता येईनासं झालं तरच मी येईन," तिनं नकार दिला. "शिवाय आता माझी काळजी घ्यायला सुक्कोरिना आहेच." पण एक दिवस असा उगवला की, विश्रांती घेत असतानासुद्धा तिला अस्वस्थ वाटायला लागलं आणि शेवटी तिला मान्यता द्यावीच लागली. तिनं विश्वासू सुक्कोरिनाचा निरोप घेतला. तिला बरेचसे पैसे बक्षिसी म्हणून दिले आणि ती मुंबईला गेली.

तशी ती नेहमीच गोलमटोल होती. त्यामुळे आपलं पोट मोठ्ठं व्हायला लागलेलं तिच्या लक्षातही आलं नव्हतं; पण डॉक्टरनं सुई टोचून थोडंसं पाणी बाहेर काढलं. त्यात रक्तही होतं. जास्त चिकित्सा करण्यापूर्वीच तिला झोपेत शांत मरण आलं. दुसऱ्या कोणावर आपण ओझं बनायचं नाही या स्वतःच्या इच्छेचं तिनं मरेपर्यंत पालन केलं.

तिचं ज्या गावावर खूप प्रेम होतं, तिथेच तिचं दफन करण्यात आलं. जेव्हा अंत्यविधीची बातमी सुक्कोरिनापर्यंत पोहोचली तेव्हा तिला धक्काच बसला आणि

ती ढसाढसा रडायला लागली. तिला फारच दुःख झालं होतं. कारण स्वतःच्या कुटुंबातील माणसांपेक्षाही तिचं एस्ताफानियावर जास्त प्रेम होतं.

त्यानंतर बरेच महिने सुक्कोरिना त्या बंद पांढऱ्या घराकडे ओढली जायची. जणू तिचा त्या घराशी काहीतरी गूढ संबंध होता. त्या शांत बगिच्यात ती फिरायची किंवा बाल्कनीतल्या लाल सिमेंटच्या बाकावर बसायची. तिला एस्ताफानियाची फार आठवण यायची.

एके दिवशी तिला घराची दारं-खिडक्या सताड उघडी दिसली आणि आनंदानं तिचं हृदय भरून आलं. क्षणभर तिला वाटलं की एस्ताफानियाच परत आलीय आणि आनंदानं ती घराकडे धावत सुटली. एक शेजारी तिच्याच दिशेनं येत होता. "एस्ताफानियाची नात राहायला आलीय," त्यानं सुक्कोरिनाला सांगितलं, "एकटीच."

मायोला. तिला आठवलं की, तिनं हिप्पीबरोबरच्या भानगडीचं काहीतरी ऐकलं होतं; पण तिनं त्याच्यावर विश्वास ठेवला नव्हता. एस्ताफानियाच्या कुटुंबातील कोणीच व्यक्ती चुकीचं वागली नसती.

ती धावत जिना चढली. बाल्कनीत एस्ताफानियाच्या डोलखुर्चीत मायोला वाचत बसली होती. ती मोठी झाल्यासारखी दिसली आणि दुःखीसुद्धा. ती आता पहिल्यासारखी उत्साहानं सळसळणारी मुलगी राहिली नव्हती, तर एक पोक्त बाई झाली होती. सुक्कोरिनानं नमस्कार केल्यावर तिनं वर पाहिलं. थोड्याशा सावध आणि शोधक दृष्टीनंच पाहिलं. सुक्कोरिनाच्या चेहऱ्यावरील निखळ आनंद पाहून तिचा सावधपणा गेला.

सुक्कोरिनानं तिला मिठी मारली. औचित्य गेलं उडत. तिला आनंदानं आणि दुःखानंही रडू आलं. नंतर तिच्या आवडत्या घरात ती जेव्हा फिरली तेव्हा तिला दिसलं की त्याचा बराचसा भाग नीट स्वच्छ केला असला तरी स्वयंपाकघर वापरल्यासारखं दिसत नव्हतं.

"बाय, तुम्ही स्वतःच स्वयंपाक करणार नाही का?" तिनं आश्चर्यानं विचारलं.

मायोलानं नकारार्थी मान हलवली. "नाही, मी कोणाकडून तरी डबा आणेन."

"तर मग मीच येऊन तुमचा स्वयंपाक करत जाईन," सुक्कोरिना ठामपणे म्हणाली.

मायोला कृतज्ञतेने हसली, "मला आवडेल ते."

मायोला : **प्रेमाच्या शोधात**

मी एका दरीतनं वाट शोधत चाललेय. पण माझ्या प्रगतीला दोन भयानक प्राणी अडथळा आणतायत. त्यांनी मला घातलेल्या दहा

कसोट्या मी यशस्वीपणे पार पाडल्या तरच मला पुढे जायला मिळेल. पण जर मी अयशस्वी झाले तर मला मारून टाकतील. मला भीती वाटतेय, पण मला जाणीव आहे की मी भीती किंवा यातना चेहऱ्यावर दिसू दिली तर मला शिक्षाच मिळेल. मी त्यांच्या अंधाऱ्या गुहेत प्रवेश करते. मला असं वाटतं की त्या स्त्रिया आहेत. दोघी बहिणी. एक शक्तिवान आहे. ती निर्णय घेते आणि दुसरी ते पाळते. ती शक्तिवान माझ्याकडे झेप घेते. माझ्या हातावर, चेहऱ्यावर ओचकारण्याचा प्रयत्न करते. तिचं भीतिदायक गुरगुरणारं तोंड माझ्या चेहऱ्याजवळ आणून सुळ्यांनी मला चावायचा प्रयत्न करते. भीती आणि यातना दोन्ही शहारे आणणारं आहे. पण मी माझ्या भावनांवर ताबा ठेवते. आश्चर्य म्हणजे माझ्या यातना हळूहळू कमी होतात आणि ती मागे सरकताना दिसते. माझा विश्वासच बसत नाही, पण मी पहिल्या कसोटीला उतरलेय. मला वाटलं होतं त्यापेक्षा ते फारच सोपं होतं.

त्या माझ्यावर दुसऱ्यांदा हल्ला करतात आणि तिसऱ्यांदा- मला शांत राहण्यात यश येतं. मी इथपर्यंत पोहोचू शकेन असा मला विश्वास नव्हता. प्रत्येक यशानंतर मला जाणवतं की, मी जास्त शक्तिवान होत चाललेय आणि त्या शक्तिहीन. सातव्या हल्ल्यापर्यंत पोहोचेतोवर माझी खात्री झाली होती मी जिंकलेय.

माझं मन अशांत असतानाच मला एक आश्चर्याचा धक्का बसला. मी बाह्यरुग्ण विभागात बसले होते. माझ्यासमोर टेबलावर असणाऱ्या फायलींचा ढिगारा संपवायचा प्रयत्न करत होते. समोरच्या खुर्चीत बसलेल्या रुग्णाला मी औषधं लिहिलेला कागद दिला. ती कशी घ्यायची हे समजावून सांगितलं. तो जायला उठला तेव्हा मी यांत्रिकपणे टेबलावरची घंटा दाबली आणि पुढचं नाव घेतलं.

"वोल्फगँग श्नाइडर."

माझ्या डोक्यात प्रकाश पडण्यापूर्वीच तो दारातून भेलकांडत आला. त्याचा चेहरा वाकडातिकडा झाला होता आणि तो डाव्या बाजूला वाकून चालत होता. डाव्या हातानं त्यानं डावी पोटरी दाबून धरली होती आणि उजवा हात छातीवर दिसला होता. तो जोरात कण्हत होता.

मी घाबरूनच बघत होते. तोच माझ्या लक्षात आलं की, सगळं नाटक चाललंय. नुकत्याच रिकाम्या झालेल्या खुर्चीत तो बसला. माझ्याकडे वाकून म्हणाला, "डॉक्टर, इथं दुखतंय मला." आणि मी हसतच सुटले. मग तो

नाटकीपणे खुर्चीत मागे विसावला.

"इथं काय करतोयस तू?" हसता हसता मी श्वास रोखला.

"परत तुला भेटावंसं वाटलं."

खोलीतले सगळे लोक आ वासून पाहत होते. रुग्ण, नर्सेस, माझे विद्यार्थी. त्यांपैकी कोणीही अशी केस याआधी पाहिली असेल का मला शंकाच होती. मी तरी नव्हती पाहिली.

"आत्ता नाही मी तुझ्याशी बोलू शकणार," मी त्याला सांगितलं, "मला हे सगळे रुग्ण तपासायचे आहेत." मी माझ्या टेबलावरच्या फायलींकडे बोट केलं.

"पण मी अपॉइंटमेंट घेतलीय." त्यानं विरोध केला.

मला परत हसू आलं, पण माझं काम संपेपर्यंत बाहेर थांबावं लागेल, असं मी त्याला सांगितलं.

त्यानं माझे अर्धे रुग्ण तपासण्याची तयारी दाखवली; पण मी नम्रपणे नकार दिला. जर्मनीत कायद्याच्या अभ्यासात मानसोपचार या विषयाचा समावेश असेल अशी मी कधी कल्पनाही केली नव्हती. पण मला हे कबूल केलं पाहिजे की माझी एकाग्रता त्याच्यामुळे विचलित झाली. मी घाईघाईनंच पुढची कामं उरकली.

दवाखान्यात तो नेहमीच दिसायला लागला. लांब लांब ढांगा टाकत यायचा तो. त्याचं पिंगट केसांचं डोकं सगळ्यांपेक्षा उंच दिसायचं. तो सगळ्यांशीच हास्यविनोद करायचा. थोड्या दिवसांत तो माझ्याहीपेक्षा जास्त लोकप्रिय झाला.

त्याच्या येण्यामुळे मी जास्तच गुंत्यात अडकले. जणूकाही आतापर्यंत मी ज्या गोंधळात अडकले होते ते पुरेसं नव्हतं. माझ्या सगळ्या जवळच्या मित्र-मैत्रिणींनी मला त्याच्याशी सलगी न वाढवण्याचा सल्ला दिला.

"तुझी अब्रू धुळीला मिळवशील, मायोला."

"या पांढऱ्या कातडीच्या लोकांना नुसती मजा मारायची असते आणि नंतर 'अच्छा, टाटा, चांगलं वाटलं तुला भेटून' अशी वृत्ती असते त्यांची. विसर त्याला, मायोला."

मला समजत होतं की ते बोलतायत ते बहुतेक खरं होतं. पण मला भुरळ पडली होती. यापूर्वी कधीही मी स्वतःला प्रेमात पडायला परवानगीच दिली नव्हती.

मला फार वाटत होतं की, आजी इथं असायला हवी होती. म्हणजे मी त्याला घेऊन तिला भेटायला गेले असते आणि तिचं मत काय आहे, ते विचारलं असतं; पण तब्येत चांगली नसल्यामुळे ती माझ्या मावशीबरोबर राहायला मुंबईला गेली होती. मला तिची फार आठवण यायची. जवळ असती तर मला तिनं चांगला सल्ला दिला असता असं वाटायचं. दुसऱ्या कोणाहीपेक्षा माझा तिच्यावर जास्त विश्वास होता.

आठवड्याच्या शेवटी मी घरी जाताना काहीही विचार न करता त्याला बरोबर घेऊन गेले. कदाचित माझ्या सुप्त मनात मी माझ्यासमोरच्या कोंडीतून मार्ग सापडावा असा विचार करत असेन. मी पहिल्यांदाच एका मित्राला घरी घेऊन गेले होते. माझे आई-वडील आतुरतेनं एखाद्या तरुण प्रतिष्ठित डॉक्टरची अपेक्षा करत होते; पण जेव्हा त्यांनी एक लांब केसांचा हिप्पी पाहिला, आणि भरीत भर म्हणून त्याच्या कानात डूलही होता- तेव्हा त्यांचे चेहरे पडले. मी घाईघाईत केलेल्या कृतीचा मला पश्चात्ताप झाला.

त्यांनी त्याच्याशी शिष्टाचाराला धरून वागण्याचा प्रयत्न केला; पण त्यांना वाटणारी उद्विग्नता मला स्पष्ट दिसत होती. विशेषतः ममाला. तिला कसंसंच वाटत होतं. आम्ही चहा प्यायला बसलो. ममा पुढे वाकली आणि तिनं वोल्फगँगलाच थेट प्रश्न केला, "तुला माझ्या मुलीशी लग्न करायचं आहे?"

मला खूप शरम वाटली.

त्याला खरंच आश्चर्य वाटल्यासारखं दिसलं, "नाही," त्यानं प्रामाणिकपणे उत्तर दिलं. "खरंतर मला कधीच लग्न करायचं नाही. जर केलं आणि कधी नातं तुटलं तर फार कटकटी निर्माण होतात. आमच्या देशात आम्ही फक्त एकत्र राहणंच पसंत करतो."

ममाचे डोळे खोबणीतून जवळजवळ बाहेर आले. ती गुदमरली. मला क्षणभर भीती वाटली की, तिला हृदयविकाराचा झटका येतो की काय! बोलायला काही न सुचून तिनं दोन्ही हातांनी तोंड घट्ट दाबून धरलं आणि गयावया करत असल्यासारखं पपांकडे पाहिलं.

"मग या सगळ्या भेटीचा अर्थ काय?" पपांनी रागातच विचारलं.

मी चटकन बाजू सावरली, "काहीच नाही." मी सहज आवाजात बोलले, "वोल्फगँग आमच्या संस्थेला भेट द्यायला आला होता आणि मला वाटलं, आपल्या गोव्याच्या पारंपरिक आतिथ्याचा त्याला अनुभव द्यावा."

मला समजत होतं की, त्यातला एक शब्दही त्यांना खरा वाटला नाहीये. त्याला इकडे घेऊन येण्यात मी फार मोठा मूर्खपणा केला होता. माझी अपेक्षा तरी काय होती? माझी अक्कल कुठे गेली होती? विवेकशून्य भावनेच्या भरात हरवली होती?

"आमच्या समाजात एखाद्या तरुण मुलानं लग्न न झालेल्या मुलीच्या घरी राहणं असभ्य समजलं जातं." बऱ्याच वेळानं पपा म्हणाले, "मला वाईट वाटतं, आम्ही हे असलं काही स्वीकारू शकत नाही. मायोलाला समजायला हवं होतं." पपांनी कडवटपणे माझ्याकडे पाहिलं. मी आतल्या आत कोमेजून गेले.

"मला समजतंय. नीट समजतंय. तुम्हाला त्रास दिल्याबद्दल माफ करा."

वोल्फगँगनं अपराधाबद्दल खेद प्रदर्शित केला. "तुम्हाला कुठल्याही प्रकारचा त्रास द्यायचा माझा उद्देश नव्हता. छान आहे तुमची मुलगी."

तो उठला आणि त्यानं हात पुढे केला. त्या दोघांनी नाइलाजानंच हातमिळवणी केली. त्यानं बॅग उचलली. मला मजेत हात हलवून दाखवला आणि तो गेला.

मग त्यांची बडबड सुरू झाली. ममा गदगदून रडायला लागली, "आपल्या कुटुंबात सारखं वाईट का घडतंय?" ती म्हणाली, "तिच्यावर कोणीतरी काळी जादू केलीय. पहिल्यांदा झरेलाचं झालं आणि आता हिचं. आपल्याला काहीतरी करायलाच हवं." काय करावं ते न सुचून ती हातावर हात चोळत बसली.

"मी कोणालाही माझ्यासाठी प्रार्थना करू देणार नाही किंवा कुठलीतरी न लागलेली वाईट नजर काढू देणार नाही," मला एकाएकी खूपच राग आला.

विश्वास न बसून ती माझ्याकडे पाहतच बसली. "तिची विचारशक्तीच खुंटलीय," तिनं दुःखानं म्हटलं आणि कोणीतरी मेलं असल्यासारखं जोरात रडायला लागली.

"त्यानं तुझ्यावर बळजबरी केलीय का?" अचानकच तिनं विचारलं.

"बळजबरी?" क्षणभर मी अवाक् झाले. मग मी हसायला लागले, "नाही, मुळीच नाही. खरंतर त्यानं माझा मुकासुद्धा घेतलेला नाही!" तिच्या चेहऱ्यावर सुटका दिसली आणि मी पुढे म्हणाले, "ममा, तू मला ओळखतेस. मी चुकीचं वागणार नाही." त्या क्षणी मलाही ते खरं वाटलं होतं.

ते शांत झाले आणि उरलेली सुट्टी, मी काय करावं याविषयी ते मला व्याख्यान देत बसले. त्याला भेटण्याची त्यांनी मला सक्त मनाई केली.

"तुला काही चांगली स्थळं सांगून आलीयत," पपा म्हणाले, "अमेरिकेत राहणारा एक गोव्याचा डॉक्टर आहे."

"त्याचं इतकं छान चाललंय की त्याचं स्वतःचं खासगी विमान आहे! कल्पना कर जरा!" ममानं माझ्याकडे आशेनं पाहिलं.

"इतका जर तो यशस्वी आहे तर त्याला अजून बायको कशी मिळाली नाही?" मी विचारलं, "तो विद्रूप किंवा गे किंवा असा काहीतरी आहे का?"

ममाला धक्काच बसला. मला इतकं उर्मटपणे बोलताना ऐकायची तिला सवय नव्हती. मला स्वतःलासुद्धा नवल वाटलं होतं. मला झालं तरी काय होतं? मी उर्मटपणा न करण्याचा काळजीपूर्वक प्रयत्न केला आणि मग काळी जादू करणाऱ्या बाईला माझ्यावरची वाईट नजर उतरवू दिली. शिवाय यापुढे असं घडू नये, म्हणूनही विधी करू दिले. तिनं मला एक ताईत दिला. कुठंही जाताना मी तो घालूनच जाणं अपेक्षित होतं म्हणजे माझं दुष्ट शक्तींपासून संरक्षण होईल. ममानं माझ्याकडून वचन घेतलं की, कधीही तो घालायला मी विसरणार नाही; पण विसरू नये यासाठी मला

काही मंत्र दिला नव्हता.

पुरेशी शिक्षा भोगून मी संस्थेत परत आले. मला माहीत होतं की, तिथं वोल्फगँग माझी वाट पाहत असेल. झुंज जास्तच कडवी झाली होती. वोल्फगँगनं तर मला काहीच देऊ केलं नव्हतं.

मी स्वत:शीच विचार केला. मला हवं तरी काय होतं?

मला माझ्या आई-वडिलांना सुखी ठेवायचं होतं. त्यांना आनंद द्यायचा होता; पण मी तर तसं आयुष्यभर करत आले होते. स्वतःशीच प्रामाणिकपणे कबूल करायचं ठरवलं तर वोल्फगँगबरोबरचं नातं मला हवं होतं. मला तसं मनात खोलवर जाणवत होतं. मग मी तसंच करायला हवं. बाकीचे लोक नको म्हणत असले तरी!

हे माझं आयुष्य होतं आणि ते जगताना मी स्वतःशीच प्रामाणिक असावं अशी प्रबळ इच्छा मला झाली होती. माझ्याकडून कितीही भयानक चुका घडत असल्या तरी!

मी स्वतःला त्यात उत्कटतेनं झोकून दिलं- काहीही हातचं न राखता.

यापूर्वी अशी बेभान मोकळीक मला कधीच अनुभवाला आली नव्हती. या मोकळेपणामुळे मला जणू पंख फुटले. जेव्हा त्यानं मला त्याच्याबरोबर जर्मनीला जाण्यासाठी विचारलं तेव्हा मी लगेच तयार झाले. ज्या पोकळीत उडी घ्यायचा मी विचार करत होते, तिला आकार यायला लागला होता. युरोप? का नको? मी नेहमीच जगभर हिंडायचं स्वप्न पाहिलं होतं.

संस्थेमध्ये मला व्याख्यात्याची जागा देऊ केली होती. त्याऐवजी मी राजीनामाच दिला आणि म्युनिकला जायला निघाले. वाटेत आम्ही इजिप्तमध्ये मजेसाठी छोटासा मुक्काम केला. तिथं भव्य पिरॅमिड्स आणि स्फिंक्स पाहिले.

त्याच्या विद्यार्थ्यांच्या छोट्या जागेतच मी त्याच्याबरोबर राहिले. माझ्यापेक्षा त्याची जागा बरीच मोठी आणि बरीच आलिशान होती. त्याच्याकडे एक जुनीपुराणी गाडी होती. त्यात बसवून तो मला सौंदर्यस्थळं दाखवण्यासाठी घेऊन गेला. म्युनिकमध्ये जुनी स्मारकं होती. ते एकूणच खूप सुंदर होतं. शॉपिंग मॉलमधली सजावट नेत्रदीपक होती. विश्वास बसणार नाही इतक्या प्रकारचा माल शेल्फवर होता. जणू विकलं जायची तो वाट बघत होता. त्याकडे बघत मी रमतगमत हिंडायचे आणि प्राणिसंग्रहालयही होतं. मला तिकडे जायचं नव्हतं.

"मला पिंजऱ्यातले प्राणी बघायला आवडत नाहीत," मी म्हणाले.

"तुमच्या भारतातल्या प्राणिसंग्रहालयासारखं नाहीये ते," त्यानं मला आश्वासन दिलं, "प्राण्यांची नीट काळजी घेतली जाते. इतकी चांगली की जर माझ्याकडे पैसे कमी असले आणि मला भूक लागली असली तरी मी कधीकधी माकडांबरोबर त्यांच्या पिंजऱ्यात उभं राहतो!"

खरंच मजा आली. तिथं जे जे पाहिलं ते सगळं मला आवडलं. विशेषतः ध्रुवावरची अस्वलं आणि सील मासे.

आम्ही न्यूशवनस्टाइनलाही भेट दिली. सिन्ड्रेलाचा महाल. हिरव्यागार बबेरियन आल्प्समध्ये एखाद्या चमकत्या अलंकारासारखा तो शोभत होता.

"तुला काय वाटतं, आपल्याला राहण्यासाठी हा महाल चांगला आहे?"

"कधी यायचं राहायला?"

"मला नोकरी मिळाली की लगेच!"

आम्ही मोठ्यानं हसलो आणि इसारच्या बाजूनं किंवा जंगलाच्या मधून चालू लागलो. वाटेत त्यानं मला तिथं वाढणारं स्टाइनपिल्झ ओळखायला शिकवलं. झाडावरची पानं लाल, सोनेरी आणि केशरी झाली होती. फारच सुंदर दिसत होतं ते. पानगळीच्या मोसमातले रंग म्हणजे काय त्याचा मला खरा अनुभव आला.

रुचकर जर्मन पदार्थांचा आस्वाद घ्यायला मला कोणी शिकवावं लागलं नाही. मिठाईच्या दुकानात मिळणारी श्वाइन ब्राटेन, एन्ट आणि जॉडेल, वाइजवर्स्ट आणि वेगवेगळ्या प्रकारची होती.

तो शिकायला वर्गावर जायचा तेव्हा मी एकटीच भटकायचे. पुष्कळ नव्या नव्या गोष्टींचा मनापासून अनुभव घ्यायचे. सगळं कसं नीटनेटकं, स्वच्छ आणि कार्यक्षम होतं. अगदी ठरलेल्या वेळी बसेस आणि गाड्या यायच्या आणि जायच्या. अगदी गुंतागुंतीच्या हायवेवरूनसुद्धा वाहतूक नियमितपणे आणि सुरळीत चालू असायची. अत्याधुनिक उपकरणांमुळे आयुष्य खूपच सुखकर झालं होतं आणि लोकांना नागरी कर्तव्यांची पुरेपूर जाणीव होती.

त्या वर्षीचा पहिलावहिला बर्फ पडला आणि सर्वत्र पांढऱ्याशुभ्र बर्फाची तलम चादर पसरली गेली. आम्ही बाहेर चालत फिरायला गेलो. एकमेकांवर बर्फाच्या गोळ्यांचा मारा केला. स्नोवुमन आणि स्नोडॉगही बनवला.

आमचं एकमेकांशी छान जमलं. सगळं कसं छान होतं. वर्तमानकाळ सुंदर होता; पण दोघांच्या भविष्यात पुढे काय वाढून ठेवलं होतं? माझा तीन महिन्यांचा व्हिसा लवकरच संपणार होता आणि काहीतरी टोकाचं पाऊल उचललं नसतं तर मला परत जावं लागलं असतं- जसं की लग्न करणं.

तेवढ्यात मला गोव्याहून वाईट बातमी समजली. ममानं छोटंसं पत्र लिहिलं होतं, की आजीचा अचानक मृत्यू झाला होता.

त्या बातमीनं मी खूप अस्वस्थ झाले आणि मी स्फुंदून स्फुंदून रडले. मी मनाला समजावलं की आता ती सुखात असेल. तिची गाढ श्रद्धा होती त्याप्रमाणे ती आता देवाबरोबर आनंदात असेल. मला स्वतःशीच खूप रडावंसं वाटलं. माझ्या भरून न येणाऱ्या झालेल्या नुकसानाबद्दल आता मला धीर देणारं कोणीच उरलं नव्हतं,

वोल्फगँग सोडून. माझे बाकीचे सगळे मार्ग बंद झाले होते.

येऊ घातलेला विरह टाळण्यासाठी वोल्फगँग स्वतःचा 'लग्न नको'चा हट्ट सोडून द्यायला तयार झाला होता. त्यानं गृहीतच धरलं होतं की, मला तिथंच राहावंसं वाटतंय; पण आता मलाच खात्री वाटत नव्हती. या विदेशी जीवनपद्धतीला मी खरोखरच रुळले नव्हते. पुष्कळदा मला वाटायचं की, आपण काचेच्या बुडबुड्यात वावरतोय. फक्त त्याच्याबरोबर असताना तसं वाटायचं नाही. तो अनुभव मात्र अगदी सच्चा होता. बाकीचं सारं व्यर्थ वाटायचं- कोणाच्यातरी नियंत्रणाखाली असल्यासारखं. असं वाटायचं की, प्रत्येक जण त्याच्या त्याच्या बीजकोशात वावरतोय. कुठं थोडीशी मान झुकवून अभिवादन, शिष्टाचार पाळल्यासारखं स्मित, एखादा गुड डे.

शिवाय आजीच्या मृत्यूची बातमी समजल्यावर एक छोटासा विचार मला छळायला लागला होता, की माझी जागा भारतात आहे. काहीतरी मला परत बोलावतंय.

अपराधीपणाची भावना?

आदर्शवाद?

बेदरकार आत्मनाशाची ओढ?

एखादं शांत- एकांत खेडं, जिथं मानसिक यातना, अज्ञान आणि गरिबी हटवण्यासाठी मी झटत राहीन...?

काय ते मलाही नीट कळत नव्हतं. पण मी ते ऐकायचं ठरवलं. मी वोल्फगँगशी त्याबाबत बोलायचा प्रयत्न केला, पण तो ते समजू शकत नव्हता. सगळा मूर्खपणाच होता. मला कसंतरी वाटत होतं आणि मला ते शब्दांत मांडता येत नव्हतं.

"तुला भारतात परत का जायचंय?" त्यानं मला विचारलं, "कोणालाही तिथं राहावंसं का वाटावं?" त्यानं गोंधळून डोकं हलवलं, "तिकडची धूळ आणि वाहतूक. त्यात राहावंसं वाटतं का तुला? लोकांचे घोळके, एकदा या बाजूनं ढकलतायत, एकदा त्या बाजूनं!"

मी फक्त दुःखानं त्याच्याकडे पाहिलं.

"शिवाय तिथं काही चालतही नसतं.. कधीच- वीज, पाणीपुरवठा, टेलिफोन, काहीच नाही. बसेससुद्धा सारख्या बिघडत असतात."

मी तिथंच राहावं म्हणून त्यानं खूप विनवण्या केल्या. पण माझा आतला आवाज जास्त प्रभावी ठरला. त्याला सोडून जाणं मला जिवावर येत होतं, पण मला तिथं राहावंसंही वाटत नव्हतं आणि तो माझ्याबरोबर येऊ शकत नव्हता.

या वेळी आम्ही दुसऱ्यांदा निरोप घेतला. आमच्या दोघांच्याही डोळ्यांत पाणी होतं. आम्ही निरोप घेताना एकमेकांना 'परत भेटू' नाही म्हणालो, तर 'गुडबाय'

म्हटलं. कायमचा निरोप, अंतिम!

विमानाचा संपूर्ण प्रवासभर मी आवंढे गिळत होते. भावनावशतेनं अश्रू वाहायला लागतील असं वाटत होतं. त्यांना मी कसंबसं थोपवून धरलं होतं. मुंबई जवळ यायला लागली तसे काही त्रास देणारे विचार डोकं वर काढायला लागले. थोडी भीतीच घालायला लागले, असं म्हटलं तरी चालेल.

माझ्यापुढे आता काय वाढून ठेवलं होतं? माझी अब्रू तर धुळीला मिळाली होती. माझं कुटुंब, मित्रमंडळ, परिचयाचे लोक यांना मी आता कसं तोंड दाखवणार होते? या प्रकारचं पाप समाजानं माफ केलंच नसतं. विशेष म्हणजे मी उघड उघड अविवेकानं वागले असताना मला माहीत होतं की, अशा विवेकहीन गोष्टी समाजात बऱ्याचदा घडतात; पण निदान त्या लपूनछपून तरी केल्या जातात. असं राजरोस प्रदर्शन नाही केलं जात. सामाजिकदृष्ट्या मी बरबादच झाले होते.

मुंबईवर विमान घिरट्या घालत असताना मला लांबवर पसरलेल्या झोपडपट्टीचं दर्शन झालं आणि धक्काच बसला. समोरचं ते दयनीय दुर्दैव बघून मी स्वतःशीच नवल करायला लागले की, ज्या अपरिचित खेड्यात जाऊन राहायचा मी विचार करतेय, तिथली गरिबी मला सहन होईल का? आणि माझ्या मनात अनेक शंका-कुशंका यायला लागल्या. मी फार मोठी चूक केली होती. मला हे विमान जर परत उलटं फिरवता आलं असतं आणि वोल्फगँगच्या प्रेमळ हातांचा परत आधार घेता आला असता तर? शिवाय ऐशआराम, भरभराट, इतकं निर्बुद्धपणे, मूर्खासारखं वागल्याबद्दल मी स्वतःलाच दोष दिला. पण विमान काही परत फिरवता येणार नव्हतं. मला पुढे जाणंच भाग होतं. मीच निवडला होता तो मार्ग.

सहार आंतरराष्ट्रीय विमानतळावरचा आगमन कक्ष उदासीन, कंटाळवाणा आणि भकास होता. खोल गर्तेत गेलेल्या माझ्या भावनांना उभारी देण्यासारखं तिथं काहीही नव्हतं. आमच्या आधीच दोन विमानं आलेली होती. त्यामुळे मायग्रेशन आणि कस्टम्ससाठी लांबलचक न संपणारी रांग लागली होती. कंटाळवाणं आणि उदास. एक मूलभूत प्रश्न मला वारंवार छळत होता. कशासाठी आले होते मी परत?

बॅकपॅक खांद्यावर घेऊन मी मुंबईच्या रणरणत्या उन्हात बाहेर पडले आणि आकसून गेले. इतक्यातच मला जर्मनीच्या थंड हवेची आठवण यायला लागली होती. आवाज, वास आणि दृश्यं माझ्या ज्ञानेंद्रियांवर आघात करत होते. अगदी खिन्न वाटून मी प्री-पेड टॅक्सी केली. आम्ही विमानतळापासून दूर येऊन शहराच्या दाटीवाटीच्या रहदारीत सामील झालो. टॅक्सीड्रायव्हर मजेत गप्पा मारायला लागला आणि माझी नाखुशी हळूहळू दूर व्हायला लागली.

मीही त्याच्याशी गप्पा मारायला सुरुवात केली; पण आपल्या परिचयाच्या भाषेत बोलायला छान वाटत होतं. नंतर मी एका गर्दीच्या लोकलमध्ये लेडीज

डब्यात चढायचा प्रयत्न केला. त्या वेळी नेहमी प्रवास करणाऱ्या मुरलेल्या बायकांना माझा नवखेपणा लक्षात आला आणि त्यांनी हात लांब करून मला डब्यात ओढलं, अगदी सामानासकट. त्या गच्च भरलेल्या डब्यात उभं असताना माझी अस्वस्थता कुठल्या कुठं पळाली आणि अवर्णनीय अशा समाधानानं माझं मन भरून आलं.

मी घरी परतले होते.

मी गोव्याला पोहोचले तेव्हा कोणीच काही म्हणालं नाही. पण घरातलं नापसंतीचं वातावरण अगदी स्पष्ट जाणवत होतं. ममा आणि पपांनी माझ्याशी बोलणं जवळ जवळ टाकलंच होतं. मी जणूकाही त्या खोलीतच नसल्यासारखं ते आपापली कामं करत वावरायचे. ममाला मी किती 'गयी-गुजरी' वाटायला लागले होते, याची मला चांगलीच जाणीव झाली होती. कारण त्या दुष्ट नजर काढणाऱ्या बाईला तिनं परत कधी बोलावलं नाही किंवा प्रार्थनामंडळालाही नाही. मदत होऊ शकण्याच्या पलीकडे मी पोहोचले होते. मी 'मला काय त्याची पर्वा ' असा आव आणत होते. पण मला मनात कष्टी वाटत होतं.

मला इथं राहता येणं शक्य नव्हतं. माझ्या जुन्या हॉस्पिटलला मी परत जाऊ शकत नव्हते. एखाद्या पराभूत कोल्ह्यासारखं स्वतःच्या जखमा चाटतही मला बसायचं नव्हतं. अचानक मला एक कल्पना सुचली. यापुढे मी कुठं जावं आणि काय करावं हे सुचेपर्यंत मी माझ्या आजीच्या घरी जाऊन राहू शकले असते.

माझ्या छातीत जोरात धडधडत होतं. मी फाटक उघडलं आणि माझ्या आवडत्या घराकडे चालत गेले. माझं स्वागत करायला शेजारपाजारचं कोणीही आलं नाही. पण माझी खात्री होती की, खिडक्यांतून त्यांचं माझ्यावर लक्ष होतं. दुसऱ्या कोणीतरी पहिलं पाऊल उचलून माझं स्वागत करण्याची ते वाट पाहत होते. मी पुढचं दार उघडलं आणि माझी निराशा झाली. जमिनीवर धुळीचा जाडसर गालिचा पसरला होता. भिंतीवर, फर्निचरवर आणि वाशांना काळ्या जळमटांची तोरणं लोंबत होती. घराची काळजी घेणाऱ्यानं घराची स्वच्छता राखावी अशी अपेक्षा होती; पण ते तो करत नव्हत, हे उघडच होतं.

माझा राग उफाळून आला. या जुन्या घरात मी एकटी राहू शकेन याविषयी ममा आणि पपांना शंकाच वाटली होती.

"तिकडे नळ नाहीयेत," ते म्हणाले, "आणि इलेक्ट्रिक वायरिंगही जुनं आहे. बहुतेक पंख्यांना गंज चढला असेल आणि ते चालतही नसतील."

मला हेही समजत होतं की मी या साऱ्यातून कसा मार्ग काढेन याविषयीच्या आसुरी आनंदानं शेजारी माझं निरीक्षण करतायत. कारण त्यांना पूर्ण माहीत होतं की मी एक लाडाकोडानं वाढलेली, बिघडलेली मुलगी होते.

सगळ्यांना मी दाखवून देईन.

मला एक लांब बांबू मिळाला. त्याच्या टोकाला मी माडाच्या वाळक्या झावळ्या बांधल्या आणि उंच छपरावरची जळमटं झाडायला सुरुवात केली. माझ्या तोंडावर आणि डोळ्यांत धूळ पडत होती; पण मी नेटानं काम चालू ठेवलं. रागामुळे मला जोरच आला होता.

अचानक मला वाटलं की माझी आजी माझ्याबरोबर त्या खोलीतच आहे. मला तिचं अस्तित्व फार प्रकर्षानं जाणवलं. असं वाटलं की, मी या घरात राहायला आलेय याचा तिला आनंद झालाय. कदाचित मला हा भास क्षणभरच झाला असेल, पण माझ्या सगळ्या नकारात्मक भावना नाहीशा झाल्या आणि मला अगदी सुखावह शांत वाटलं. आजी मला नीट ओळखायची. सगळं ठीक होणार होतं.

मला असा अनुभव त्यापूर्वी कधी आला नव्हता आणि त्यानंतरही आला नाही. मी त्याबद्दल कोणालाच सांगितलं नसतं. कारण मला भीती वाटत होती की, त्यांना ते समजणार नाही. दुसऱ्यांच्या बाबतीत घडलं असतं तर माझाही विश्वास बसला नसता. या अनुभवानंतर, माझ्या मृत्यूनंतर पुढे काय असतं याबद्दलच्या सगळ्या शंका कोलमडून पडल्या.

आजीला घर नेहमी संगीतानं आणि हसण्यानं भरून गेलेलं आवडायचं. मी तिचा जुना कॅसेटप्लेअर शोधून काढला. छानसं आनंदी संगीत लावलं आणि सुरू केलेलं काम परत हातात घेतलं. मनापासून आणि आनंदानं घर साफ करायला मला दोन दिवस लागले. शेजारी लांबूनच थोडं मजेनं, थोडं उत्सुकतेनं बघत होते. मानसोपचारशास्त्राची व्याख्याती म्हणून नेमणूक झालेली बाई, केरवारे करणारी बाई झालीय!

घर चालवणं सोपं नसतं. समजायला मला त्रासच झाला. तेवढ्यात आजीची इमानदार सुक्कोरिना अचानकच हजर झाली आणि माझी घर चालवायच्या अडचणीतून मुक्तता झाली. तिनं घर सांभाळणं हातात घेतलं आणि मला हवं ते करायला मी मोकळी झाले.

कधीकधी आंब्याच्या झाडाखाली बसून वाचत असताना मी त्यात गुंग होऊन जायचे. शेजारपाजारची पोरं कम्पाउंडच्या भिंतीवर चढून बसलेली दिसायची, माझ्याकडेच बघत असायची ती. मी हसले तरी प्रतिसाद द्यायची नाहीत. गंभीरपणे माझं निरीक्षण करतच बसायची. वैताग यायचा नुसता.

मी मैत्री करायचा प्रयत्न केला; पण मी हातात गोळ्या घेऊन त्यांच्याकडे जायला लागले की ते धूम पळत सुटायचे. त्यांच्या चेहऱ्यावर भीती दिसायची. माझ्या वैतागाची जागा चिंतेनं घेतली.

"मला इतकं घाबरता का तुम्ही?" ते पळायला लागल्यावर मी विचारलं.

"तू सैतान आहेस," त्यांच्यापैकी एक उर्मटपणे म्हणाला.

सैतान? त्यांच्या दिशेनाशा होणाऱ्या आकृत्यांकडे मी हताशपणे पाहत राहिले.

"मी सैतान आहे असं तुम्ही का म्हणता?" मी बाल्कनीत आजीच्या झुलत्या खुर्चीत बसले होते. आता ते थोडे धीट झाले होते. मी माझ्या खुर्चीतच बसून राहिले तर.

"तू चर्चला जात नाहीस," एक म्हणाला.

"माझी आजी म्हणते, तुझ्याकडचे दिवे मध्यरात्रीसुद्धा जळत असतात. त्या वेळेला सर्व चांगले लोक झोपलेले असतात," एक अतिशहाणा म्हणाला.

"माझ्या आजीनं तुझ्यापासून लांब राहायला सांगितलंय, तुला मुलं नाहीयेत म्हणून. शिवाय तू आमच्यावर काळी जादू करू शकतेस," एक छोटीशी सुंदर मुलगी म्हणाली.

मी अविश्वासानं त्यांच्याकडे बघत राहिले. सगळे शेजारी माझ्यापासून दूर का राहत होते, याचं उत्तर मिळालं मला. त्यामुळे मला राग आला, वाईट वाटलं आणि निराशही वाटलं.

पण जसजसे दिवस गेले तसं हळूहळू मला आजपर्यंत कधी वाटलं नव्हतं तितकं मोकळं मोकळं वाटायला लागलं. या माझ्या वाळीत टाकलेल्या अवस्थेत मला नको ती सामाजिक बंधनं पार पाडायला लागत नव्हती. कर्तव्य म्हणून कोणाला भेटायलाही जावं लागत नव्हतं. कौटुंबिक समारंभांना गेलं नाही तरी चालत होतं. तिथं त्याच ठरावीक प्रश्नांना तीच कंटाळवाणी उत्तरं द्यायला लागायची. पण हे सगळं लक्षात यायला थोडा वेळ जावा लागला.

शेवटी एकदाची मी मुक्त झाले होते. अपेक्षांच्या बंधनांतून माझी सुटका झाली होती. आता मी, 'मी' म्हणून जगू शकत होते. मला हे नवं स्वातंत्र्य खूप हवंसं वाटलं. त्यासाठी द्यावी लागलेली किंमत खूपच कमी होती. आता माझ्या अंतर्मनात खदखदणाऱ्या असंख्य प्रश्नांची उत्तरं शोधायला मी मोकळी होते.

वोल्फगँगनं मला एक पुस्तक दिलं होतं 'द तिबेटन बुक ऑफ लिव्हिंग ॲन्ड डायिंग'. ते वाचून अध्यात्मविषयक पुस्तकं वाचण्याची गोडी मला निर्माण झाली. मी दुकानात जायला लागले. बुद्ध धर्म, हिंदू धर्म आणि नव्या काळातील श्रद्धा यावरची पुस्तकं विकत घ्यायला लागले किंवा वाचनालयातून आणायला लागले. त्यांच्या शिकवणुकीचा अभ्यास करायला लागले. आपल्या अंतर्मनात प्रकाश पाडेल अशी शक्यता वाटणारी पुस्तकं- मग ती कुठल्याही विषयावर लिहिलेली असोत- मी वाचायला लागले.

मला एक प्रकारे आश्वासक वाटायला लागलं. मी कोणता मार्ग स्वीकारावा हे मला अजून समजलं नव्हतं. पण मला अशी खात्री वाटायला लागली होती की निर्णय घ्यायची वेळ आली की काय करायचं, हे माझं मलाच समजेल.

डॉना : **आठवणीच आठवणी**

ती एका भाताच्या शेतात उभी आहे. तिच्या लक्षात आलंय की, मुंग्यांचा नुसता बुजबुजाट झालाय. त्या तिच्या पायांवर चढतायत. काय करावं ते न कळून सुरुवातीलाच ती एकाच जागी उभी राहते. मग ती त्यांच्यावर फुंकर घालायला लागते. नवल म्हणजे त्या उडून जातात आणि नाहीशा होतात. तिला सुटल्यासारखं वाटतं.

डोरोथीचं डेव्हबरोबर एकमत झालं की डॉनाला मानसोपचारतज्ज्ञाची गरज आहे. "माझ्या ओळखीत काही जण आहेत," ती म्हणाली, "मी येईन तुझ्याबरोबर."

"नको! नको! नको!" डॉना जोरात रडायला लागली. "ते मला वेड्यांच्या इस्पितळात टाकतील आणि मग मला त्यातून बाहेरच येता येणार नाही."

"ते तुला फक्त थोड्या गोळ्या देतील." डोरोथीनं तिला समजवायचा प्रयत्न केला; पण त्याचा काही उपयोग झाला नाही.

"मला मुळीच नकोत गोळ्या, त्या घ्यायला लागलं की डोकं हलकं होतं आणि एकदा घ्यायला सुरुवात केली की त्या थांबवता येत नाहीत. आपण जिवंत प्रेतासारखं बनतो. त्यापेक्षा मी हेरॉइन घेईन किंवा आत्महत्या करेन."

डोरोथीनं डेव्हकडे असहायतेनं पाहिलं. तिनं परत प्रयत्न केला, "डॉना, मला खरंच तुला मदत करावीशी वाटते, पण मला नाही येणार ते. मी त्वचारोगतज्ज्ञ आहे. मला मानसोपचाराबद्दल फार थोडी माहिती आहे. पण माझी एक मैत्रीण मानसोपचारतज्ज्ञ आहे. सध्या ती व्यवसाय करत नाही, त्यामुळे ती तुला हॉस्पिटलमध्ये भरती करू शकणार नाही. मला वाटतं, तू तिला भेटावंस."

डॉना थोडं कां-कू करायला लागली. त्या दोघांनी तिच्याकडे अजिजीनं पाहिलं. तिला माहीत होतं की, त्यांना तिची काळजी वाटतेय. शिवाय त्या वाटणाऱ्या भीतीमुळे तिला वेड लागायची पाळी आली होती.

"पाहू या एकदा तसं करून," शेवटी ती म्हणाली आणि त्यांच्या चेहऱ्यावर सुटका दिसली. ते डॉनाला घेऊन मायोलाकडे गेले. तिनं त्या सर्वांचं सांगणं काळजीपूर्वक ऐकलं.

"तुला औषधं घ्यावी लागतील असं मला वाटतं डॉना," शेवटी ती म्हणाली, "हो, हे खरंय. पूर्वीच्या बऱ्याच औषधांचा अनिष्ट परिणामही व्हायचा; पण आता खूप चांगली औषधं मिळतात. ती सुरक्षित असतात आणि होणाऱ्या गैरसोयीपेक्षा त्यांचे चांगले परिणाम जास्त असतात."

डॉनानं जोरजोरात मान हलवली, "नको, औषधं नकोत."

"मग तुझी भीती जाणार कशी?"

"ते नाही मला माहीत," डॉना सावकाश म्हणाली, "पण मला विश्वास वाटत नाही की मला औषधांचा काही उपयोग होईल. जर भीती कसली आहे तेच मला कळलं नाही तर मी त्याचा सामना तरी कशी करणार?"

मायोलानं उसासा सोडला, "तुला मानसिक सूचना देऊन मानसोपचार करण्याच्या पद्धतीचा अवलंब करावासा वाटतोय." ती सावकाश म्हणाली, "आणि इकडचं कोणी तशा पद्धतीनं उपचार करणारं मला माहीत नाही. तुला जायला लागेल..."

"नाही!" डॉनानं तिला मध्येच थांबवलं, "मी कुठंही जाणार नाही. शेवटचं सांगतेय."

"तू नाही का करू शकत मायोला?" डोरोथीनं विचारलं.

मायोलानं नकारार्थी मान हलवली. "नाही डोरोथी, मला त्याबद्दल फार थोडी माहिती आहे आणि अनुभव तर अजिबातच नाही. उलट, मला खात्री आहे की तिला गोळ्यांचा उपयोग होईल."

"सांगितलं ना, मी अजिबात घेणार नाही."

"एक प्रयत्न करून बघ ना मायोला!" डोरोथीनं विनवलं, "प्लीज, दुसरं काय करता येणारंय आम्हाला?"

"शिवाय आपलं जाणार तर काहीच नाही," डेव्ह म्हणाला.

मायोला थोडी द्विधा मनःस्थितीत होती. तिनं डॉनाकडे पाहिलं. तिच्या नजरेत दहशत आणि निराशा होती.

डॉनानं मायोलाची द्विधा मनःस्थिती ओळखली. मायोला तिला सरळ आणि प्रामाणिक वाटली. तिला ती आवडली. पुढे होऊन तिनं मायोलाचा हात हातात घेतला. "प्लीज, मला मदत कर," तिनं विनवलं. डोरोथी आणि डेव्हनं तिच्याकडे आश्चर्यानं बघितलं.

तिच्या विनंतीमुळे मायोलाला दोन परस्परविरोधी प्रवाहात सापडल्यासारखं वाटलं. डॉनाच्या डोळ्यांत पाहून तिला झरेलाची आठवण झाली. तिला एकदम वाटलं की, आपण सर्व प्रकारची मदत केली पाहिजे.

"आपण प्रयत्न करून बघू शकतो," तिनं मान्य केलं.

डॉना तिच्याकडे पाहून पुसटसं हसली.

"पण मी आधीच सांगते की, त्याचा काही उपयोग होईल असं मला वाटत नाही आणि समज, जर तुझी भीती जास्तच वाढली तर काय?"

"मी तो धोका पत्करायला तयार आहे."

मायोलानं सुस्कारा सोडला. "पण तू मला वचन देशील का की त्याचा उपयोग झाला नाही तर तू गोळ्या घेशील?" त्या सर्वांनी डॉनाकडे पाहिलं.

"ठीक आहे."

"तर मग मला वाटतं की, तू इकडेच राहायला यावंस." मायोला म्हणाली, "म्हणजे मला तुझ्यावर जवळून लक्ष ठेवता येईल आणि अनपेक्षित असं काही घडलं तर लगेच हाताळता येईल."

डॉनानं होकारार्थी मान हलवली म्हणून डेव्ह आणि डोरोथीला जास्तच आश्चर्य वाटलं. ते डॉनाचं सामान घेऊन येण्यासाठी निघाले, त्या वेळी मायोलाच्या मनात तीव्र अस्वस्थता निर्माण झाली. कसलं काम हातात घेत होती ती? वेड लागलं होतं का तिला? असल्या समस्यांना कसं हाताळावं यातलं काय कळत होतं तिला? ती मानसोपचार पद्धतीबद्दल जे काही शिकली होती, ते ज्ञान फारच तोकडं होतं. या पंक मुलीला व्यक्तिमत्त्व विकृतीचाही त्रास होता हे उघड होतं आणि तिला माहीत होतं की अशा प्रकारची विकृती असणारे उपचारांविरुद्ध खूप बंड करतात. शिवाय तिचा आत्महत्या करण्याकडेही कल होता. काय साध्य करता येईल अशी आशा होती तिला?

शेवटी तर्काचा जय झाला. परत आले की ती त्यांना सांगणार होती की तिला जमणार नाही, सॉरी. ती आजीच्या खुर्चीत बसून झुलायला लागली. हा निर्णय घेतल्यानंतर तिच्या मनातली खळबळ निवळली होती. पण नकळतच, मनात दुसराही विचार डोकावला. कदाचित ती डॉनाला मदत करू शकेल. नुसतं तिच्याबरोबर चोवीस तास एकत्र राहून. विशेषतः ती मुलगी उपचारासाठी दुसरीकडे कुठेही जायला ठाम नकार देत असताना. तिला ताबडतोब मदत मिळण्याची गरज होती आणि एकदा तिच्याबरोबर नीट संबंध जोडला गेला की, कदाचित ती तिला औषध घेण्यासाठीही तयार करू शकेल.

शेवटी ते जेव्हा परत आले तेव्हा डॉना एस्ताफानियाच्या घरातच राहिली.

डेव्हनं डॉनाला मिठीत घेतलं आणि तिचा मुका घेऊन निरोप घेतला. "तुला काही हवं असेल तेव्हा मला फोन कर," तो हळुवारपणे म्हणाला, "मी जवळपासच असेन."

तो आणि डोरोथी गेल्यानंतर डॉनानं मायोलाला तिच्या जीवनाची गोष्ट थोडक्यात सांगितली. तुकड्या-तुकड्यानं कधी पुढची तर कधी मागची अशा स्वरूपात.

मायोलानं कान देऊन ऐकलं.

भीतीचे झटके आणि व्यक्तिमत्त्व-विकृतीची खात्रीच झाली; पण डॉना परत परत सांगत होती की गेल्या काही दिवसांत भीती वाटावी असं अप्रिय काहीच घडलं नव्हतं. उलट तिनं शपथेवर सांगितलं की याच्यापेक्षा जास्त आनंदी ती कधीच नव्हती. डेव्ह फार चांगला जोडीदार होता आणि त्याच्याबरोबर राहणं फार सुखाचं होतं.

ज्याच्यामुळे भीती चेतवली गेली त्या मगरींच्या स्वप्नाचं तिनं वर्णन केलं, "आणि तेव्हापासून ते गेलंच नाही," तिनं शेवट केला. मायोलाकडून तिला उत्तराची अपेक्षा होती.

मायोला थक्कच झाली.

"आपल्याला या भीतीचं मूळ शोधून काढावं लागेल," ती म्हणाली. तिच्या आवाजात आत्मविश्वास होता; पण प्रत्यक्षात तिला तसं वाटत नव्हतं. "मला वाटतं, तू आरामशीरपणे आडवी झालीस तर बरं होईल आणि मग तुझ्या मनात येईल ते सगळं तू बोलून दाखव. काहीही वगळू नकोस. तुला जरी ते खुळचट, अनावश्यक किंवा लाजिरवाणं वाटलं तरी..."

मायोला, द ग्रेट फ्रॉइडियन सायकोॲनालिस्ट! तिनं स्वतःचीच खिल्ली उडवली.

डॉनानं बोलायला सुरुवात केली आणि तिच्या शेजारी बसून मायोला शक्य तितकं सगळं लिहून घ्यायला लागली. डॉना थोडंसं तिच्या डेव्हबरोबरच्या संबंधांविषयी आणि तिच्या गोव्यातील अनुभवाविषयी बोलली. पण जास्त करून ती आपल्या बालपणाकडेच परत परत वळत होती.

मायोला स्वतः काहीच बोलली नाही. तिनं तिलाच बोलू दिलं. तिला नवलच वाटलं; कारण डोरोथीनं सांगितलं होतं की डॉना अबोल आहे. स्वतःबद्दल काहीही बोलणं ती टाळते; पण एकदा तिनं बोलायला सुरुवात केली आणि ती बोलतच सुटली. तिला एकापाठोपाठ एक घटना आठवत होत्या आणि ती न थांबता, भराभर बोलत होती.

"माझे आई-वडील माझ्याशी फार चांगलं वागायचे," तिनं मायोलाला सांगितलं, "त्यांनी माझ्यासाठी खूप केलं आणि मी त्यांना फक्त त्रासच दिला. तू अगदी कृतघ्न आहेस असं माझी आई नेहमी म्हणायची. खरंच होतं तिचं. मी तिला मारलं होतं आणि तिच्या चेहऱ्यावर ओचकारलंही होतं... आणि तिला 'कुत्री' म्हटलं, माझ्या स्वतःच्या आईला –"

ती अगदी निर्विकारपणे बोलत होती. जणूकाही ती जे सांगत होती त्याचा तिच्याशी प्रत्यक्ष संबंध नव्हताच. साधारण दोन तास बोलल्यानंतर ती उठून बसली. "आता थांबलं तर चालेल का?" तिनं विचारलं, "मला खूप थकायला झालंय."

मायोलानं होकारार्थी मान हलवली. तिलाही थकल्यासारखं वाटत होतं. ऐकणं हे खूप कष्टांचं काम होतं.

"तुला वाटलं की आपण पुन्हा चालू करू," ती म्हणाली, "तुझ्या अवस्थेचं कारण आज ना उद्या समजेलच आपल्याला."

त्यांनी दुपारी परत बोलायला सुरुवात केली. दुसऱ्या दिवशी सकाळी, दुपारी आणि संध्याकाळी. डॉना परत परत बालपणीचे तेच अनुभव सांगत होती. तिच्या

बोलण्यात हळूहळू भावना यायला लागल्या. ती स्वतःलाच बोल लावायची आणि खूप रडायची.

"मी म्हणजे शेणाचं पोतं आहे," तिनं रडका सूर लावला, "नालायक, मी जन्मच घ्यायला नको होता. मोठी चूकच झाली ती. माझ्या आई-वडिलांच्या नशिबात मी असायला नको होते." तिचं रडणं वरच्या पट्टीत चढायला लागलं आणि त्यात रागही दिसायला लागला.

"मी चांगलं बनण्याचा प्रयत्न केला. त्यांच्या मनासारखं वागण्याचा प्रयत्न केला. खरंच प्रयत्न केला मी. पण त्याचा काही उपयोग झाला नाही. डॅनियल अगदी आदर्श होता. मला त्याचा फार मत्सर वाटायचा. तो नेहमी त्यांच्याबरोबर बसून हसताना दिसायचा... मला त्याचा अगदी हेवा वाटायचा... आणि त्यांचाही! त्याच्या बरोबर ते जसे एकत्र बसायचे, हसायचे, बोलायचे तसं माझ्याबरोबर कधीच करायचे नाहीत; पण ते तसं करतील तरी कशाला? मी नालायकच होते. काहीच यायचं नाही मला. अपयशी. मी तशीच आहे, अपयशी. म्हणूनच मला आता भीती वाटते. असं वाटतं की मी किती अपयशी आहे ते डेव्हच्या लक्षात येईल आणि तो मला सोडून जाईल आणि नेहमीप्रमाणेच मी एकटी पडेन. ते रात्री पार्ट्यांना निघून जायचे आणि मी माझ्या खोलीत पडलेली असायचे. एकटी आणि घाबरलेली. मला नेहमी कशाचीतरी भीती वाटायची... कशाची ते कळायचं नाही... असं वाटायचं काहीतरी अजस्र, काळं खिडकीतून आत येईल आणि मला घेऊन जाईल. मला वाटायचं, त्यांनी माझ्याबरोबर थांबावं, पण तसं सांगायलाही मी घाबरायचे."

तिनं कूस बदलली आणि डोळ्यांवर हात घेतला.

"मला नेहमी भीती वाटायची की मी काहीतरी चुकीचं बोलेन किंवा चुकीचं वागेन. माझं माझ्या आई-वडिलांवर फार प्रेम होतं. ती खूप... सुंदर होती आणि ते खूप हुशार. ते दोघेही आदर्श होते आणि मला त्यांचा खूप अभिमान वाटायचा; पण मी त्यांच्या अगदी विरुद्ध होते, अपयशी. त्यांना माझा अभिमान वाटण्याची शक्यताच नव्हती. मला खूप वाटायचं की माझ्या आईनं मला अभ्यासात मदत करावी. नंदिताची आई तिला मदत करायची तसं. नंदिता..." ती अचानक उठून बसली आणि तिनं मायोलाकडे बघितलं. "नंदिताकडे जायला मला आईनं मनाई का केली?"

मायोलानं खांदे उडवले आणि ती गप्पच राहिली.

डॉना परत आडवी झाली आणि पुढे बोलायला लागली, जणूकाही स्वतःशीच "नंदिता, माझी सगळ्यात चांगली मैत्रीण होती, पण माझी आई..." ती वाक्य अर्धवट सोडूनच थांबली आणि आढ्याकडे पाहायला लागली.

मायोलानं तिला बोलायला लावायचा हळुवार प्रयत्न केला, "पुढे?"

दोन मिनिटं डॉना शांतच राहिली आणि परत उठून बसली. तिनं पायात स्लीपर्स घातले. "दमले मी आता. पुरे करू या."

"होऽऽ" मायोलानं पेन बंद केलं आणि सगळे कागद गोळा केले. डॉना तिथंच बसून राहिली. मायोलानं तिच्याकडे प्रश्नार्थक नजरेनं पाहिलं.

"मायोला, माझे आई-वडील चांगले आई-वडील होते का गं?" तिनं विचारलं.

उत्तर देण्यापूर्वी मायोलानं क्षणभर विचार केला, "या प्रश्नाचं उत्तर तुला कोणीच देऊ शकणार नाही, डॉना. तुझं तुला ते स्वतःतच शोधावं लागेल."

डॉनानं मान डोलावली आणि उडी मारून ती पलंगावरून उठली. "मला भूक लागलीय," ती म्हणाली, "सुक्कोरिनाच्या स्वयंपाकाचा मस्त वास सुटलाय. ती म्हणाली होती की आपल्यासाठी ती लसूण घालून खास कोळंबी बनवणार आहे म्हणून."

त्या रात्री डॉनाला दोन स्वप्नं पडली. दुसऱ्या दिवशी सकाळी न्याहारी करत असताना तिनं ती मायोलाला ऐकवली.

"मी कुठल्यातरी हुकूमशहाच्या देशात होते. दोन गणवेश घातलेले रक्षक माझा पाठलाग करत होते आणि मी त्यांच्यापासून लपण्याचा प्रयत्न करत होते. मी निरपराध होते. पण मला माहीत होतं की मला काही संधीच मिळणार नाही. त्यांनी मला पकडलं असतं, तर माझा त्यांनी नाशच करून टाकला असता. काहीही करून मला त्यांच्या तावडीतून निसटायलाच हवं होतं."

तेवढ्यात सुक्कोरिनानं कॉफीची किटली आणली. तिनं त्यातली कपभर कॉफी घेतली.

"मला परत झोप लागली असावी बहुतेक." ती पुढे बोलायला लागली, "कारण मला स्वप्न पडलं की मी माझ्या आई-वडिलांच्या घरात आहे. रात्रीची वेळ होती. माझ्या छातीवर काहीतरी बसलं होतं आणि मी चिरडली जात होते. त्याला ढकलून द्यायचा मी प्रयत्न केला. मला मदतीसाठी आवाजही देता येत नव्हता. अगदी भयानक होतं ते सगळं. मला जाग येताना वाटत होतं की मी घरीच आहे. जेव्हा मला जाणवलं की मी इकडे आहे तेव्हा एकदम खूप सुटका वाटली."

"बाय, स्वप्नांना काही अर्थ असतो का?" सुक्कोरिनानं विचारलं. सगळं ऐकत ती तिथंच उभी होती.

"स्वप्नांचा खूप उपयोग होतो," मायोलानं उत्तर दिलं, "जर आपल्याला त्याचा गर्भित अर्थ शोधता आला तर."

सुक्कोरिना मोठ्यानं हसली. "मला तर तो निव्वळ मूर्खपणा वाटतो," स्वयंपाकघराकडे परत जाता जाता ती म्हणाली.

"मला वाटतं, तुझी दोन्ही स्वप्नं महत्त्वाची आहेत." मायोला डॉनाला म्हणाली,

"आपली न्याहारी संपली की आपण त्याचा अर्थ लावायचा प्रयत्न करू."

"घुसमटल्याचा अनुभव माझ्या परिचयाचा होता. घरी मला नेहमीच दबावाखाली वावरत असल्यासारखं वाटायचं. कायमच एक ओझं माझ्या मनावर असायचं... मी फारशी चांगली नाही याचं. माझी प्रत्येक कृती, प्रत्येक शब्द, प्रत्येक विचार मी तोलून-मापूनच करायचे. आपण नालायक आहोत असं मला वाटायचं कारण... तिच्या डोळ्यांत अविश्वास दिसला... कारण त्यांना वाटायचं मी नालायक आहे."

काहीतरी प्रकाश पडल्यासारखे तिचे डोळे विस्फारले गेलेले मायोलाला दिसले.

आहा! आहा परिणाम, तिला नवल वाटलं.

रागामुळे डॉनाच्या डोळ्यांतून अश्रू वाहायला लागले, पण तिनं बोलणं चालूच ठेवलं. "आणि ते पहिलं स्वप्न- मी पळत होते, लपायचा प्रयत्न करत होते. मी नेहमीच पळतेय, लपतेय, जन्मभर! पळतेय, लपतेय... पण कशापासून? मी फालतू आहे या विचारापासून? पण ते म्हणायचेच तसं. ते सारखं बिंबवायचे ते माझ्यावर. त्यांनी मला कधी संधीच दिली नाही. तू चांगली नाहीयेस. तू कृतघ्न आहेस. इतकं सगळं आम्ही तुझ्यासाठी केलं तरी!" तिनं रागानं मूठ वळून गादीवर आपटली.

"माझ्यासाठी त्यांनी खूप काही केल्यानंतरही. त्यांनी मला काय दिलं? महागडे कपडे, हो. खेळणी, शिक्षण- सगळ्यात उत्तम! पण त्यांनी कधी वेळ काढला का माझ्यासाठी? मी कशी आहे ते विचारलं का? मला समजून घेतलं का? कधीही नाही!" ती गदगदून रडायला लागली. तिला पुढे बोलता येईना. मायोलानं तिला मनसोक्त रडू दिलं.

"यालाच प्रेम म्हणायचं का?" डॉनानं रागारागानं विचारलं आणि उत्तराची वाट न बघता स्वतःच म्हणाली, "ते काही प्रेम नाही! मुलाला या जगात आणायचं आणि त्याच्या शारीरिक गरजा पुऱ्या करायच्या, एवढं पुरेसं नाही. त्याच्या भावनिक गरजांचं काय? प्रेम हा मुलांचा जन्मसिद्ध हक्क नाही का? माझ्या मनात यायचं की नंदिताच्या आई-वडिलांनी आपल्याला दत्तक घ्यावं आणि त्यामुळे मला अपराध्यासारखं वाटायचं. कारण मी माझ्या स्वतःच्या आई-वडिलांशी बेइमानी करत होते. मला नंदिताचा खूप हेवा वाटायचा." ती कसनुसं हसली, "आणि नंदिताला माझा हेवा वाटायचा. किती विचित्र ना!"

ती लक्ष देऊन ऐकतेय असं कळावं म्हणून मायोला अधूनमधून हुंकार देत होती. नाहीतर ती अगदी गप्प होती. गोष्टी ज्या प्रकारे उघड होत होत्या ते पाहून तिला नवल वाटत होतं. डॉनाला तिच्या आई-वडिलांचा येणारा राग तीव्र व्हायला लागला होता. ऐकताना मायोलाच्या लक्षात येत होतं की, वर्षानुवर्षं दाबून ठेवलेला राग आता लोंढ्यासारखा व्हायला लागला होता. कारण आता तिनं स्वतःच्या

मनाशी त्याची कबुली दिली होती.

"जेव्हा मी माझ्या मनगटावरच्या शिरा कापल्या होत्या, तेव्हा मी तसं का केलं एवढंही त्यांनी मला विचारलं नाही." ती मायोलाकडे वळली, "जर तुला मूल असतं आणि तिनं असं केलं असतं, तर तू नसतं विचारलंस का तिला की तिनं असं का केलं म्हणून?"

मायोलानं विचारपूर्वक मान डोलावली, "हो, मी विचारलं असतं. अशा प्रकारे टोकाचं पाऊल उचलणं म्हणजे एक प्रकारे मदतीसाठी मारलेली हाक असते."

डॉना थोडी शांत झाली. "मला खूप बरं वाटतंय." ती म्हणाली, "इतकी वर्षं मीही विश्वास ठेवला की मी नालायक आहे, वाईट. पण आता पहिल्यांदाच मला असं वाटायला लागलंय की, कदाचित मी काही तितकी वाईट नव्हते."

ती हसली. मायोलाला स्पष्ट दिसलं की ते हसू काही ओढूनताणून आणलेलं नव्हतं, तर मनापासूनचं होतं.

"आहा!" ती मध्येच बोलली.

"तुला माहितेय," डॉनानं मायोलाचा दंड पकडला आणि हलवला, "इतकी वर्षं त्यांचं मत मी आंधळेपणानं स्वीकारत गेले... नाही त्यांचा माझ्याविषयीचा निर्णय... मी फालतू आहे म्हणून." तिच्या डोळ्यांतनं परत अश्रू वाहायला लागले. "...आणि मी तशीच बनले, फालतू." तिच्या चेहऱ्यावर खूप भीती दिसली. तिचे खांदे पडले आणि ती खाली बसली. हरल्यासारखी.

"स्वतःचं भविष्य स्वतःच घडवून आणायचं," मायोला शांतपणे म्हणाली.

काहीच ऐकू न आल्यासारखं डॉना पुढे बोलायला लागली, "माझ्यातही कला होती. मला ड्रॉइंग काढायला आवडायचं. कला शिकावी असं मला खूप वाटायचं. पण माझी अशी खात्रीच होती की ते काही मला जमायचं नाही. मला शापच होता रसातळाला जायचा. मला यायच्या त्यापैकी एकाही गोष्टीला मी म्हणावी तशी संधी दिली नाही आणि आता वेळ उलटून गेलीय. मी केलेल्या सगळ्या गोष्टींची मला फार शरम वाटते. माझ्या सगळ्या आयुष्याचीच वाट लागलीय." तिला रागाचा आवेग आला. निराशेनं ती पलंगावर हात-पाय आपटायला लागली.

"मुख्यतः तेच जबाबदार आहेत याला. त्यांना... तिला वाटायचं की मी अगदी नीटनेटकं आणि योग्य बनावं. तिच्यासारखं योग्य. तिच्या खोट्या वागण्याची मला चीड यायची. 'ओह! फारच छान झालेयत ते, मिसेस इव्हान्स. तुमचे चवदार कपकेक्स मला खूप आवडतात.' प्रत्यक्षात तिला ते अजिबात आवडायचे नाहीत. 'हो ना, मि. हॅरिसन, तुमचा मायकेल अगदी असामान्य मुलगा आहे. तुम्हाला त्याचा अभिमान वाटला पाहिजे.' आणि ते गेल्यावर ती त्राग्यानं म्हणायची, 'तो मायकेल! मला अजिबात आवडत नाही तो. खेडवळासारखा कसातरीच वाढलाय!'

मला तिच्या अप्रामाणिकपणाची चीड यायची आणि मी तिच्यासारखंच बनावं अशी तिची इच्छा होती. मला तिचा तिरस्कार वाटतो. मला नेहमीच तिचा तिरस्कार वाटायचा. मला तिचा तिरस्कार वाटतो. तिरस्कार वाटतो!'' दोन्ही हातांनी तिनं उशीला बुक्के मारले.

''मी जाते त्यांच्याकडे आणि विचारते त्यांना, ते माझ्याशी असं का वागले म्हणून,'' ती एकदम म्हणाली.

''मला नाही वाटत त्याचा काही उपयोग होईल असं,'' मायोला हळुवारपणे म्हणाली, ''तो सगळा ओंगळ भूतकाळ तू मागे सोडला पाहिजेस आणि स्वतःचं भविष्य चांगलं बनवायचा प्रयत्न करायला हवास. तुझं तुला आता कळलंय की, तू काही नालायक किंवा वाईट नाहीयेस आणि तुला वाटेल ते तू बनू शकशील.''

''त्याला आता खूप उशीर झालाय आणि त्यांनी माझं कसं वाईट केलं हे मला त्यांना सांगायचंय,'' डॉना हेकटपणे म्हणाली.

''तुझी शक्ती असल्या गोष्टींत फुकट घालवू नकोस. पुढे जाण्यासाठी तिचा उपयोग कर.''

''पण आता मी काय करणार? मी आहे नालायक, बिनकामाची मूर्ख! सगळं व्यर्थ आहे मायोला. नुकसान तर होऊन गेलंय. ते भरून काढता येणार नाही,'' ती सावकाश उठली आणि दाराकडे गेली.

''कुठं चाललीयस?'' मायोलानं काहीशा काळजीनंच विचारलं.

''फिरायला जाते शेतात,'' डॉना फिकटलेलं हसली, ''काळजी करू नकोस मायोला. मी काहीही वेड्यासारखं करणार नाही. आता तरी भीती गेल्यासारखं वाटतंय मला. खिन्नही वाटत नाहीये. फक्त थकवा वाटतोय, खूप थकवा.''

डॉना उतरून शेताच्या रस्त्याला लागलेली पाहिली आणि मायोला हसली. तिला त्यांच्यात हिंडताना पाहून गावकरी अवाक् होतील. तिला स्वतःलाही थकवा आला होता. लक्ष देऊन ऐकणं दमणूक करणारं होतं. खूप दमवणूक. स्वतःचे अवघडलेले हातपाय मोकळे करायला तिनं आळोखेपिळोखे दिले.

तिला समाधान झालं. डॉनाच्या अंतर्मनात काहीतरी बदललं होतं याची तिला खात्री झाली होती.

डॉना : **स्वतःचा शोध**

तिला कुठल्यातरी महत्त्वाच्या परीक्षेसाठी जायचंय. तिची काहीच तयारी झाली नाहीये या जाणिवेनं तिला भीती वाटते. खरंतर कसली परीक्षा आहे हेच तिला माहीत नाहीये.

तिच्या खोलीतलं सगळं सामान ती धुंडाळते, पण तिला कुठलीच पुस्तकं मिळत नाहीयेत. ती रस्त्यावर जाते. तिला आशा वाटते की, कोणीतरी आपल्याला सांगेल, कसला अभ्यास करायचा ते. पण कोणालाच ते माहीत असावंसं वाटत नाही.

तिला काही कागद सापडतात आणि ती घाईघाईनं ते वाचण्याचा प्रयत्न करते. याचाच अभ्यास करायचाय अशीही तिला खात्री नाही. वेळ भरभर जातोय आणि ती जास्त जास्तच नाउमेद होतेय.

डॉना थकूनभागून शेतातून चालली होती. साल नदीच्या चमचमत्या चांदीकडे. लोक तिच्याकडे 'आ' वासून बघत होते. पण ती इतकी थकली होती की, तिला त्यांची काहीच फिकीर नव्हती. ती नदीच्या काठावर बसली आणि निर्विकारपणे पाण्याचे तरंग बघायला लागली. आत्ता तिच्या डोक्यात कसलेच विचार नव्हते. फक्त पोकळी होती. हातपाय गाळणाऱ्या भीतीच्या अनुभवानंतर हा रिकामपणा तिला चांगलाच वाटत होता, त्याबद्दल ती कृतज्ञ होती.

आजूबाजूच्या शांती देणाऱ्या सौंदर्याकडे तिनं नजर टाकली. शेतं शांत होती, पण नारळाच्या झाडांची वाऱ्यानं सळसळ होत होती. उथळ पाण्यात पोहणाऱ्या माशांकडे तिचं लक्ष गेलं. नदीच्या पलीकडे एक झावळ्यांची झोपडी होती. अगदी पोस्टकार्डवरच्या चित्रासारखं दृश्य होतं ते.

बसल्या बसल्या अचानक तिला एक आनंददायी कापरा आवाज आला. मान वळवून पाहिलं, तर तिला सुंदर धीवर पक्षी दिसला. तिला नवल वाटलं. जवळच्याच डहाळीवर तो बसला होता. जणू आपलं कौतुक करण्याची तिला आज्ञा करत होता. चमकता निळा, केशरी आणि पांढरा.

आजपर्यंत तिला माहीतच नव्हतं की, धीवर पक्ष्याला इतकं मंजुळ गाता येतं. तिनं फक्त त्याचा कर्कश आवाजच ऐकला होता. त्या गाण्याचा ती आनंद घ्यायला लागली. निरीक्षण करत असताना तिला प्रबळ इच्छा झाली की, हे सौंदर्य कागदावर उतरवावं... रंगात. ज्या कलेची ओढ तिला बालपणी आनंद देत असे, ती केव्हाच मरून गेलीय असं तिला वाटत असे. संपलीय. आता तिला कळत नव्हतं की, त्या ओढीला परत साद घालावी का घालू नये? एखाद्या विसरल्या गेलेल्या जुन्या मैत्रिणीसारखी! क्षणभरच तिला वाटलं, तिच्याकडे कागद-पेन्सिल असायला हवी होती. त्याऐवजी तिनं स्वतःलाच फटकारलं. मूर्खपणा करू नकोस. कित्येक वर्षांत तू चित्र रंगवलं नाहीयेस. सगळा सत्यानाश करशील आणि जास्तच मूर्ख झाल्यासारखं वाटेल तुला.

सूर्य मावळतानाची लालकेशरी शोभा ती बघत बसली. झगमगत्या आकाशात

अधेमध्ये वेगवेगळे निळ्या आकाशाचे तुकडे दिसत होते. तिच्या चेहऱ्यावर हसू पसरलं. जर मी असे रंग भरले असते तर ते कृत्रिम वाटलं असतं, असं तिच्या मनात आलं. पण निसर्गाला ते माफ असतं आणि ते सुंदरही दिसतं.

तिचा थकवा गेला. परतताना तिला धुंदीत असल्यासारखं वाटत होतं. जणू ती तर्रर झाली होती. पण तिनं मायोलाकडे आल्यापासून साधी नेहमीची सिगारेट सोडली तर इतर कशालाही हात लावला नव्हता. गावकऱ्यांमधून चालत असताना तिनं जीभ बाहेर काढून त्यांना वाकुल्या दाखवल्या आणि त्यांना बसलेला धक्का पाहून हसत सुटली.

मायोला तिची वाटच बघत होती. दोघी एकमेकींकडे पाहून हसल्या. डॉना तिच्या शेजारी बाल्कनीत फरशीवर बसली.

"कसं वाटतंय तुला?" मायोलानं विचारलं.

"ठीकय," तिनं उत्तर दिलं.

पण नंतर जेवायला बसल्यावर डॉनाला परत अस्वस्थता जाणवायला लागली. सुक्कोरिनानं कोंबडी शिजवली होती.

"फारच मस्त झालीय," मायोलानं तिचं कौतुक करत दुसऱ्यांदा वाढून घेतलं, "छान स्वयंपाक करतेस तू."

सुक्कोरिना खूश झाली. "उद्या मी विंडाळू आणि सन्नस बनवेन," ती आनंदानं म्हणाली.

"मी नशीबवान आहे म्हणून तू माझ्याकडे आलीस," मायोलानं खरीखरी तारीफ केली. खाकरल्याचा आवाज आला म्हणून तिनं डॉनाकडे पाहिलं.

"काय झालं डॉना?" तिनं काळजीनंच विचारलं.

"मी किती कुचकामी आहे," डॉना कुरकुरली, "मला काहीच करता येत नाही."

"ही काही रडत बसायची वेळ नाही," सुक्कोरिना खरं तेच बोलली, "आता खाण्यात लक्ष द्यायचं आणि समाधानानं जेवायचं. मी आज खास गोड पदार्थ बनवलाय- नारळाच्या वड्या."

"हो, सुक्कोरिनाचं बरोबरंय," मायोलानं हसतच मान्यता दिली, "आपण आता हे समाधानानं खाऊ आणि तुझ्या कुचकामीपणाविषयी उद्या बोलू."

तिची काळजी कमी झाली याचं डॉनालाही नवल वाटलं.

"तू या कशा बनवतेस ते मला शिकव," तिसरी वडी तोंडात घालता-घालता ती सुक्कोरिनाला म्हणाली.

"सांगते मी तुला त्यातलं गुपित," सुक्कोरिना नाटकीपणे म्हणाली, "ताजा ओला खवलेला नारळ वापरायचा."

"काल रात्री मी आणखी एक भयंकर, अतिभयंकर स्वप्न पाहिलं. मला एक कठीण भयंकर परीक्षेला जायचं होतं. आणि माझी अजिबात तयारीच झालेली नव्हती. कसल्या परीक्षेला मला बसायचंय हेही मला माहीत नव्हतं. मला फार विचित्र वाटलं. जाग आली तर मला घाम आला होता आणि छातीतही धडधडत होतं. शांत व्हायला बराच वेळ लागला," तिनं मायोलाकडे पाहून स्मित केलं, "पण परत झोप आली मला. काहीही न घेताच."

"आणखी कॉफी आणू का?" त्या न्याहरी करत होत्या, त्या बाल्कनीत सुक्कोरिना आली.

"हो गं, प्लीज किटली रिकामीय."

"मला आता परीक्षेचं स्वप्न पडायचं कारण काय?" डॉनानं मायोलाला विचारलं. "मी शेवटची परीक्षा दिली, त्याला कित्येक वर्षं उलटली; उलट गमतीची गोष्ट म्हणजे जेव्हा मी परीक्षा देत होते तेव्हा कधीच मला काळजी वाटली नाही. मी चांगली पास होतेय की नापास होतेय, याबद्दल मी विचारच करत नव्हते. मला कसली पर्वाच नव्हती. मग आता मला परीक्षेची भीती वाटायचं काय कारण? विशेष म्हणजे आता मला कसलीच परीक्षा द्यायची नसताना! यापुढे मी कधीही, कुठलीही परीक्षा देणार नाहीये." तिनं मान हलवली, "मला वेड लागणारेय!"

"तुला काहीही वेड वगैरे लागणार नाहीये," मायोलानं तिला धीर दिला. "मलाही कुठलीही परीक्षा द्यायची नाहीये. तरीही मला त्यांची स्वप्नं पडतात."

"तुलाही पडतात? बरं झालं. आता मला थोडं मोकळं वाटलं," डॉना हसली आणि तिनं सुक्कोरिनानं आणलेल्या किटलीतून आपल्या कपात कॉफी ओतली.

"मग ही परीक्षेची भीती कशाला? आहा!" स्वतःला समजल्यासारखं तिनं मायोलाकडे बघितलं, "कळलं मला. इतकी वर्षं मी माझी परीक्षेची भीती दडपून टाकली तीच उफाळून येतेय, नक्कीच. त्या वेळी मला जी भीती वाटायला हवी होती ती."

"नाही," मायोलानं सावकाश मान हलवली, "स्वप्नांचा आता आणि इथंशी संबंध असतो. मला नाही वाटत तुझी कुठली पूर्वीची काळजी डोकं वर काढतेय. ती आताचीच असेल."

"काहीतरीच!" डॉना जोरातच म्हणाली, "आताच तर मी तुला सांगितलं मला परीक्षा द्यायची नाहीये. आताही नाही आणि कधीच नाही."

"स्वप्नांची भाषा सूचक असते," मायोला शांतपणे पुढे म्हणाली, "आणि आपल्याला त्यात दडलेला अर्थ शोधायचा असतो. परीक्षा म्हणजे शाळेची परीक्षा नसेल."

"पाद्री एकदा म्हणाला होता की जीवन हीच एक शाळा आहे," सुक्कोरिनाही

ऐकत होती.

"हो, खरंय ते," मायोला पुढे म्हणाली, "आयुष्यभर आपण शिकत असतो आणि आपण..."

"आणि आपल्यासमोर येणारी संकटं म्हणजे आपल्याला द्याव्या लागणाऱ्या परीक्षा."

"तसं म्हटलं तरी चालेल."

"पण आपल्याला कुठल्या संकटांना तोंड द्यायचं आहे हे समजलं नाही तर काय करायचं?"

"ते सांगणं कठीण आहे."

एक कोंबडी क्लक क्लक करत पुढच्या अंगणात आली. तिच्या पाठोपाठ माजाला आलेला कोंबडा.

"आयुष्य म्हणजे नक्की काय आहे?" डॉनानं विचारलं, "मला तरी तो अगदी मस्करीची कुस्करी, दुःख, वेदना आणि झालेला विनोद वाटतो. मग फक्त- जास्त दुःख, वेदना."

"कदाचित आपण आपले धडे नीट शिकत नसू म्हणून तसं होत असेल."

"पण हे असले कसले त्रासदायक धडे आपण शिकावेत म्हणून अपेक्षा असेल?"

मायोलानं सुस्कारा सोडला, "आपण काय करावं हे सांगणारं कोणीतरी असतं तर किती छान झालं असतं. म्हणजे आपल्या हातून मूर्खासारख्या चुका झाल्या नसत्या."

चुकवण्याचा प्रयत्न करणारी ती कोंबडी एकदाची त्या कोंबड्याच्या तावडीत सापडली आणि तो तिच्यावर चढला.

"आयुष्याचं ध्येय काय?" डॉनानं विचारलं, "आयुष्य म्हणजे फक्त खायचं, प्यायचं, झोपायचं आणि संभोग? जनावरासारखं? मला तर त्यात काहीच चांगलं दिसत नाही."

"आयुष्याकडे पाहण्याची ही एक पद्धत झाली," मायोला म्हणाली, "पण कदाचित आनंदी राहायला शिकणं, हे आयुष्याचं ध्येय असू शकेल."

"आनंदी?" डॉना उपहासानं फुरफुरली, "आनंद हा फक्त भास असतो. त्या मृगजळाच्या मागे आपण धावत असतो आणि त्याच्यापर्यंत पोहोचलं की... फट्! ते नाहीसं होतं आणि आपण वाळवंटाच्या मध्यात उभे असतो, तहानलेले आणि अर्धमेले."

"कदाचित आपण चुकीच्या जागेला आनंदाचा शोध घेत असल्यामुळे असेल," मायोलानं सुचवलं, "किंवा शोधतच नसू म्हणून. कदाचित तुझं स्वप्न तसंच

काहीतरी सांगायचा प्रयत्न करतंय.''

आता डॉना पूर्ण लक्ष देऊन ऐकायला लागली.

''तुला असं म्हणायचंय का, की ती परीक्षा म्हणजे माझा आयुष्यातील आनंदाविषयीचा शोध आहे?''

मायोलानं उत्तरादाखल फक्त भुवया उंचावल्या.

डॉना विचारात पडली, ''हं, त्यात काहीतरी अर्थ वाटतो खरा.'' ती हळूच म्हणाली, ''पण शोधायला सुरुवात कुठून करायची हेही मला माहीत नाही. मी त्याचा कधी विचारच केला नाही- आणि ती तर खरं म्हणजे खूप महत्त्वाची गोष्ट आहे. माझं आयुष्यातलं ध्येय काय असावं?''

तिनं चुटकी वाजवली, ''नाही नाही. माझ्या आयुष्यात तर ध्येय आहे! अशी व्यक्ती शोधायची जी माझ्यावर खूप खूप प्रेम करेल आणि ते करायचं कधी थांबणार नाही किंवा निघून जाणार नाही.''

''तसं झालं तर तुला आनंद सापडणार नाही,'' सुक्कोरिना ठामपणे म्हणाली, ''कारण प्रेम येईल आणि प्रेम जाईल... फटकन!''

''खरंय ते,'' डॉना उदासपणेच तिच्याशी सहमत झाली, ''प्रेम कधी एका जागी राहत नाही. निदान माझ्याबाबतीत तरी. मला माहितेय, डेव्ह काही फार वेळ माझ्याभोवती राहणार नाही. त्याला ऑस्ट्रेलियाला परत जायचंय. मग परत मी दुःखी आणि एकाकी होईन.''

''तूच स्वतःला आनंदात ठेवायला हवंस,'' स्वयंपाकघरात परत जाता जाता सुक्कोरिना म्हणाली.

''सुक्कोरिनाचं बरोबर आहे,'' मायोला पुढे म्हणाली, ''आपणच स्वतःला आनंदी करायचं असतं. दुसरे आपल्याला आनंद देतील म्हणून आपण वाट पाहत राहिलो तर आपलं कसं होईल?''

''नेहमीच आपण काय करावं हे इतरांना वाटत असतं, तेच करायचा आपण प्रयत्न करतो. कारण आपल्याला भीती वाटत असते की, नाहीतर ते आपल्याला सोडून जातील!'' डॉनाच्या स्वरात कडवटपणा होता.

''आणि आपलं काय होतं?''

''हरवतो! आपण स्वतःलाच हरवून बसतो!''

त्यांनी फोनची घंटा ऐकली. सुक्कोरिना बाहेर येऊन म्हणाली, ''तुमच्यासाठी आहे, डॉनाबाय.''

डॉना परत आली तेव्हा उदास दिसत होती. ''डेव्हच होता.'' तिनं मायोलाला सांगितलं, ''आज जेवायला येशील का म्हणतोय तो.''

''छानच झालं की.'' मायोला हसली, ''मग ही उदासी कशासाठी?''

“मला समजत नाही,” डॉना खाली बसली. “नाही, मला समजतंय. पण मला भीती वाटतेय.”

“कशाची भीती?”

“या नातेसंबंधाला काही भविष्य नाहीये याची. मी म्हटलं तसं, तो मेलबॉर्नला निघून जाईल आणि मला लंडनला परतावं लागेल. मग पुन्हा एकदा एकाकीपणाचं स्वागत करायचं.”

“काय घडेल किंवा नाही घडणार याची काळजी करण्यात, तुझा आता आणि आज खराब करू नकोस. खिन्नता यायची असेल तेव्हा येईल. परत खिन्न वाटायला लागलं तर त्यातली आनंदाची बाजू बघ. तुला आज छान जेवण मिळणारेय.”

“हो,” डॉना पुटपुटली, “तयार झालं पाहिजे मला. अर्ध्या तासातच तो मला न्यायला येईल.”

***

“लवकर आलीस तू डॉना?” मायोलाला आश्चर्य वाटलं, “मला वाटलं होतं, तू रात्री उशिरा परतशील. काय झालं?”

“मला वाटलं होतं तसंच.”

“काय म्हणायचंय तुला?”

“मी त्याला सांगितलं, माझ्यासाठी थांबू नकोस म्हणून. त्याला राजस्थानला जायचं होतं आणि मी सांगितलं की, परत जाण्यापूर्वी एकदा बघून ये.”

“काय?”

“हो, मी त्याला सांगितलं की त्यानं त्याचं आयुष्य पुढे चालू ठेवावं. माझ्यासाठी थांबू नये.”

“तो काय म्हणाला?”

“त्याची तशी इच्छा नव्हती. तो मला त्याच्याबरोबर मेलबॉर्नला बोलावत होता.”

“वाह! तू काय म्हणालीस?”

“नाही.”

“काय? तू नाही म्हणालीस? पण का? तो सोडून जाईल अशी भीती तुलाच सारखी वाटायची. मग तू नाही का म्हणालीस?”

“मला वाटलं, तसंच करणं योग्य होतं.”

“मला समजत नाहीये तू काय म्हणतेयस ते.”

“सांगते,” वर पाहण्यापूर्वी क्षणभर डॉनानं चेहरा हातात लपवला, “तो खूप चांगला मुलगा आहे.” डॉना हताशपणे म्हणाली, “त्याला कोणतीही मुलगी मिळू

शकेल आणि मी... म्हणजे मी ही अशी... ते काही टिकलं नसतं. त्याची मला खात्री आहे. हे सगळं इथं आणि आत्ताच संपवलेलं चांगलं मायोला. असंच चालू दिलं आणि पुढे जाऊन त्यानं मला टाकून दिल्यावर जास्त दुःख होण्यापेक्षा तेच बरं."

"म्हणून तू या आनंद मिळण्याच्या संधीकडे पाठ फिरवतेयस?"

"कसला आनंद घेऊन बसलीयस मायोला?" डॉनानं रागानंच प्रश्न केला, "माझ्यासाठी कोणत्याही प्रकारचा आनंद असण्याची शक्यताच नाही. दिसत नाही का तुला? फक्त दुःख आणि मनाला जास्तच वेदना. यापुढे मी काही तसं होऊ देणार नाही."

"पण समज, त्याला यश मिळणार असेल तर?"

डॉना वाद घालायसाठी मायोलाकडे वळली. "त्यात यश येईल असं तू खात्रीनं सांगू शकशील का?" तिनं भांडणाचा सूर लावला.

"नाही," मायोलाला कबूल करावं लागलं, "तुला माहितेय की तसं काही करता येणार नाही."

"मग सोडून दे ना तो विषय! माझा निर्णय झालाय आणि त्यावर तू एक शब्दही बोलावास असं मला वाटत नाही."

"ठीकंय. तुला जर तसंच वाटत असलं तर..."

"मला अगदी तसंच हवंय!" डॉना आदळआपट करतच खोलीबाहेर गेली. मायोला दुःखानं आणि असहायतेनं तिच्याकडे पाहत राहिली.

डॉना चिडखोरपणे आणि दुर्मुखलेपणानं वावरायला लागली. मग मायोला आणि सुक्कोरिनाही तिच्या वाटेला गेल्या नाहीत.

"मग माझ्या आयुष्यात ध्येय तरी काय आहे? आज पूर्ण दिवसभर मी याचाच विचार करतेय." दुसऱ्या दिवशी संध्याकाळी डॉना हातात चहाचा कप घेऊन मायोलाकडे आली. मायोला खेळणाऱ्या मुलांकडे पाहत, बागेत बसली होती.

त्या वेळपर्यंत डॉना तोंड फुगवून गप्प गप्प बसली होती त्याचा उल्लेखही मायोलानं केला नव्हता. "त्यांच्याकडे बघ," त्याऐवजी ती म्हणाली, "ते आनंदात आहेत. खेळतायत. त्यांना जे हवं ते करतायत. जे करायला आवडतं ते करतायत."

डेव्हिड आणि त्याचे मित्र पायांनी बॉल ठोकरत बगिचाभर पळत होते. आनंदात ओरडत होते. काही मुली चिखलाच्या वड्या बनवत होत्या. त्या दगड आणि पानं लावून सजवत होत्या. एक मुलगा काठी घेऊन डबड्यांवर मारत होता आणि आनंदानं मोकळ्या आवाजात कोकणी गाणं म्हणत होता.

डॉनानं त्यांच्याकडे पाहिलं. "मला कधीच मुलं आवडली नाहीत." ती म्हणाली, "त्या सोंगांची भीतीच वाटते."

"तरीही, त्यांच्याकडून शिकण्यासारखं खूप असतं," मायोला म्हणाली, "विशेषतः

आनंदात राहायचं असेल तर, बघ त्यांच्याकडे.''

''सगळी कार्टी आहेत,'' डॉनानं आग्रह सोडला नाही, ''आरडाओरड करणारी, सारखं काहीतरी मागणारी, आपलंच म्हणणं खरं करणारी, हट्टी.''

मायोलाला हसू आलं. ''पण त्यांच्याकडे बघ तरी. त्यांना तर खूप मजा येतेय.''

''मजा,'' डॉना हळूच म्हणाली, ''मजा म्हणजे काय हेच विसरून गेलेय मी.''

''म्हणून तर त्यांच्याकडून शिकायचं. ते तरबेज असतात त्यात.''

डॉना वळली आणि तिनं मायोलाकडे रोखून बघितलं.

''म्हणजे मजा करणं हे आयुष्याचं ध्येय आहे का?''

''का नसावं?''

''ते कसं आयुष्याचं ध्येय असू शकेल मायोला? ध्येय म्हणजे काहीतरी गंभीर आणि कंटाळवाणं असायला हवं.''

''कशासारखं?''

''जसं की सगळ्या गोष्टींत आज्ञाधारक आणि जबाबदार बनणं किंवा तसंच काहीतरी.''

मायोलानं तोंड वाकडं केलं. ''तसं असू नये अशी इच्छाय माझी. पण तू त्यांच्याकडे बघ तरी.'' ती परत म्हणाली, ''ते सगळे किती वेगवेगळे आहेत. आपण सगळेच वेगवेगळे असतो. एकमेव असतो म्हणालीस तरी चालेल. जन्म झाल्यापासून. तुला नाही का पटत?''

''पटतं ना. माझ्याकडे बघ. एकमेव विचित्र माणूस!''

''तुझा जन्म झाला तेव्हा अशीच होतीस का तू?''

डॉनाला आश्चर्य वाटलं. दोन-तीन मिनिटं ती स्तब्धच झाली. ''नाही,'' शेवटी ती म्हणाली, ''नाही, मी अशी नव्हते. मी अशी बनले.''

''मग आपण जन्मतः कसे असतो... ज्याच्यामुळे आपण 'आपण' बनतो? जे फक्त आपलं स्वतःचं असतं?''

डॉनानं खिन्नपणे मान हलवली, ''पृथ्वीवरच्या सगळ्यांत वाईट प्रजातीतला सगळ्यांत वाईट नमुना?''

मायोलानं तिच्याकडे लटक्या कठोरपणे पाहिलं.

''बरं, बरं,'' पण डॉना गंभीर झाली, ''माझं माझंच असं काय आहे?''

''मी तुला आधी विचारलं.''

त्या प्रश्नाचा त्यांनी गप्प राहूनच विचार केला.

''ते म्हणजे... नाही, पण तसं म्हणता येणार नाही.''

''काय?''

"मी रंगवायचे." नाराजीनं तिच्या तोंडून शब्द फुटले. पण मायोलानं तिला तोंड पसरून हसत शाबासकी दिली.

"माझं रंगवणं?"

मायोलानं होकारार्थी डोकं हलवलं.

प्रोत्साहन वाटून डॉना पुढे बोलायला लागली, "मला चित्र काढायला आणि रंगवायला खूप आवडायचं. कागद आणि रंग घेऊन बसलेलं असताना मी सगळ्यांत जास्त आनंदी असायचे. माझ्या सगळ्या काळज्या विसरून मी त्यात दंग होऊन जायचे. जर आई-वडिलांच्या घरी मला रंगवायला मिळालं नसतं ना तर मी वेडीच झाले असते."

"मग तू रंगवायचं का सोडलंस?"

"माहीत नाही. आई-वडिलांचं घर सोडून बाहेर पडल्यावर त्याचं विशेष महत्त्व वाटलं नाही. माझ्यावर प्रेम करेल अशा कोणातरी माणसाला शोधण्याची मला जास्त ओढ वाटली."

"जर तू रंगवायची थांबली नसतीस तर त्यात काही विशेष फरक झाला असता का?"

"सांगता येत नाही," डॉना विचार करायला थांबली, "तुला माहितेय, मला चांगल्यापैकी चित्र काढायला यायचं." ती सावकाश म्हणाली, "मी जर चालू ठेवलं असतं ना, तर आतापर्यंत मी पुष्कळ पैसे मिळवले असते आणि प्रसिद्धही झाले असते."

"झालंही असतं तसं."

"वेडगळासारखं बोलू नकोस मायोला. मी गंमत करत होते. माझ्याकडे प्रतिभा होती; पण ती आता गेली, संपली, मेली, मारली गेली."

"आपली प्रतिभा, कला म्हणजे आपलं स्वत्व असतं ना डॉना." मायोलानं असहमती दाखवली, "आपण जिवंत असतो तोपर्यंत त्या मरत नाहीत. त्या सुप्त अवस्थेत असतातच. आपण पुन्हा त्यांचं संगोपन करून त्यांना फुलवत नाही तोपर्यंत."

"नाही मायोला, मरून गेलीय ती. मेलीय माझी कला, आणि परत ती कधीच जिवंत होणार नाही."

"मला नाही तसं वाटत." मायोलानं जोर दिला, "शिवाय मला वाटतं, आपल्याकडे अनेक कला असतात."

डॉनाचे डोळे विस्फारले.

"तुला असं म्हणायचंय का, की आपल्या अंगातील कलांना फुलवणं हे आपलं जीवनध्येय असतं?"

मायोला विचारात पडली, "दुर्दैवानं आपल्यापैकी कितीतरी जणांना स्वतःच्या

अंगच्या कलांचा पत्ताच नसतो."

"म्हणूनच आपल्याला आनंद आणि समाधान मिळत नाही."

मायोलानं होकारार्थी मान हलवली, "आपण खोट्याच देवाच्या भजनी लागतो."

"खरी गोष्ट तर आपल्या आतच असते." पण जितक्या अचानक डॉनाचा उत्साह उफाळून आला होता तितकाच तो लवकर विरून गेला.

"उपयोग काय त्याचा?" ती म्हणाली, "माझी कला, जर असली तर तिचं भविष्य गाडलेलंच राहणं असं आहे."

"जर तू तसं ठरवलंस तरच."

"मी नाही ठरवत तसं." डॉना संतापली, "आयुष्यानं माझ्यासाठी ती निवड केली. या नालायक जगात जन्म घेण्याचा निर्णय माझा नव्हता. माझ्या नकोशा आई-वडिलांची निवड मी नाही केली. माझ्या नालायक आयुष्याची निवडही मी नाही केली."

"नाही, पण तुझ्या नालायक आयुष्याचं पुढे काय करायचं त्याची निवड तू करू शकतेस."

डॉना परत गप्प झाली. "मला भीती वाटते मायोला, मला खूप भीती वाटते."

थोड्या वेळानंतर ती कळवळून म्हणाली, "तुला माहितेय, त्या दिवशी नदीकाठी बसलेलं असताना, मला परत चित्र काढायची इच्छा झाली. कित्येक वर्षांनंतर पहिल्यांदाच वाटलं तसं."

"मग काढ ना."

"नाही जमणार."

"का नाही?"

डॉना घुटमळली. "कदाचित माझं चित्र अगदी घाणेरडं येईल." ती शेवटी म्हणाली, "मला भीती वाटते की मी काढलेलं चित्र मला आवडणार नाही आणि मग मला स्वत:चाच जास्त राग यायला लागेल. तो धोका मी नाही पत्करू शकत."

"अपयशी होण्याचा?"

डॉनानं दुःखानं मान हलवली.

"समज ते घाणेरडं आलं तर टाकून दे आणि दुसरं काढ. त्यात तुझं काय जाणारेय?"

"माझा आत्मविश्वास."

"अस्सं! पण तू स्वतःची कला अशी दडपून टाकलीस तर कायमचीच संपेल. तुझी स्वतःची असणारी एकमेव गोष्ट."

सुक्कोरिना बाहेर आली. "बाय, आणखीन काही मसाले आणि वाणसामान हवंय."

“उद्या सकाळी मी मडगावला जाणारे,” मायोला म्हणाली, “आपण यादी करू आणि तुला हव्या असलेल्या गोष्टी मी घेऊन येईन.” तिनं डॉनाकडे पाहिलं, “तुला पण यायचंय का बरोबर? थोडे रंग आणि इतर गोष्टी आणता येतील.”

“नको,” डॉनानं तोंड वाकडं केलं.

“का नको?” मायोलानं विचारलं.

“मागे लागायला तुला छान जमतं, खरं ना?” डॉना कुरकुरली.

“हो, ते मला कबूल करावंच लागेल,” मायोलानं डोळा मारला, “पण मी पुरेसा जोर धरला नाही म्हणून जग एका मोठ्या कलाकाराला मुकलं असं दुःख होत राहण्यापेक्षा ते बरं.”

डॉनालाही हसू फुटलं; पण तिनं आणखी रेटा लावण्यापूर्वीच डॉनानं तिला थांबवलं.

“नाही, मायोला,” ती ठामपणे म्हणाली, “मला ते जमणार नाही.”

“तू ते केलंच पाहिजेस असं नाही डॉना,” मायोलानं स्पष्ट केलं, “फक्त त्याला एक संधी द्यावीस इतकंच.”

“मला नाही जमणार,” डॉनाचा हटवादीपणा चालूच राहिला, “मी नाही तो धोका पत्करणार. त्यातून माझा केविलवाणेपणाच सिद्ध होईल उलटा.”

“आता तुझी जी अवस्था आहे त्यापेक्षा वाईट असेल का ते?”

डॉना एकदम गडबडली. थोडा वेळ विचारात गढून गेली. “खरं म्हणजे नाही.” सरतेशेवटी ती म्हणाली, “पण मला ते छान जमलं असतं अशा विचारानं मी स्वतःचं थोडं समाधान करू शकेन.”

“अशा विचारानं तुझं समाधान होईल का?” मायोला चिकाटीनं विचारत राहिली.

“तुला समजत नाहीये का डॉना? नुसता प्रयत्न करण्यापासूनसुद्धा तुला रोखून धरलंय ते तुझ्या भीतीनं. कुणी सांगावं? तुला स्वतःलाच नवल वाटेल. नाही, तूच म्हणालीस की तू उत्तम चित्रं रंगवायचीस.”

डॉना थोडं घुटमळली. पण परत तिच्या नजरेत ठामपणा आला, “नाही मायोला, मला जमणार नाही.”

“या भीतीतून बाहेर पडण्याचा एकच मार्ग आहे, डॉना.”

“कोणता?”

“तू त्यात उडी घ्यायला हवीस.”

“मी बुडून गेले तर?”

“नाहीतर आता तू बुडतच चाललीयस ना?”

“मुळीच नाही.”

"कदाचित नसेल." मायोलानं मान्य केलं, "पण तुझा कोंडमारा होतोय. तू डेव्हपासून दूर पळून गेलीस. चित्र रंगवण्यापासून दूर पळतेयस. तू आयुष्यापासूनच दूर पळतेयस."

"आयुष्य म्हणजे रडगाणंय नुसतं."

या वेळी मात्र मायोलाला गप्पच राहावं लागलं.

दोन मुलांना घरी बोलवायला त्यांची आई हाका मारत होती. पण त्यांना खूप मजा येत असल्यामुळे, त्यांनी तिच्याकडे लक्ष दिलं नाही.

"ताबडतोब या बघू!" आई ओरडली, "नाही तर काही घेऊन येते मी."

नाइलाजानंच ती मुलं दंगामस्तीचा फुटबॉलचा खेळ सोडून गेली. डॉना आणि मायोलांनी त्यांना कुरकुरत जाताना ऐकलं.

"आई-वडील!" डॉना संतापली, "लुडबुड करणारे, हुकूमशहा!"

"पण आई-वडील नसतील तर मुलांचं कसं होईल?" मायोलानं लक्ष वेधलं, "ती मरतील."

"सत्यानाश झालेलं आयुष्य जगण्यापेक्षा मरण परवडलं."

"आपल्या आयुष्याचं यापुढे काय करायचं हे आपल्यावर अवलंबून असतं, डॉना. तू ठरवायचंस."

"नाही," डॉना आपल्या म्हणण्यावर ठाम होती. "त्यांनी माझा सत्यानाश केला. त्यांनी माझा स्वतःवरचा विश्वास उडवून लावला- आणि माझी झोळी रिकामीच राहिली." ती ताठ बसली. "काय करावं ते कळलंय मला. मी त्यांच्याकडे जाणारे आणि त्यांनी माझा कसा गडबडगुंडा केला, ते त्यांना चांगलं सुनावणारेय."

मायोलानं सुस्कारा सोडला, "तसं करण्यानं तुला काय मिळेल असं वाटतं, डॉना?"

"कदाचित काहीच नाही. पण मला ते केलंच पाहिजे."

"त्यानं साध्य काय होईल डॉना? आपल्याला भूतकाळ बदलता येत नाही. तो संपलेला असतो."

"पण माझी काय वाट लागली ते त्यांना समजावंसं मला वाटतं," डॉना चिडून परत परत तेच म्हणत राहिली, "त्याचा काय उपयोग होईल हे माहिती नाही; पण मला ते करायचंच आहे!"

त्या शांत बसून राहिल्या.

"तुझी मला खूप मदत झालीय मायोला." थोड्या वेळानंतर डॉना शांतपणे म्हणाली, "थँक्यू, पण मला नाही वाटत की यापेक्षा जास्त तू काही करू शकशील. मला घरी परत जाऊन माझ्या भूतकाळाचा नीट मागोवा घ्यायला हवा. त्यानंतरच मला आयुष्यात पुढे जाणं शक्य होईल. मला तरी दुसरा काही मार्ग दिसत नाही."

मायोला काहीच बोलली नाही.

"मिज उद्या परत येणारेय," डॉना पुढे म्हणाली, "मला वाटतं, माझी इथून निघून जाण्याची वेळ झालीय. पुढच्या आठवड्यात आम्ही विमानानं परत जाऊ. त्यापूर्वी थोडे दिवस समुद्रकिनारी घालवावेत असं मला वाटतं."

दुसऱ्या दिवशी मायोलानं डॉनाला मिठी मारली आणि तिचा निरोप घेतला. याहून जास्त काही करता येणं तिला शक्य नव्हतं. तिनं फक्त आशा केली की, डॉना आनंदाला सामोरं जाण्याची निवड करेल.

सुक्कोरिना : **दुःख आणि अपराध**

ती कुठल्यातरी विमानानं प्रवास करतेय आणि ते जोरात हेलकावे घेतंय. घाबरून ती सीटला घट्ट धरून बसलीय. थंड हातांच्या घट्ट मुठी वळून सूर मारल्यासारखं ते खाली जाऊ लागतं, आणि ती किंचाळायचा प्रयत्न करते; पण तिच्या तोंडून शब्दच उमटत नाहीत. ते जमिनीवर येतात, पण तिला भीती वाटत होती तसं आदळत नाहीत.

विमान तसंच वेगानं पुढे सरकत राहतं. गर्दीच्या रस्त्यावरून. आता विमानाचं नियंत्रण तिच्या हातात असतं आणि ते स्थिर ठेवण्यासाठी आणि रस्त्यातील लोकांना चुकवण्यासाठी ती पराकाष्ठेचा प्रयत्न करते. विमानाचा आकार लहान व्हायला लागतो आणि ते हाताळणं सोपं वाटायला लागतं. भीतीची जागा आता उत्फुल्ल हर्ष घ्यायला लागतो. मग तिला दिसतं की, ती सायकल चालवतेय. अगदी सहजतेनं आणि रहदारीतून तिला अगदी आरामात वाट काढता येतेय.

जोस जेव्हा सुट्टी संपवून दुबईला परत गेला, तेव्हा सुक्कोरिना परत मायोलाबरोबर राहायला आली. तिची काळजी घेणं गरजेचं आहे असं तिला वाटायचं. कारण ती नेहमी पुस्तकांच्या जगात हरवलेली असायची.

"बाय, तुम्ही बाहेर जाऊन लोकांच्यात मिसळायला हवं."

"मी भेटते ना दुसऱ्या लोकांना," मायोला हसली, "पुस्तकांतून."

"माझी चेष्टा करू नका," सुक्कोरिनानं संशयानं पाहिलं.

"चेष्टा नाही गं. लेखक माझ्याशी बोलतात."

"काय बोलतात?"

"सगळ्या गोष्टींबद्दल, विज्ञान, आयुष्य, मजा... अगदी देवाबद्दलही. ते मला खूप काही शिकवत असतात."

सुक्कोरिनानं जमिनीवर पडलेला पुस्तकांचा गठ्ठा उचलला आणि आदरानं

त्यांच्यावरची धूळ झटकली. मग तिनं वळून मायोलाकडे पाहिलं, "तुम्ही सारा वेळ वाचत असता." तिनं दोष दिला, "आणि मी डेव्हिडला वाचत बस म्हटलं की, मला रागवता."

"तू त्याला अभ्यास कर म्हणून सारा वेळ कटकट करतेस, सुक्कोरिना," मायोलानं उत्तर दिलं. "तो छोटा मुलगा आहे. त्याला बाहेर जाऊन इतर मुलांच्याबरोबर खेळायलाही हवं."

पण सुक्कोरिनानं जिद्दीनं ठरवलंच होतं की, आपल्या मुलाला प्रसिद्ध व्यक्ती बनवायचं. "मला लिहाय-वाचायला येत नाही," ती म्हणाली, "कारण माझ्या आई-वडिलांनी मला शाळेत घातलं नाही. पण डेव्हिडला उत्तम शिक्षण मिळालं पाहिजे याची काळजी मी घेईन. तो मोठेपणी उत्तम डॉक्टर, नाहीतर इंजिनिअर बनेल."

"त्यापेक्षा त्यानं आनंदी असणं जास्त महत्त्वाचं नाही का?"

"तो गरीब राहिला तर कसा आनंदी होईल?" डेव्हिड नाराज झाला तरी सुक्कोरिना त्याला टेबलापाशी बसवून पाठ्यपुस्तकातील धड्यामागून धडे उतरवायला लावायची. मायोलाला त्याची चेहऱ्यावरची उदासी अस्वस्थ करायची.

"त्याच्यावर फार जबरदस्ती करू नकोस, सुक्कोरिना," त्या दोघीच स्वयंपाकघरात होत्या तेव्हा ती म्हणाली, "नाहीतर त्याच्या मनात अभ्यासाबद्दल तिटकाराच निर्माण होईल. त्यानं किती अभ्यास करावा हे शिक्षकांना ठरवू दे ना. त्याला खेळूसुद्धा दे. आत्ता जर तू त्याला खेळू दिलं नाहीस, तर केव्हा खेळायला मिळेल त्याला?"

"तुम्ही वाचताय ती पुस्तकं बघा ना. तो जर आत्ता शिकला नाही तर अशी पुस्तकं कशी वाचता येतील त्याला?"

मायोलाला हसू आलं, "मी ती वाचतेय, कारण मला त्यात रस आहे. तो मोठा झाला की, तोसुद्धा मोठी पुस्तकं वाचेल; पण जर त्याला वाचायला आवडलं तर. तो अभ्यास करत असताना त्याचं तोंड बघ, सुक्कोरिना. त्याला तिटकारा वाटायला लागलाय वाचायचा."

सुक्कोरिनाला काही ते पटलं नाही. आपल्या मुलाला चांगल्या संधी उपलब्ध करून द्याव्यात अशी तिची इच्छा होती. तिला त्याच्या पायाशी सगळं जग ठेवायचं होतं.

"तू त्याच्यावर फार ओझं देतेयस." मायोलानं तिला सावध केलं, पण सुक्कोरिनानं त्याकडे लक्ष दिलं नाही.

माध्यमिक शाळेच्या वार्षिक परीक्षेचा निकाल लागला.

"काल दोन मुलांनी आत्महत्या केली," पेपर वाचता वाचता मायोला म्हणाली.

"कशाला केलं त्यांनी तसं?" सुक्कोरिनाला भीतीच वाटली, "काय वय होतं त्यांचं?"

"पंधरा. इकडे म्हटलंय की, त्यांनी परीक्षेत चांगले मार्क्स मिळवले नाहीत म्हणून त्यांचे आई-वडील नाराज होतील अशी त्यांना भीती वाटली," मायोलानं सुक्कोरिनाकडे अर्थपूर्ण नजर टाकली.

"हा सगळा त्या आई-वडिलांचाच दोष आहे," सुक्कोरिना ठामपणे म्हणाली.

आश्चर्य वाटून मायोलानं तिच्याकडे मोठ्या आशेनं पाहिलं.

"त्यांनी आपल्या मुलांना जास्त अभ्यास करायला लावायला हवा होता. म्हणजे ही समस्या निर्माणच झाली नसती."

मायोला हळहळली. सुक्कोरिनानं डेव्हिडला हाक मारली आणि पुस्तकं घेऊन अभ्यासाला बसायला सांगितलं.

"सुक्कोरिना, त्याच्या सुट्टीला सुरुवात झालीय. जरा मजा करू दे त्याला."

पण ती काही ऐकायला तयार नव्हती.

डेव्हिडला दम्याचे झटके यायला लागले. रात्रभर तो अंथरुणात बसून राहायचा. त्याला श्वास घ्यायला त्रास व्हायचा. त्याचे डोळे सुजले. घशातून शिटीसारखा आवाज यायला लागला. तो आजारी पडला तेव्हा सुक्कोरिना घाबरली. तो लगेच आणि कायमचा बरा व्हावा यासाठी त्याला एका डॉक्टरकडून दुसऱ्या डॉक्टरकडे घेऊन जायला लागली. तो बरा झाल्यावर परत त्यानं अभ्यास करावा म्हणून जबरदस्ती करायला लागली- पुढचा झटका येईपर्यंत.

"बाय, काय करू मी? तो सारखाच आजारी पडतो," काळजीनं सुक्कोरिनाची झोप उडायला लागली होती आणि वजनही कमी व्हायला लागलं होतं.

"तू स्वतःच आजारी पडणारेस," मायोलाला काळजी वाटत होती. "या गोळ्या घे म्हणजे तुला थोडा आराम वाटेल."

पण सुक्कोरिना पुढच्या अस्थम्याच्या झटक्याची वाट पाहत असायची. तिला खात्री होती की तो येणारच. ती जास्तच काळजी करायला लागली, त्रास करून घ्यायला लागली.

मग मायोलाला वाटणारी वाईट्ट भीती खरी ठरली. एके रात्री तिला सुक्कोरिनाचं ओरडणं ऐकून जाग आली. दचकून, ती चटकन उठली आणि डेव्हिड काय करतोय ते बघायला धावली. टेबलाखाली बसून तो भीतीनं थरथरत, आरडाओरडा करणाऱ्या आईकडे पाहत होता; पण त्याचा श्वास ठीक चालला होता. मायोलानं सुक्कोरिनाकडे लक्ष वळवलं.

सुक्कोरिनाचा चेहरा भीतीनं वाकडातिकडा झाला होता. ती घाबरून कुठेतरी टक लावून पाहत होती. जणूकाही कुणीतरी किंवा काहीतरी तिला भयंकर त्रास

देणार होतं. ती कुत्रे आणि काळ्या कपड्यांतील राक्षसांबद्दल काहीतरी असंबद्ध बरळत होती. मायोलानं तिला शांत करण्याचा प्रयत्न केला; पण तिच्यावर परिणाम होत नव्हता. संपूर्ण रात्रभर ती काल्पनिक शक्तींविरुद्ध बरळत होती. तिला वाटत होतं की, त्या शक्ती तिच्या मुलाला आणि तिला इजा करणार आहेत.

दुसऱ्या दिवशी सकाळी मायोलानं डेव्हिडला त्याच्या आजीकडे पाठवलं.

"मी तुझ्या आईची काळजी घेईन," तिनं त्याला सांगितलं, "ती आजारी आहे आणि तिला मदत करायला हवी."

तिनं काही औषधं आणून सुक्कोरिनाला दिली; पण पहिल्याइतका उपयोग झाला नाही. मायोलानं मात्रा थोडी वाढवली. नवीन आणि जास्त शक्तिशाली औषधं आणली, पण सुक्कोरिनावर कशाचाच परिणाम होईना.

ती असंबद्ध आणि निरर्थक बडबड करतच राहिली. ती कोणालाही घरात येऊ देईना. तिचं भीतिदायक किंचाळणं ऐकून ऐकणाऱ्याच्या अंगावर शहारे यायचे.

घरातल्या घरात तिला सांभाळणं दिवसेंदिवस कठीण होत चाललं होतं आणि मायोला तिला दवाखान्यात ठेवायचा विचार करत होती. तेव्हा सुक्कोरिनानं तिला आश्चर्याचा धक्का दिला.

"बाय," तिनं उत्साहानंच मागणी केली, "तुम्ही डॉनाबायला जसे उपचार करत होतात तसे मला का नाही करत? आडवं व्हायला सांगून आणि बोलत राहायला लावून?"

मायोलानं तिच्याकडे शोधक नजरेनं पाहिलं. तिला माहीत होतं की, सुक्कोरिना अजूनही दुर्मनस्क आहे. तिच्या त्या स्थितीत कुठच्याही मानसोपचार पद्धतीचा वापर करण्याबद्दल तिला स्वतःला खूप शंका वाटत होती; पण तिनं तिचं म्हणणं ऐकायचं ठरवलं. कदाचित तिची उद्विग्नता कमी झाली असावी.

"ठीकंय," ती उत्साहानं म्हणाली, "हो आडवी आणि तू बोलत राहा. जे मनात येईल ते सगळं बोल." मायोला तिच्या शेजारी बसली आणि ती जे बोलत होती ते लिहायला लागली. काहीही दडवू नकोस, असं सुक्कोरिनाला सांगावंच लागलं नाही. ती मोकळेपणानं आणि काहीही न लपवता बोलायला लागली.

सुरुवातीला अविश्वास वाटला असला तरी लवकरच मायोलाला ती जे ऐकत होती त्यात रस वाटायला लागला होता, हे तिनं स्वतःशीच कबूल केलं. आतापर्यंत योग्य रोगनिदान करून औषध ठरवण्यासाठी तिनं फक्त सुक्कोरिनाच्या बोलण्याच्या पद्धतीवर लक्ष केंद्रित केलं होतं. आता ती सुक्कोरिनाच्या बोलण्यातील आशयावर लक्ष केंद्रित करायला लागली. आतापर्यंत जे वाक्प्रयोग तिला निरर्थक वाटत होते, त्यात काही अर्थ लपलेला असेल का?

"मला कुत्री आवडतात. त्यांचे डोळे मोठे असतात. मोठे कान, मोठे ओठ.

त्यांचा मुका घ्यावासा वाटतो. त्यांचे पंजेही मोठमोठे असतात. एक तपकिरी रंगाचा कुत्रा होता... आणि एक कुत्री. माझ्या आणि जिझसच्यामध्ये कोणी येऊ शकणार नाही. त्याला मी आवडते. त्यानं मला सांगितलं की, संपूर्ण कुवेतमध्ये एक मोठी समस्या आहे. एड्स. तो एक लैंगिक रोग आहे. जिझसवर ज्यानं विश्वास ठेवला नाही, त्या प्रत्येकाला तो झाला आणि ते आजारी पडले. जिझसनंच सांगितलं मला." ती दुःखानं स्फुंदत रडायला लागली.

"तो माझ्या मनाशी खेळतोय. तो त्यांची छिन्नी घेतो आणि माझ्या मनावर टकटक करतो."

अचानक ती उभी राहिली आणि तिनं आपले हात पसरले.

"मीच मार्ग आहे. मीच सत्य आणि मीच आयुष्य आणि प्रत्येकाला बरं करण्यासाठी माझ्याकडे तशी शक्ती आहे."

मायोलानं तिला मध्येच थांबवलं, "तुझ्याकडे जर बरं करण्याची शक्ती आहे तर रडत कशाला बसतेस? आनंद मान ना त्याचा."

"मी रडत नाहीये. मला आनंद झालाय," पण तिच्या गालावरून अश्रू ओघळत राहिले. "जिझसला मी आवडते. जिझस माझा तिरस्कार करतो."

"जिझस तुझा तिरस्कार का करतो, सुक्कोरिना?"

"मर्सिडिजमध्ये एक कुत्री होती. ती त्याचा मुका घ्यायला गेली."

"कुणाचा मुका घ्यायला गेली?"

"त्या कुत्र्याचा."

मायोला अवाक् झाली.

"एक सोनेरी कपडे घातलेली बाई आहे. तिच्या हातात सोनेरी चेंडू आहे. ती दुष्ट आहे."

"कशावरून ती दुष्ट आहे?"

"ती माझ्या मनात वाईट इच्छा निर्माण करते."

"कसल्या वाईट इच्छा?"

"पैसा. मला त्याला चाखावंसं वाटत होतं."

"कोणाला?"

"तपकिरी कुत्र्याला."

"कुठला तपकिरी कुत्रा?"

"मॅन्युएल."

"कोण मॅन्युएल?"

ती जोरात ओरडली आणि कपडे काढून टाकत शेजारच्या खोलीत गेली.

"तू कपडे का काढतेयस?"

“मला लपून राहायचा कंटाळा आलाय,” पण ती पलंगाखाली शिरत होती.

“कोणापासून किंवा कशापासून लपून राहायचा कंटाळा आला?”

“मला माहीत नाही,” ती कुरकुरली.

अचानक ती पलंगाखालून बाहेर आली. तिनं आपले हात पसरले. चेहरा वर केला आणि एखाद्या हुतात्म्याच्या थाटात उभी राहिली.

“मला नाही गुपितं राखायची. मला सगळ्यांना सांगायचंय की, मी कुत्री आहे... गेले सगळे उडत! सगळ्या जगाचं ओझं माझ्या पाठीवर घ्यायला लागतंय. राक्षसासारखं अक्राळविक्राळ ओरडणाऱ्या लोकांचं ओझं.”

“कोण लोक?”

“ते मला घेऊन गेले होते ना, झाडाला बांधून खिळे ठोकून ठार मारायला, ते लोक. त्यांनी मला आंब आणि शिरसा प्यायला लावलं. पण मी ते त्यांच्या तोंडावर थुंकलं आणि त्यांनी मला चाबकानं मारलं. त्यांच्या पापासाठी मी ते सारं सहन केलं. त्या सगळ्यांच्या पापांसाठी.” तिचा आवाज चढतच गेला. शेवटी ती किंचाळायला लागली, “माझ्या सगळ्या पापांसाठी. आता ते माझ्या मुलाला माझ्यापासून हिरावून नेणार आहेत. माझ्या मुलाला मारणार आहेत.” ती भयानं दबकून कोपऱ्यात बसली. रडत रडत स्वतःची छाती पिटून घ्यायला लागली.

“तुझ्या हातून... तुझ्या हातून काही मोठं पाप झालंय का, सुक्कोरिना?” मायोलानं अंदाज केला.

“हो, मी मरायच्याच लायकीची आहे, पण माझ्या बाळाची नाही. माझ्या बिचाऱ्या बाळाला ते रेड चॅनलमधून घेऊन गेले.”

“डेव्हिडला कोणी नेलं नाहीये. तो तुझ्या आईकडे आहे.”

“डेव्हिड नाही. डेव्हिड ग्रीन चॅनलमधून आला. पण ते बाळ, पण ते बाळ चुकीच्या चॅनेलमधून आलं. रक्तासारखा लाल.”

मायोलाच्या मनात एक शंका मूळ धरायला लागली होती. या निरर्थकपणातही काही अर्थ लागत होता.

“आणखी एक बाळ होतं का?” तिनं विचारायचा धीर केला.

“हो, ते म्हणाले, गर्भपात करणं पाप आहे आणि राक्षस येऊन मला घेऊन जाईल.” ती किंचाळायला लागली, “तो काळुंद्रा येईल आणि मला घेऊन जाईल. मला आता शिक्षा होईल.”

“सुक्कोरिना!” मायोलानं तिचं लक्ष वेधण्याचा प्रयत्न केला, “सुक्कोरिना, तू गर्भपात केला होतास का?”

“हो.”

मायोलाला आश्चर्य वाटलं. काहीतरी हाती लागत होतं.

“केव्हा?”

“जेव्हा सर्व लोकांना रोग झाले होते. एड्स, उपदंश किंवा असलेच घाणेरडे रोग.”

मायोलानं हळुवारपणे सुक्कोरिनाचे हात हातात घेतले.

“माझ्याकडे बघ, सुक्कोरिना.” ती हळुवारपणे म्हणाली, “घाबरू नकोस. तू मला काहीही सांगितलंस तरी चालेल. म्हणजे तुला तशी इच्छा असेल तर. मी तुला रागावणार नाही किंवा तुझा उपहास करणार नाही. कारण ही खूप जुनी गोष्ट आहे. चुका आपल्या सगळ्यांच्याच हातून होतात. मी पण काही चुका केल्यायत. पण त्यामुळे आपण नाउमेद व्हायचं नसतं.”

पण स्वतःची कहाणी सांगणं सुक्कोरिनासाठी इतकं सोपं नव्हतं. त्यातला प्रत्येक छोटासा तुकडा ती नाराजीनं सांगायची. तिला रागाचे आणि भीतीचे झटके यायचे. मग असंबद्ध बडबड करण्याचा सुरक्षित मार्ग तिनं स्वीकारला. मायोलाची खात्री झाली होती की, खूप दडपून टाकलेल्या दुःखाला वाट फोडायला ती मदत करतेय, म्हणून ती परत परत विचारायला लागली. हळुवारपणे, धीरानं आणि तिला आश्वासन देत. तिच्या लगेच लक्षात आलं की, सुक्कोरिनाची निरर्थक बडबड म्हणजे तिच्या मनातलं खिन्न करणारं दुःख लपवण्याचा प्रयत्न आहे. असं दुःख, जे स्वीकारायला तिला स्वतःलाच जमत नाहीये. म्हणून ते दुःख दुसऱ्या स्वरूपात, प्रतीकात्मक रूपानं व्यक्त होतंय.

मायोलाच्या अचानक लक्षात आलं की, हे तर स्वप्नासारखंच आहे. अर्थातच! नाहीतर जाणिवेच्या मनाची जीवघेणी बंधनं तोडून नेणिवेतलं मन वर कसं येणार? जाणिवेतल्या मनाला त्रासदायक भावनांचं वास्तव टाळायचा आणि त्याऐवजी इच्छित समतोल साधायचा प्रयत्न करायचा असतो. पण सगळं कसं छान चाललंय असं ओढून-ताणून आणलेलं सोंग किती काळ चालणार?

त्यामुळे उलट त्रास वाढणारच आणि मायोलाला तर ते स्पष्टच दिसत होतं. ती कुठल्याच प्रकारानं मतप्रदर्शन करत नसल्यामुळे सुक्कोरिनाला या सगळ्या आठवणी शब्दांत मांडायचं धैर्य आलं होतं; पण घुटमळत आणि तुकड्यातुकड्यांनी सांगत असल्यामुळे सुक्कोरिनाला आपल्या मनावरचं ओझं हलकं करायला बरेच दिवस लागले.

मनात याची नोंद करत असताना मायोलाला काहीसं आश्चर्यच वाटलं होतं. एक एक गुपित बाहेर पडलं तसं सुक्कोरिनाच्या बोलण्यातला गूढपणा जाऊन ते समजायला सोपं व्हायला लागलं होतं.

“मला हे कधीच, कोणालाच सांगावंसं वाटलं नाही. मला ते सगळं विसरून जायचं होतं.” सुक्कोरिना रडायला लागली, “पण असलं काहीतरी विसरायला

कोणाला जमेल? ते अंगात भिनलेल्या विषासारखं आहे. आता ते बाहेर पडलं म्हणून मला खूप मोकळं वाटतंय. माझ्या पोटातून मोट्ठं ओझं कमी झाल्यासारखं वाटतंय.''

ती उठून बसली. पण मायोलाकडे पाहण्यापूर्वी ती कण्हली आणि तिनं भिंतीकडे तोंड वळवलं.

''आता मला खूप शरम वाटतेय.'' ती दु:खानं पुटपुटली, ''मी पापी आहे आणि चांगल्या लोकांत राहण्याचा मला अधिकार नाही.''

''तू माणूसच आहेस,'' मायोला म्हणाली, ''आमच्या सगळ्यांसारखीच. आनंद शोधण्याचा प्रयत्न करण्यात पाप आहे का? आणि प्रेम? आपल्याला सगळ्यांनाच प्रेमाची गरज असते आणि ते मिळेल तिथे शोधण्याचा आपण प्रयत्न करत असतो. कधीकधी आपल्या हातून चुका घडतात; पण आपण आपल्या चुकांपासून धडा शिकायचा आणि पुढे जायचा प्रयत्न करायचा. उरलेलं सगळं आयुष्य पांगळं होऊन नाही बसायचं.''

''देव मला माफ करेल का?'' सुक्कोरिना पुटपुटली.

''जर डेव्हिडनं एखादं मोठं पाप केलं तर तू त्याला माफ करशील का?''

''अर्थातच! माझं त्याच्यावर प्रेम आहे.''

मायोला हसली, ''जर देव आपला आकाशातला बाप असला तर मला वाटतं, तोही आपल्यावर प्रेम करत असेल आणि आपल्याला माफही करेल.''

''मी असा कधी विचारच केला नाही,'' सुक्कोरिना नवलानं उद्गारली, ''मला नेहमी वाटायचं की देव मला शिक्षा करेल... माझे वडील करायचे तसा. म्हणून हे सारं पाद्र्याला सांगायला मी धजावलेच नाही. याच आठवड्यात जाऊन मला पापाची कबुली दिली पाहिजे.''

ती काहीशी थबकली आणि मग तिनं साशंकतेनंच विचारलं, ''जोस मला माफ करेल का?''

''सुक्कोरिना, हे सारं तुझी जोसशी भेट होण्यापूर्वी घडलंय.''

''मला त्याची माफी मागायचीय.''

''तुझ्या मनाची जेव्हा तयारी होईल तेव्हा त्याच्याशी बोल याबद्दल.''

सुक्कोरिनाचं विचित्र वागणं झपाट्यानं नाहीसं झालं याचं मायोलाला आश्चर्य वाटलं नाही.

''मला आणखी गोळ्या घेण्याची गरज नाहीये,'' तिनं आत्मविश्वासानं मायोलाला सांगितलं, ''इतक्या वर्षांनंतर एकदाचा तो सगळा आजार माझ्यातून बाहेर पडलाय, थँक्यू बाय.''

मायोला : **प्रकाश टाकणारी अंतर्दृष्टी**

मी एका जुन्या अपरिचित शहरात आहे. इथे उभ्या-आडव्या रस्त्यांचं जाळं आहे. फरसबंदी रस्त्यांच्या दुतर्फा असणाऱ्या इमारती पुरातन वाटतायत, पण ते नक्षीकाम केलेलं दगडी आणि लाकडी वास्तुशिल्प अतिशय उत्तम आहे.

लोक आपापल्या कामात गढून गेलेले आहेत; पण मला मात्र ते खूप रंजलेगांजलेले दिसतायत हेच जाणवतं. तरुण लोकसुद्धा सावकाश, चुळबुळत पावलं टाकतायत. जणूकाही त्यांच्या पाठी ओझ्यानं वाकल्यायत. सगळं वातावरणच अंधारी, गंभीर आणि उदास वाटतंय.

मी तिथं काय करतेय किंवा कुठं जातेय याची मला काहीच कल्पना नाही; पण मी निर्धारानं चालतेय. जणूकाही माझ्या पायांना माहितेय कुठं जायचं ते. रस्ता एके ठिकाणी संपतो आणि मी गोंधळून उभी राहते. मला पुढेही जाता येत नाहीये आणि मागेही वळायची इच्छा नाहीये.

घेरून टाकणाऱ्या दगडी भिंतींकडे मी बघते आणि त्याचा मला खूप आनंद होतो. माझ्या मनात आशेला अंकुर फुटतो.

माझ्या पाठीवरचं ओझं मी टाकून देते. त्या फटीतून बाहेर पडता यावं म्हणून सरकत आणि घसरत मी ती भिंत चढण्याचा प्रयत्न करते. बाहेरचं दृश्य पाहून मला उत्कट आनंद होतो.

मी आता एका उंचवट्यावर उभी आहे आणि सर्व बाजूंनी मला सुंदर दरी पसरलेली दिसते. त्यात विदेशी फळांनी लगडलेल्या झाडांच्या बागा आहेत आणि रंगीबेरंगी फुलांच्या झाडांचे ताटवे आहेत. हिरव्यागार कुरणातून नागमोडी वळणं घेत झरे वाहतायत. तिथंच पांढऱ्या गायी चरतायत. संगीताचा आवाज येतोय आणि मला स्त्री-पुरुषांचे घोळके नाचताना दिसतायत.

माझं मन आनंदानं भरून येतं.

जवळजवळ नाइलाजानंच मी दमन आणि अवरोधांना सामोरी झाले होते आणि मला आश्चर्यच वाटलं. शेवटी त्यानंच मोहित होऊन मी मानसशास्त्राची पुस्तकं वाचायला सुरुवात केली. परीक्षा पास होण्यापुरता मी ज्यांचा जेमतेम अभ्यास केला होता ती पुस्तकं मी हावऱ्यासारखी वाचायला लागले. माझ्या हातात पडेल ते मी वाचत सुटले. स्वप्नांचा अर्थ लावणारी पुस्तकं विकत घेतली आणि जास्तीत जास्त

समजावं म्हणून धडपडायला लागले.

पण सुक्कोरिनानंच मला त्याबद्दल जास्त शिकवलं.

तिचा मानसिक आजार पूर्ण बरा झाला होता. डेव्हिडला आम्ही परत घेऊन आलो होतो आणि आमचा जुना दिनक्रम सुरू झाला होता. सुक्कोरिना खूप धार्मिक बनली होती. एका प्रार्थनासभेतून दुसऱ्या प्रार्थनासभेला ती जायची; पण ती आनंदात होती. त्यामुळे मी त्याकडे फारसं लक्ष दिलं नाही.

पण एके दिवशी तिनं आणखी थोडे 'बोलायचे उपचार' करावेत म्हणून मला विनंती केली.

मला आश्चर्यच वाटलं.

"तुला त्याची गरज आहे असं का वाटतंय?" मी तिला विचारलं.

"माहीत नाही, बाय." तिनं उत्तर दिलं, "पण मला वाटतं, माझ्यात अजूनही राग आणि दुस्वास भरलाय. ते काही चांगलं नाही. मला त्यातून बाहेर पडायचंय."

"राग आणि दुस्वास? कोणाबद्दल?"

"ते नाही माहीत. मी माझ्या बहिणींवर आणि म्हाताऱ्या आईवर चिडते. नंतर मला अपराधी वाटतं. कारण त्या तर माझ्याशी चांगल्या वागतात. कधीतरी मला छान वाटतं. पण मग एखाद्या छोट्याशा फालतू गोष्टीनं माझा सगळा राग जागा होतो."

"पण आपल्याला सगळ्यांनाच राग येतो, सुक्कोरिना. मी रागावले की मी किती मोठ्यानं शिव्या घालते तुला माहितेय," मी हसले. तीसुद्धा हसेल असं वाटलं होतं; पण ती हसली नाही.

"नाही, बाय. हा राग वेगळा आहे. तो इतका तीव्र आहे की, मला भीतीच वाटते." तिनं माझा हात धरला. "प्लीज, बाय. तुम्ही आतापर्यंत मला खूप मदत केलीय. आणखीही करू शकाल अशी माझी खात्री आहे. प्लीज नाही म्हणू नका."

मी नाही म्हणू शकलेच नसते. "ठीकंय," मी म्हणाले. त्यातून काही साध्य होईल असं मला वाटत नव्हतं; पण यापूर्वीही मला वाटत होतं ते चूक ठरलं होतं. कदाचित काहीतरी नवीन शिकायला मिळेल. त्यात नुकसान तर काहीच नव्हतं.

नेमकी कुठून सुरुवात करायची ते मला समजत नव्हतं. पण डॉनाचा जो अनुभव आला होता तो आठवून मी तिला तिच्या बालपणाच्या आठवणी सांगायची सूचना केली.

"फारसं काही सांगण्यासारखं नाही," ती म्हणाली. पण तिनं एकदा बोलायला सुरुवात केल्यावर सविस्तर सांगण्यासारखं खूप होतं.

"त्यानं आम्हाला झाडाला बांधलं. मग लाल मुंग्या आम्हाला चावायला लागल्या."

मला भीतीच वाटली. "तसं का केलं त्यानं?" मी विचारलं.

"त्यानं बरोबरच केलं. आम्ही कैऱ्या चोरल्या होत्या म्हणून आम्हाला शिक्षा व्हायलाच हवी होती."

"डेव्हिडनं कैऱ्या चोरल्या तर तू त्याला लाल मुंग्यांच्यात बांधशील का?"

तिला धक्काच बसला. "मुळीच नाही."

"त्या वेळी तुला काय वाटलं?"

तिनं डोळे बारीक करून आठवायचा प्रयत्न केला. "मला भीती वाटली... आणि दुःख."

मी तिला विचार करायला थोडा वेळ दिला, "आणखी काही?"

ती अस्वस्थपणे चुळबुळली.

"मला राग आला," सरतेशेवटी ती म्हणाली, "आणि मला... मला... त्याचा तिरस्कार वाटला. मला त्याचा खूप तिरस्कार वाटला."

तिनं हातांनी आपले डोळे झाकून घेतले.

"आणि नंतर त्याचा तिरस्कार वाटल्याबद्दल मला माझाच तिरस्कार वाटला."

"का गं, सुक्कोरिना?"

तिनं माझ्याकडे आश्चर्यानं पाहिलं.

"कारण सर्व मुलांना त्यांच्या आई-वडिलांबद्दल प्रेम आणि आदर वाटला पाहिजे."

माझ्या मनात गलबललं.

"त्यांचे आई-वडील कसेही वागले तरी?" मी हळुवारपणे विचारलं. खरंतर मी तो प्रश्न स्वतःलाच केला होता.

"हो, आई-वडील कसेही वागले तरी!" तिनं ठामपणे उत्तर दिलं आणि ती पुढे म्हणाली, "त्याचा तिरस्कार वाटल्याबद्दल मला खूप अपराधी वाटलं. मला चांगली मुलगी बनायचं होतं. मला आशा वाटायची की मी चांगली वागले तर ते माझ्यावर जास्त प्रेम करतील. माझ्या मनात ज्या वाईट भावना यायच्या त्यांचा मला राग यायचा. मला स्वतःचाच तिरस्कार वाटतो." तिचा आवाज चिरकला आणि ती रडायला लागली.

मी तिला रडू दिलं. मला असं दिसून यायला लागलं होतं की, मुलांच्या समोर असणाऱ्या कठीण कामांपैकी सर्वांत कठीण काम म्हणजे स्वतःच्या आई-वडिलांविषयी वाटणाऱ्या नकारात्मक भावनांना तोंड देणं.

एकदा तिनं मोकळेपणानं बोलायला सुरुवात केल्यावर, प्रेशरकुकरचा वॉल्व्ह उघडून जोरानं वाफ बाहेर पडावी तशा तिच्या भावना भसाभसा बाहेर पडायला लागल्या. तिच्या बालपणीच्या तिला दुःख देणाऱ्या गोष्टी, इतरांना आपण नको

आहोत ही दुःखद भावना किंवा आपल्या कुटुंबाला आपण नको असलेलं ओझं वाटतो ही भावना... या सगळ्या उघड झाल्या, तसंच त्यामुळे कुचकामीपणाची आणि असहायतेची भावनाही बाहेर पडली.

तिच्या मनात खदखदणाऱ्या त्या भावनांची तीव्रता पाहून तिला आश्चर्य वाटलं.

"हा सगळा राग कुठून येतोय?" तिनं विचारलं, "मनाला बरं करणाऱ्या अनेक ठिकाणी मी गेलेच आणि मला दुःख देणाऱ्या सर्वांना मी माफही केलंय. मग मला हा राग अजूनही त्रास का देतोय? बाय, हाच राक्षस का गं?" तिच्या डोळ्यांत भीती होती. ही पुन्हा एकदा मानसिक आजाराची शिकार बनते की काय, अशी मला एकदम भीती वाटली.

मी तिचा हात हातात घेतला. "हा तुझाच राग आहे, सुक्कोरिना," मी हळुवारपणे म्हणाले. शब्दही मी तोलून मापूनच वापरत होते. "तू तुझ्या मनात खोलवर दडपून ठेवलेला राग. तुला वाटायचं की, चांगलं बनण्यासाठी इतरांना माफ करावं लागतं. म्हणून तू ते अशा रीतीनं केलंस." मी डोक्याकडे बोट दाखवलं.

"आपण इतरांना माफ केलंच पाहिजे. सगळे पाद्री तशीच शिकवण देतात." ती म्हणाली, "नाहीतर देव आपल्या पापांना क्षमा करणार नाही आणि आपण नरकात जाऊ."

तिच्या दुधखुळ्या भाबडेपणाचा मला धक्काच बसला. "हो, माफ करणं गरजेचं आहे." मी सहमती दिली, "पण सुक्कोरिना, तुला असं वाटत नाही का, की इकडे खूप राग आणि दुःस्वास असला तरी आपण दुसऱ्याला माफ करू शकतो?" मी माझ्या पोटाकडे बोट केलं.

तिनं थोडा वेळ विचार केला आणि मग नकारार्थी मान हलवली, "नाही, बाय." ती हळूच म्हणाली, "पहिल्यांदा आपण राग काढून टाकला पाहिजे."

थोडा वेळ गप्प राहूनच त्या प्रश्नावर आम्ही विचार केला. मग मला अपेक्षा होती तोच प्रश्न तिनं विचारला.

"आपण मनातला राग आणि दुःस्वास कसा काढून टाकायचा?"

मला या प्रश्नाचं उत्तर माहीत नव्हतं.

"तुमच्या सभांत तुम्हाला काय सांगतात?" वेळ काढण्यासाठी मी विचारलं.

"ते म्हणतात, देवाची प्रार्थना करून त्याची क्षमा मागा."

"त्याचा फायदा होतो का?"

"तेवढ्यापुरता होतो, हो. पण नंतर परत राग येतो." तिनं डोळे मिटले, "बाय, मी खूप वाईट माणूस असेन, म्हणूनच देवाची क्षमासुद्धा मला वाचवू शकत नाही. मी फार पापी आहे." तिच्या गालावरून परत अश्रू ओघळायला लागले.

“आपण सगळेच पाप करतो, सुक्कोरिना,” मी डळमळीत उत्तर दिलं, “कारण आपण सगळे मनुष्यप्राणी आहोत आणि सर्वच मनुष्यप्राण्यांना राग, दुःस्वास आणि मत्सर वाटतो.”

“पण मला या सगळ्या वाईट भावना काढून टाकायच्यात.” ती रडायला लागली, “मला मदत करा, बाय.”

मला अगदी असहाय वाटलं आणि नंतर एकदम प्रेरणा मिळाली.

“थांब, सुक्कोरिना,” मी म्हणाले. माझ्या मनातील अस्पष्ट कल्पना स्पष्ट चित्राचं रूप घ्यायला लागल्या होत्या. मी डोळे बंद करून त्यावर चित्र एकाग्र केलं.

“सुक्कोरिना,” मी एकदम उत्साहानं म्हणाले, “तुला वाटतंय की तू वाईट आणि कुचकामी आहेस.” तिनं होकारार्थी मान हलवली.

“जसं काही तू खड्ड्यात गेलीयस.”

ती मान हलवत होती. पण माझ्या प्रश्नांचा रोख न कळून तिच्या चेहऱ्यावर प्रश्नचिन्ह दिसत होतं.

“तुला जोपर्यंत तसं वाटतंय तोपर्यंत बाकीचे सगळे तुझ्यापेक्षा चांगले आहेत असंच तुला वाटणार.”

तिनं परत मान हलवली.

“त्यात तू खुश आहेस का?”

तिनं नकारार्थी मान हलवली, “त्यात कसं खूश वाटेल?”

“बरोबरच. नाहीच वाटणार आणि जोपर्यंत तू खड्ड्यात असशील तोपर्यंत तुला तिकडे ज्यांनी ढकललं असं तुला वाटतं, त्यांना माफ करणं तुला जमेल का? शक्य होईल का ते?”

“नाही, नक्कीच नाही.”

“मग तू सर्वांत आधी काय करशील?”

“मला नाही माहीत.”

“विचार कर तू सुक्कोरिना, तू खड्ड्यात आहेस. सगळ्यांत आधी तू काय केलं पाहिजेस?”

“खड्ड्यातून बाहेर आलं पाहिजे,” बिचकत बिचकतच तिनं विचारलं.

“बरोब्बर! तुला नाही का तसं वाटत?”

“हो, पण मी खड्ड्याबाहेर येणार कशी?”

“कशी, सुक्कोरिना?”

“मला स्वतःलाच वर चढून येता येणार नाही. कोणीतरी मला बाहेर काढावं लागेल.”

“नाही, सुक्कोरिना, या खड्ड्यातून दुसरं कोणीही तुला बाहेर काढू शकत नाही.

तुझं तुलाच बाहेर यावं लागेल.''

''पण कसं?''

''सर्वांत पहिल्यांदा, तुला बाहेर पडण्याची इच्छा असायला हवी.''

''मला बाहेर पडायचंय.''

''छान, त्यानंतर स्वतःलाच आनंदी करण्याकडे तू आपली सर्व शक्ती पणाला लावली पाहिजेस.''

''पण आनंदी असण्याची माझी लायकी नाही.''

''का नाही?''

''माझ्या हातून घडलेल्या पापांमुळे.''

''मग तुला स्वतःच्या सगळ्या पापांबरोबर त्या खड्ड्यातच राहायचं आहे का? आणि जास्त जास्त निराश आणि कडवट बनायचं आहे का?''

''नाही.''

मी दुसऱ्या प्रकारे प्रयत्न केला. ''माफ करता येणं केव्हा सहज शक्य होईल असं वाटतं तुला, सुक्कोरिना? जेव्हा तुझ्या मनात राग आणि दुःस्वास ठासून भरला असेल तेव्हा- तू आनंदात आणि समाधानात असशील तेव्हा?''

तिनं थोडा वेळ विचार केला. ''जेव्हा मी आनंदात आणि समाधानात असेन तेव्हा,'' ती सावकाश म्हणाली.

''मग प्रयत्न करून आनंदी बनावं असं तुला वाटत नाही का?''

ती अर्धवट हसली, ''इतकी वर्षं मला वाटायचं की आनंदी असण्याची माझी लायकी नाही.'' ती म्हणाली, ''आणि जेव्हा माझ्या वाट्याला आनंद आला तेव्हा मला अपराधी वाटलं आणि भीतीही वाटली.''

''भीती?''

''हो, मला अशी भीती वाटली की, माझं काहीतरी वाईट होईल. शिक्षा होण्याचीच माझी लायकी होती.''

''ओह, सुक्कोरिना,'' मी म्हणाले, ''ख्राइस्टकडे गेलेल्या पापी लोकांना तो काय म्हणाला?''

''तुमची पापं माफ झालीयत! निश्चिंतपणे जा!'' तिचं हसू डोळ्यांतही पसरलं, ''इतकी वर्षं मी अगदी मूर्ख होते. उगाचंच दुःख सोसत राहिले.''

तिनं कपाळावर हात मारला.

''हेच तुम्ही डॉनाबायला सांगत होतात ना की तिनं आनंदात राहिलं पाहिजे? मला हे समजलंच नव्हतं की मीसुद्धा मला स्वतःला आनंदी केलं पाहिजे.''

''आपण सर्वांनीच स्वतःला आनंदी बनवलं पाहिजे,'' मी म्हणाले.

ती गात गात खोलीभर नाचू लागली. ''मला आनंदी व्हायचंय, मला आनंदी

व्हायचंय.''

डेव्हिड खेळून परत आला आणि आपल्या आईकडे घाबरून बघायला लागला. त्यानं माझ्याकडे काळजीनं बघितलं.

''सगळं ठीकंय रे डेव्हिड,'' मी त्याला आश्वासन दिलं, ''ती ठीकंय, काळजीचं काही कारण नाही.''

ती एकदम थांबली आणि माझ्याकडे बघायला लागली.

''आनंदी व्हायसाठी मी काय करायचं?''

मी माझ्या भुवया गमतीशीर हलवल्या. ''ते मी सांगू शकेन का?''

''समजलं मला,'' ती हसली, ''तुम्ही नाही सांगू शकणार. मला कशामुळे आनंदी होता येईल ते माझं मीच शोधून काढायला हवं.''

संध्याकाळपर्यंत तिला उत्तर सापडलं होतं.

''मला लक्षात आलंय की कशामुळे मी आनंदी होईन.'' तिनं जाहीर केलं तेव्हाच ती आनंदी दिसायला लागली होती. ''मी एक छोटंसं खाऊचं दुकान काढेन. मी पदार्थ तयार करेन आणि जोस मला मदत करेल म्हणजे त्याला परत दुबईला जावं लागणार नाही. त्याला नाही तिकडचं आयुष्य आवडत. आम्ही कुटुंब म्हणून एकत्र राहू शकू.''

''चांगली कल्पना आहे सुक्कोरिना,'' मी तिला प्रोत्साहन दिलं. ''तुझा स्वयंपाक मस्तच असतो.''

एकदा मनाशी ठरवल्यावर तिनं अजिबात वेळ फुकट घालवला नाही. मडगावमधल्या एका खास पदार्थ शिकवणाऱ्या क्लासमध्ये तिनं नाव घातलं. तिनं दाखवलेल्या हिमतीचं मला कौतुक वाटलं.

पहिल्याच दिवशी ती खूप उत्साहात घरी आली. ''आज आम्हाला काय शिकवलं माहितीय? तंदुरी चिकन, नान आणि बटर चिकन. आता डेव्हिडला आवडणारे पदार्थ मला घरीच बनवता येतील. तुम्हाला माहितीय त्याला बटर चिकन किती आवडतं ते.''

तिचा आत्मविश्वास रोज वाढत होता. मला ते स्पष्टच दिसत होतं.

''तुम्ही बरोबर सांगितलंयत, बाय,'' ती मला म्हणाली, ''मला नेहमी वाटायचं की मी त्यांना माफ केलंय. पण ती सगळी वरवरची माफी होती. माझ्यातच इतका राग असताना मी दुसऱ्यांना माफ कशी करू शकणार होते? आता मी जास्त आनंदी आणि खंबीर बनत चाललेय. तसतसा माझा राग कमी होतोयसं वाटतं. कदाचित लवकरच मी त्यांना माफ करू शकेन. खरोखरच माफ.'' तिच्या डोळ्यांत पाणी होतं. ''थँक्यू, थँक्यू बाय.''

खरंतर तिनंच मला खूप शिकवलं होतं आणि तिला त्याची कल्पनाच नव्हती.

डॉना : **भयानक स्वप्न आणि दुःख**

तिला गढीमध्ये एक नेमून दिलेलं महत्त्वाचं काम करायचं आहे. गढीच्या भिंती जरी जाडजूड असल्या तरी त्या मोडकळीला आलेल्या आहेत. किल्ल्यात जायला खूप रस्ते आहेत; पण त्यापूर्वी तिला त्याभोवती असणाऱ्या क्रूर सैनिकांना आणि ड्रॅगन्सना ओलांडून पुढे जायला हवं.

कोपऱ्यातल्या एका मोकळ्या जागेतून प्रवेश करायला तिला यश येतं. आत गार, ओलसर, अंधारं आणि भीतिदायक वाटतंय. नवल म्हणजे आता तिच्याबरोबर एक लहान मुलगी आहे आणि कोणतीही किंमत देऊन तिला वाचवलं पाहिजे, असं तिला वाटतंय.

त्या आत खोल खोल जातात. वेगवेगळ्या दिशांना जाणारे अनेक मार्ग फुटलेले दिसतात. एखाद्या चक्रव्यूहात सापडल्यासारखे; पण तिला आपलं वाटतंय की, समोरच्या बाजूला जाणाऱ्या अंधारी, छोट्या आणि अरुंद बोगद्यातून तिनं जायला हवं. मार्ग काही सोपा नाहीये आणि तिला खूप भीती वाटतेय. ती आता पूर्णपणे किल्ल्याच्या खाली पोहोचलीय. तिथे एक खडकाळ उंच कडा आहे. पुढे जायला मार्गच नाहीये. खूप खाली पाहिलं तर तिला चमकणारं पाणी दिसतं.

तिच्या लक्षात येतं की, खाली त्या पाण्याकडेच जावं लागेल तिला. पण त्या उतरत्या कड्यांवर कुठंच पायऱ्या दिसत नाहीत. तिला काहीही करून त्या मोह पाडणाऱ्या चकचकीत तळ्याकडे गेलंच पाहिजे. पण फक्त सूर मारूनच ती पाण्याकडे पोहोचू शकते. ती तिथंच थांबून राहते. सूर मारायचा तिला धीर होत नाही.

दुःखानंच ती उलटी फिरते. आता त्या भयानक प्राण्यांतून आणि माणसांतून पुन्हा मार्ग काढावा लागेल, याची तिला जाणीव आहे. जेव्हा ती परत त्या मोडकळीला आलेल्या किल्ल्यात पोहोचते तेव्हा तिच्या मनात घोर काळजी आणि निराशा दाटून आलीये.

तिला नेमून दिलेलं काम करण्यात तिला यश आलेलं नाहीये आणि त्याहूनही भयंकर गोष्ट तिच्या लक्षात येते, ती म्हणजे ती छोटी मुलगी तिच्याबरोबर नाहीये. सगळं निराश, भयाण आणि अंधारं वाटतंय. तिच्या तोंडून यातनेनं भरलेला चीत्कार बाहेर पडतो.

ती अतिशय दुःखानं रडत जागी होते.

"नाही, काय सांगतेयस तरी काय?" डॉना उठून बसली आणि तिच्या शेजारी वाळूत पहुडलेल्या मिजकडे पाहत म्हणाली.

मिज शांतपणे तिच्याकडे बघत हसली. "विचित्रच वाटतंय ना?" ती म्हणाली, "असं होईल म्हणून मलाही वाटलं नसतं. सगळंच अविश्वसनीय." तिनं डोळे मिटले आणि वर निळ्या आकाशात तरंगणाऱ्या फुगीर पांढऱ्या ढगाकडे चेहरा वळवला. चेहऱ्यावरचं हसू कायम होतं. "मी आईला जेव्हा सांगेन ना की, मी भारतात राहायचं ठरवलंय, तेव्हा तिलाही धक्का बसेल."

मिजनं अगदी सहजपणे तिच्याकडे जो बॉम्बगोळा टाकला होता त्याच्या धक्क्यानं अजूनही तिला झोकांडी गेल्यासारखं वाटत होतं. विस्मयानं तिनं डोकं हलवलं. "इंग्लंडमधल्या सगळ्या गोष्टी विकून टाकून तू इथं येऊन एखाद्या संन्याशासारखी राहणारेस?"

"हो," मिजला हसू आलं, "आत्ता मी तसंच म्हटलं, नाही का?"

डॉना परत आडवी झाली आणि तो विचार पचनी पाडायचा प्रयत्न करायला लागली.

"माझ्या आयुष्यातला तो सगळ्यांत आश्चर्यकारक अनुभव होता," मिज पुढे म्हणाली, "तुला माहितीय, मी एका आश्रमातून दुसऱ्या आश्रमात अशी फिरत होते. पुण्यापासून पाँडीचेरीपर्यंत आणि शेवटी कावेरी नदीकिनाऱ्यावरच्या एका छोट्याशा आश्रमात पोहोचले. ती जागा इतकी निसर्गरम्य आहे ना... आणि शांत... आणि तिकडचे लोक खूप चांगले, खूप उत्साही आणि आपल्याला सामावून घेणारे आहेत. मला वाटलं की, मी एकदाची घरी पोहोचलेय. हो, मला प्रकर्षानं तसंच वाटलं, की माझी जागा तिथंच आहे."

तिनं वळून डॉनाकडे पाहिलं. "विचित्रच वाटतंय ना? कारण खरंतर सगळंच अनोळखी, विचित्र होतं. कपडे, भाषा, अन्न, जगण्याची पद्धत सगळंच! आम्ही जेवायला आणि ध्यान करायला जमिनीवर बसतो. खुर्च्या, टेबलं, पलंग नाहीयेत तिथं. फक्त झावळ्यांच्या झोपड्या आहेत आणि तरीही माझी मनापासून खात्री आहे की मला तिथंच राहायचंय."

"तिथं भेटलेलं कुणीतरी तुला आवडलंय का?" मिज जे सांगत होती त्याचा अर्थ लावण्याचा डॉनानं प्रयत्न केला.

"मला तिकडचे सगळेच लोक आवडले."

"तसं नाही. मला म्हणायचंय की तू तिकडे कोणाच्या प्रेमात पडलीयेस का? एखाद्या मुलाच्या?"

"नाही, तसं काहीच नाही."

"मग यासाठी स्वतःचं अख्खं आयुष्य सोडायला का तयार होतेयस तू? मला

तर ते आयुष्य अगदी पोकळ आणि गरिबीत राहत असल्यासारखं वाटतंय. दिवसभर करता काय तुम्ही?''

''आम्ही काम करतो आणि ध्यान. जवळजवळ सगळं अन्न तिथंच पिकवलं जातं आणि ते शिजवावंही लागतं. ते चटया, कापड आणि टोपल्या विणतात. पण सगळ्यात छान वाटतं, ते ध्यान करताना. मला आयुष्यात कधीच इतकं शांत वाटलं नव्हतं.''

''आणि यासाठी तू सगळं सोडणारेस?''

''हो.''

''आणि यात कुठंही मुलाचा संबंध येत नाही?''

''नाही.''

''मला काही पटत नाहीये मिज. चक्रम आहेस तू. खरं वेड तुला लागलंय आणि वेड्यांच्या डॉक्टरकडे उपचार घेतेय मी.''

''पण तूच म्हणालीस की त्याचा तुला फायदा झाला म्हणून.''

''काही सांगू शकत नाही, मिज. मला तरी दूरपर्यंत काहीच आशा दिसत नाही. फक्त अंधार आणि दुःख दिसतंय.''

''आपण परत गेल्यावर तू काय करणारेस?''

''पहिल्यांदा माझ्या आई-वडिलांकडे जाणारे आणि त्यांनी माझी कशी वाट लावलीय ते त्यांना सांगणारेय.''

''आणि मग?''

''माहीत नाही.''

''कशाला भूतकाळ उकरून काढतेयस डॉना? त्यानं काय साध्य होणारेय?''

''माहीत नाही.''

''कदाचित ते तुझ्याच अंगलट येईल.''

''मी आत्ता ज्या घाणीत लोळतेय, त्याच्यापेक्षा जास्त वाईट काय असू शकेल मिज? इतकी सगळी वर्षं मला जे बोलायचं होतं आणि जे मी दडपून टाकलं होतं, ते सगळं मी तिथं जाऊन त्यांना सांगायलाच हवं. खरंतर त्यांचीच दयनीय हार झालीय. आढ्यताखोर, कजाग आणि ढोंगी! अहंकारानं माजलेले. तिरस्कार वाटतो मला त्यांचा.''

''पण ते तुझे आई-वडील आहेत डॉना, आणि तू त्यांना माफ करायला हवंस. तुझ्या स्वतःच्याच मनाला शांती मिळावी म्हणून.''

''माफी? छट्! त्यांनीच माझ्या मनाची शांतता नाहीशी केलीय. आणि मी त्यांना माफ करायचं? मला काय करावंसं वाटत असेल... तर ते सारं त्यांच्या तोंडावर फेकायचंय आणि त्यांची प्रतिक्रिया बघायचीय.''

"मला ही कल्पना फार काही चांगली वाटत नाहीये."

नव्हतीच ती चांगली.

तिच्या आई-वडिलांच्या घराच्या आकर्षक दरवाजातून आत जात असतानाच डॉनाला जुना धाकदपटशा आठवला आणि तिला निराश वाटलं. तिनं ती भीती दूर सारण्याचा ठामपणे प्रयत्न केला; पण त्याची अस्पष्ट जाणीव तिच्या मनात रेंगाळतच राहिली.

दीर्घ श्वास घेऊन तिनं बैठकीच्या खोलीत प्रवेश केला. तिकडेच ते बसले होते.

"मग कशी झाली तुझी गोव्याची ट्रिप?" तिच्या आई-वडिलांनी विचारलं. तिच्या आईनं नुसतं वरपासून खालपर्यंत तिच्याकडे पाहिलं आणि ती परत मोबाइलवर बोलायला लागली. "अं – अं –" ती म्हणाली.

"हे काय उत्तर झालं?" तिच्या आईनं दम भरला.

डॉना गप्पच राहिली.

"स्वतःची इतकी शोभा का करून घेतेस?" तिची आई पुढे म्हणाली, "आम्हाला वाटलं होतं की या ट्रिपमुळे तुझ्यात काहीतरी फरक पडेल."

"काय म्हणायचंय तुला?" डॉनानं विचारलं. ते बोलणं झोंबलं होतं तिला.

तिच्या आईनं सुस्कारा सोडला. "निदान तू चारचौघींसारखं राहायचा तरी का प्रयत्न करत नाहीस? बघ जरा स्वतःकडे आणि तुला माहितीय, गोव्यातले लोक किती जुनाट मताचे आहेत."

"काय बोलले ते माझ्याबद्दल?"

"काही नाही." तिचे वडील गडबडीनं म्हणाले, "ते नाही काही बोलले. ते फार सौजन्यशील आहेत; पण तू नक्कीच त्यांना मानसिक धक्का दिला असणार."

"मला त्यांची पर्वा नाही." डॉनानं बेपर्वाई दाखवायचा प्रयत्न केला; पण आतल्या आत ती कोलमडून पडली होती. आपले आई-वडील, आपल्याला स्वतःविषयीच तुच्छता वाटायला लावू शकतात, याचं तिला वैषम्य वाटलं.

"हो, पण आम्हाला पर्वा आहे." तिची आई खोचकपणे म्हणाली, "आम्हाला खूप पर्वा आहे." तिनं हात एकमेकांवर चोळले. "आपलं चुकलं कुठे?" तिनं नवऱ्याला विचारलं, "तिनं चांगलं माणूस बनावं म्हणून आपण खूप प्रयत्न केले."

बस्स झालं. डॉनाचा स्वतःवरचा ताबा सुटला.

"मी चांगलं माणूस बनावं म्हणून तुम्ही खूप प्रयत्न केलेत?" ती गुरकावली, "तुला असं म्हणायचंय की माझी वाट लावण्यासाठी तुम्ही खूप केलंत?"

तिचे आई-वडील तिच्याकडे बघतच बसले.

"माझ्यासाठी काय केलंस तू?" तिचा आवाज चढला होता. "तुम्ही माझी

फक्त हेटाळणी करत होतात. तुम्हाला खूश करायचा मी खूप प्रयत्न करत होते; पण काहीही केलं तरी तुम्हाला ते पुरेसं वाटत नव्हतं. शेवटी मी प्रयत्न करायचीच थांबले.'' तिचे डोळे अश्रूंनी भरून आले; पण ती जोरजोरात बोलतच राहिली.

''माझी इच्छा होती की तू...'' तिनं पुढचं वाक्य आपल्या डोक्यातून काढून टाकलं, ''तू कधी माझ्याशी बोललीस? मला कसं वाटतंय ते विचारलंस? नाही! तू मला फक्त मी किती कुचकामी आणि नालायक आहेस एवढंच सांगायचीस. 'कचरा', 'उकिरडा'. आणि तुझी अपेक्षा होती की मी चांगलं माणूस बनावं. चांगलं! हसूच येतंय मला. चांगली म्हणजे कशी? तुझ्यासारखी?''

ती कसनुसं हसली. ''तू काहीच नाहीयेस. फक्त एक बनावट खोटं खोटं बोलणारी बार्बी बाहुली आहेस.''

''डॉना,'' तिच्या वडिलांनी दटावलं, ''सांभाळून बोल.''

''मला बोलावंसं वाटेल ते मी बोलेन आणि तुम्ही मला थांबवू शकत नाही,'' ती बेफिकिरीनं म्हणाली.

''वेडी झालीय ती,'' तिच्या आईच्या आवाजात भीती होती. ''खरंचय ते. ती वेडी झालीय. आता आपण काय करायचं?''

''मी वेडी नाहीये,'' डॉना रागानं म्हणाली.

''शांत हो डॉना,'' तिच्या वडिलांनी तिला चुचकारायचा प्रयत्न केला. पण ती खदखदत होती.

''तू माझ्याबद्दल एक तरी चांगला शब्द बोललीस का? मला कधी संधी तरी दिलीस का? कधीच नाही. 'तू कुचकामी आहेस, तू कृतघ्न आहेस' एवढंच फक्त तू माझ्याशी बोललीस.''

तिच्या आईनं स्वतःला सावरलं.

''इतका कसला आरडाओरडा चाललाय?'' तिनं थंडपणे विचारलं, ''बघ स्वतःकडे. तू कुचकामी आहेस. आयुष्यात तू काय चांगलं केलंस? सांग ना, सांग आम्हाला.''

डॉनाचा उमाळा एकदम थांबला. काहीतरी बोलण्यासाठी तिनं तोंड उघडलं; पण परत मिटलं.

''स्वतःच्या अपयशासाठी आम्हाला जबाबदार धरणं बरोबर नाही, डॉना.'' तिचे वडील म्हणाले, ''आम्ही तुला सर्व चांगल्या संधी उपलब्ध करून दिल्या. पण तू त्यांचा उपयोग केला नाहीस आणि आता तू आम्हाला दोष देतेयस?''

''माझा विश्वासच नाही बसत,'' तिच्या आईनं भर घातली, ''आम्ही तुझ्यासाठी इतकं केल्यानंतर तू इतकी कृतघ्न कशी होऊ शकतेस?''

डॉना उभी राहिली. त्यांच्याकडे न बघताच ती त्या खोलीबाहेर आणि त्यांच्या

घराबाहेर पडली.

"तुला कळलं नव्हतं का की हे असंच होईल म्हणून?" ती रागानं रडत रडत परतली तेव्हा मिजला विचारल्यावाचून राहवलं नाही. "तुझी अपेक्षा तरी काय होती डॉना?"

"माहीत नाही. मला आशा वाटत होती की ते... ते माझं बोलणं ऐकतील आणि मग... मग... मला जवळ घेतील." तिच्या डोळ्यांतनं परत अश्रूंच्या धारा वाहू लागल्या आणि त्यात मिजचा प्रांजळपणा वाहून गेला.

"ओह, डॉना," तिनं सहानुभूती दाखवली.

"पण आता मला कळतंय की तसं कधीच होणार नाहीये. तुझं बरोबर होतं, मिज. मी त्यांच्याकडे जायलाच नको होतं. मायोलानंसुद्धा मला जाऊ नको म्हणूनच सांगितलं होतं. माझ्या डोक्यात काय होतं कुणास ठाऊक?" ती विमनस्कतेनं हसली, "दगडाला आपण प्रेमाचा पाझर फोडू शकू असं? की ते मला मिठी मारून गळ्यातला ताईत बनवतील असं? किती मूर्ख आहे मी! मी जायलाच नको होतं. ते मला कचरा समजतात."

मिजनं डॉनाच्या खांद्यावर हात ठेवला आणि त्या दोघी गप्प बसून राहिल्या.

"पण नाही," डॉना अचानक म्हणाली, "मी गेले ते बरंच केलं. कारण आता त्यांना माझी काय किंमत आहे ते नीट कळलंय मला आणि त्यांच्यासाठी मी यापुढे वेळ किंवा शक्ती खर्च करणार नाही."

पण तिची मनःस्थिती जास्तच उदास झाली.

"आता मी काय करू?" ती रडायला लागली, "तूसुद्धा लवकरच जाशील. नंतर माझं कसं होणार?"

"अजून सहा महिने तरी मी जात नाहीये, डॉना. मला शक्य तितके पैसे साठवायचेत. शिवाय मी गेल्यानंतरही तू इथं राहू शकतेस. इकडचं भाडं काही फार नाही."

"तुझ्याशिवाय मी नाही इकडे राहू शकणार मिज." डॉनानं तिच्या प्रिय मैत्रिणीभोवती दोन्ही हात टाकले आणि तिला घट्ट मिठी मारली, "नको जाऊस तू."

"मला गेलंच पाहिजे, डॉना." मिज हळुवारपणे म्हणाली, "मला गेलंच पाहिजे."

"मलासुद्धा कुठंतरी जाता आलं असतं, तर बरं झालं असतं."

"जाता येईल तुला, ऑस्ट्रेलियाला."

"नाही!" डॉनानं ठामपणे विरोध केला, "मला माहितीय की ते काही ठीक होणार नाही. आता मला आणखी दुःख नकोय."

"कोणी सांगावं? कदाचित तुला इथंच कोणीतरी चांगला माणूस भेटेल.

नेहमीच तुला कोणी ना कोणी भेटला.''

डॉनानं वेडावून दाखवलं, ''आत्ता मी कुठंय ते दिसतंय मला.''

''आणि तुला नोकरी पण आहे.''

डॉनानं परत वेडावलं, ''मला काही कायम वेट्रेसचीच नोकरी करायची नाहीये.'' ती हलकेच म्हणाली, ''मला आता त्याचा कंटाळा यायला लागलाय आणि पैसेही पुरेसे मिळत नाहीत.''

''तू आणखी एक नोकरी करू शकशील किंवा परत शिकायला लाग. कसलातरी कोर्स वगैरे कर.''

डॉना भडकली नाही म्हणून मिजला हायसं वाटलं. मात्र तिनं परत एकदा वेडावून दाखवलं.

लंडनला परतल्यानंतर तीन आठवड्यांनी डॉनाला एक स्वप्न पडलं आणि ती खडबडून जागी झाली. स्वप्नामुळे तिला हरवल्यासारखं आणि उद्ध्वस्त झाल्यासारखं वाटत होतं. मिजला ते सांगत असतानासुद्धा ती गदगदून रडतच होती.

''मला त्या जुन्या किल्ल्यात जायचंय,'' तिनं सांगितलं, ''किल्ल्यात खरंतर सुरक्षित वाटायला हवं. शत्रूच्या हल्ल्यापासून सुरक्षित. पण यात काही तसं वाटत नव्हतं. मला आत काहीतरी करायचंय- काहीतरी महत्त्वाचं. माझं सगळं आयुष्य, सगळं काही त्यावर अवलंबून आहे.

''पुष्कळसे दारू प्यायलेले सैनिक आणि भयानक प्राणी मला आत जाण्यापासून रोखतायत. माणसं खाणाऱ्या अजस्त्र ड्रॅगन्सवर ताबा मिळवता येत नाहीये. कसं ते कळत नाही; पण मी आत प्रवेश करू शकते. किल्ले कसे विलासी, सुंदर आणि भव्य असायला पाहिजेत. पण हा अगदीच कसातरी आहे – थंडगार, ओलसर आणि भीतिदायक.

''आत चक्रव्यूहच आहे. मला त्यातून बाहेर पडता न येण्याचीच शक्यता जास्त आहे. माझ्यासमोर एकच रस्ता आहे आणि तो बरोबर आहे की नाही हेही मला माहीत नाहीये. तो एखाद्या बोगद्यासारखा आहे- अंधारी, छोटा आणि अरुंद.

''अचानक मला एक छोटी मुलगी माझ्याबरोबर दिसते. गंमत म्हणजे मला तिच्याविषयी माया वाटते आणि तिचं संरक्षण करावंसं वाटतं. तुला माहितेय, मला मुलं आवडत नाहीत. पण या मुलीला काही इजा होऊ नयेसं मला वाटतं. तिला वाचवण्यासाठी मी काहीही करायला तयार होईन- अगदी माझा जीवसुद्धा देईन.

''आम्ही तशाच पुढे जात राहतो आणि आमच्या सुरक्षिततेविषयी मला जास्त जास्तच धोका वाटायला लागतो. त्या मुलीला वाचवायची काळजी मला वाटते. आता आम्ही त्या किल्ल्याच्या आत खूप खोलवर आहोत. मी एका खडकाळ उंच

कड्यावर आहे. आजूबाजूला तो खडक सरळ उंच गेलाय. काळा काळा, कठीण आणि ओलसर.

"माझ्यापासून खूप खाली मला पाणी दिसतंय, स्वच्छ आणि चकाकतं. मला तिथं पोहोचलंच पाहिजे. मी खाली जाण्यासाठी वाट शोधते, पायऱ्या शोधते; पण त्या नाहीयेत. खडक गुळगुळीत आणि निसरडा आहे. मला सूरच मारायला लागेल. पाणी तर खूपच छान दिसतंय. पाणी म्हणजेच जीवन, जीवनसंजीवनी.

"मी तिथंच थांबते. मला उडी मारायचीय; पण धीर होत नाहीये. मला फार भीती वाटते. मी रडायला लागते.

"आलो तसंच परत जावं म्हणून मी वळते. मला कळत होतं, की त्या निष्ठुर, क्रूर सैनिकांना आणि दुष्ट ड्रॅगन्सना तोंड द्यावं लागेल; पण त्या स्वच्छ पाण्यात सूर मारायची माझी हिम्मतच होत नाहीये.

"परतल्यावर माझ्या लक्षात येतं की ती मुलगी कुठंच दिसत नाहीये आणि मला खूप दुःख होतं. काहीतरी चुकतंय असं वाटतं. स्वतः हरवून जाण्यापेक्षाही जास्त वाईट वाटतं. माझं काही झालं तरी चालेल; पण का कोण जाणे, ती मुलगी माझ्यासाठी खूप मोलाची होती." ती उन्मळून पडली आणि जोरजोरात रडायला लागली.

"जे मी करायला पाहिजे होतं ते मी केलं नाही. मला वाटलं मी सगळं हरवून बसलेय. व्यर्थ आहे सगळं."

मिजनं तिला रडू दिलं, "अगं, ते फक्त स्वप्न होतं." तिनं समजूत घातली, "एक भयस्वप्न. ते काही खरं नसतं. इतकं मनाला लावून घेऊ नकोस."

"पण ते फक्त स्वप्न होतं," मिज परत म्हणाली, "ड्रॅगन्स अस्तित्वात नाहीत. तसं पाहिलं तर तुझ्या आयुष्यात किल्ले आणि गढ्या तरी कुठं आहेत?"

"ते स्वप्न माझ्या आयुष्याबद्दल आहे," डॉना ठासून म्हणाली, "त्याचा अर्थ लावायला मायोला इकडे असती तर बरं झालं असतं." ती एकदम गप्प झाली.

'तू बेधडक त्यात खोलवर गेलं पाहिजेस' – तिला मायोलाचे शब्द स्पष्ट ऐकू आले. 'म्हणून तू या आनंदाच्या संधीकडे पाठ फिरवतेस.'

तिनं दोन्ही हात कानांवर घेतले, "पुरे झालं हे!" ती मोठ्यानं म्हणाली; पण तिच्या डोक्यात आवाज येतच राहिला.

'तू डेव्हपासून दूर पळालीस. तुझ्या रंगवण्याच्या आवडीपासून दूर पळतेयस. तुझ्या आयुष्यापासून दूर पळतेयस.'

"काय होतंय, डॉना?" मिजनं घाबरून विचारलं.

"काही नाही. मला एकटीला राहू दे जरा. मला..." तोंड खाली करून ती गादीवर उपडी झोपली आणि तिनं डोक्यावरून उशी घेतली.

काय करावं ते न समजून मिज तिच्याकडे पाहत राहिली. "बरी आहेस ना तू,

डॉना?'' तिनं सावधपणे विचारलं.

"बस्स, मला एकटीला राहू दे.'' उशीखालून डॉनाचा दबलेला आवाज आला.

मिजनं तिला एकटं सोडलं.

संध्याकाळी ती कामावरून परत आली तरीही डॉना बिछान्यातच होती.

"डॉना, आज तू कामाला गेली नाहीस का?'' तिनं विचारलं.

डॉना उठून बसली. मिजच्या लक्षात आलं की ती रडत होती.

"काय झालं डॉना?'' तिनं काळजीनं विचारलं.

"माझं आयुष्य...'' डॉना रडायला लागली, "मला त्या जंगली जनावरांपासून आणि माणसांपासून कायम पळत राहायचं नाहीये.''

"डॉना, ते फक्त स्वप्न होतं!''

"मला त्या पाण्यात उडी मारायचीय. त्या जीवनाच्या स्रोतात –''

"तुझ्या घाणेरड्या आयुष्याचं पुढे काय करायचं हे तू ठरवू शकतेस.''

मिजनं डॉनाचे खांदे धरून तिला गदागदा हलवलं, "माझं ऐक जरा.'' ती घाईघाईनं म्हणाली, "ते फक्त स्वप्नच होतं.''

"माझ्या आयुष्याविषयीचं स्वप्न! त्या थंडगार काळोख्या बोगद्यातून हिंडत नाही राहायचं मला यापुढे.''

"तू कुठल्याही थंडगार किल्ल्यात नाहीयेस, डॉना. काय झालंय तुला? आजूबाजूला बघ. तू माझ्याबरोबर या माझ्या कळकट घरात आहेस आणि हा काही किल्ला किंवा गढी नाही.'' तिनं डॉनाचं डोकं धरून गोल फिरवलं. तिच्या मैत्रिणीला परत वास्तवाचं भान यावं म्हणून निष्फळ प्रयत्न केला.

"मला नाही वाटत की, ती छोटी मुलगी हरवून जावी. मला नाही वाटत, की ती दुखावली जावी,'' डॉनानं परत रडायला सुरुवात केली.

"कुठल्या छोट्या मुलीची तू गोष्ट सांगतेस?'' वैतागून मिजनं विचारलं.

'तू जर तुझी प्रतिभा आणि कला दडपून टाकलीस तर कायमची घालवून बसशील. तुझा स्वतःचा खास गुण!'

"माझी कला.''

"तुझी काय?'' चिडून मिजनं डोकं हलवलं.

डॉनानं मिजला धरूनच ठेवलं, "मला सूर मारायचाय, मिज.'' ती केविलवाणेपणानं मुसमुसली, "पण मला खूप भीती वाटते.''

"कुठे सूर मारायचाय?'' पण मिजची काही सरळ उत्तर मिळेल अशी अपेक्षाच नव्हती.

"यशात –!''

मिजनं नादच सोडला. त्याऐवजी ती डॉनाचं सांत्वन करण्यासाठी तिला

थोपटायला लागली.

थोड्या वेळानंतर डॉना मिजपासून बाजूला झाली आणि पुन्हा गादीवर मुटकुळं करून झोपली. "मला विचार करायचाय," ती पुटपुटली.

"मला चहा हवाय." मिज उठता उठता म्हणाली, "तुलासुद्धा कपभर हवाय का?"

"नको."

डॉना गादीवरच पडून राहिली. काहीही न खाता, न पिता.

दुसऱ्या दिवशी मिज कामावरून परत आली तेव्हाही डॉना बिछान्यातच होती. ते पाहून मात्र मिज घाबरली.

"डॉना," तिनं सावधपणेच सुरुवात केली, "काहीतरी खरंच बिघडलंय. काय करावं ते मला कळत नाहीये. तुझ्या आई-वडिलांना फोन करू का?"

"नको!" डॉना ताडकन पांघरुणातून बाहेर आली, "नको, त्यांना फोन करू नकोस."

"तुला मदतीची गरज आहे, डॉना. व्यावसायिक मदतीची."

"मी मदत घेतली, मिज. व्यावसायिक मदत."

"तुला काही फारसा फायदा झालेला दिसत नाही."

"आणि तुला काय वाटतं, माझ्या आई-वडिलांची मदत होईल? किती बुद्दू आहेस तू मिज! ते फक्त एवढंच म्हणतील की मी खूप कुचकामी, मूर्ख आणि कृतघ्न आहे."

"मग आपण काय करायचं?"

डॉना बिछान्यावरून उठली आणि आरशासमोर जाऊन उभी राहिली. ती स्वतःचं निरीक्षण करत असताना मिज तिचं निरीक्षण करत होती.

"माझ्या आईचं बरोबर आहे, मिज."

मिजचा स्वतःच्या कानांवर विश्वासच बसेना.

"बघ माझ्याकडे. एक दुःखी दयनीय नमुना." वळून तिनं स्वतःला दुसऱ्या कोनातून बघितलं. स्वतःचे जटा झालेले केस तिनं हातात घेतले आणि उगाचच गुंडाळले. मग स्वतःशीच काहीतरी निश्चय करून ती मिजकडे वळली.

"माझे केस कापून टाक, मिज."

"क... काय?"

"त्याच्या पार जटा झाल्यायत, डॉना. मला तुझा गोटाच करावा लागेल."

"मग कर."

मिज डोळे विस्फारून तिच्याकडे बघतच बसली.

"आणि मला ही सगळी टोचलेली सुंकली पण काढून टाकायचीयत."

"पण तुला तर तुझी सगळी कानातली आवडतात!"

"आता नाही आवडत."

डॉनानं मिजकडे पाहिलं, "आणि आता मी हे जुने फाटकेतुटके कपडेसुद्धा जाळून टाकणारेय."

मिज परत गोंधळून बघायला लागली.

"आणि चांगले शहाण्यासारखे कपडे विकत घेणारेय."

"हे तू नाही बोलतंयस, डॉना."

डॉना हसली आणि ते खरंखुरं हसणं बघून मिजला सुटका झाल्यासारखं वाटलं. तीही हसली.

"हे 'नवी मी' बोलतेय."

"नवी तू?"

"हो, मी पाण्यात सूर मारायचा ठरवलंय मिज. बुडाले तरी चालेल. मला दुसरा काही पर्यायच नाहीये. बुडून जा, नाहीतर त्या राक्षसी ड्रॅगनकडून हार पत्करा!"

मिजनं डोकं हलवलं, "तू काय बोलतेयस, ते मला कळत नाहीये, डॉना. तुला खाण्यासाठी कोणी राक्षसी प्राणी उभे नाहीयेत."

"माझ्यावर मानसोपचार करणारीला विचार. ती सांगेल आहेत म्हणून." पण डॉना हसत होती.

"मला आणखी एक नोकरी शोधावी लागेल," ती म्हणाली, "विमानाच्या तिकिटासाठी मला पुरेसे पैसे साठवावे लागतील."

"का, माझ्याबरोबर तू परत भारताला येतेयस का?"

"नाही, मिज. मी ऑस्ट्रेलियाला जाणारे."

मिजनं आश्चर्यानं डॉनाकडे पाहिलं. "ऑस्ट्रेलियाला?"

"हो, डेव्हकडे. यापुढे मी पळून जाणार नाही."

"व्वा! डॉना, छान बोललीस, मस्तच!" मिज म्हणाली. तिला खराच आनंद झाला होता. "मला काही बोलताच येत नाहीये."

"आणि कदाचित, मी परत चित्र रंगवायलासुद्धा सुरुवात करेन," डॉना सावकाश म्हणाली, "तुला आठवतं का, मी ओढत ओढतच तुला एका चित्रप्रदर्शनाला घेऊन गेले होते? त्या वेळी मी तुला बोलले नाही, पण मला वाटतं कदाचित तितकी चांगली चित्रं मीसुद्धा काढू शकेन."

"शाळेत तू छानच चित्रं काढायचीस, डॉना. तू काढायची का थांबलीस मला समजलंच नाही."

थोडा वेळ डॉना गप्पच राहिली.

"मायोलाचं बरोबर होतं," शेवटी ती म्हणाली, "माझ्या उरलेल्या आयुष्याचं

काय करायचं याची निवड मीच करायला हवी.''

''मी भारताला चाललेय आणि तू ऑस्ट्रेलियाला. कोणी विश्वास ठेवला असता का?''

त्या रात्री डॉनाला आणखी एक स्वप्न पडलं. पण ते आनंदाचं स्वप्न होतं.

***

एक साप कात टाकतोय आणि ती मंत्रमुग्ध होऊ पाहतेय. जुनी काळी कातडी सैलावून बाजूला होताना तिला दिसते आणि आतली नवी कातडी किती सुंदर आहे हे पाहून तिला नवल वाटतं- निळीशार, पिवळी आणि लाल.

मायोला : **भयाला सामोरं जाणं**

मी एका किल्ल्याच्या भोवती मित्रमंडळींबरोबर हिंडतेय. त्यांची मुलं आमच्या अवतीभवती मजेत उड्या मारत खेळतायत. अचानक मला एक लांब काळा झगा घातलेली सुरेख बाई दिसते. ती झुडपातून बाहेर आली आणि मागे रेंगाळणाऱ्या आमच्या मुलांकडे रोखून बघतेय. त्या मुलांना ती पळवून नेणारे अशी शंका वाटून मी त्यांच्याकडे पळत सुटते. मी जवळ पोहोचते तेव्हा ती नाहीशी होते.

त्यानंतर आम्ही त्या किल्ल्यात आहोत असं मला दिसतं. अगदी कमी उजेडाच्या बोळातून आम्ही चालतोय. एका मोठ्या खोलीत, एका पवित्र अग्नीवर कसलासा विधी करण्यासाठीचं मोठं भांडं ठेवलेलं मला दिसतं. मला माहितेय की, त्या काळ्या झग्यातल्या बाईच्या सन्मानार्थ होणाऱ्या कुठल्यातरी विधीची ती तयारी आहे. मी ते भांडं फोडून टाकते. त्याच वेळी मला जाणीव होते की, तिला माझा सुगावा लागलाय. आता उघड उघड मी तिची शत्रू आहे.

सुक्कोरिना सगळीकडे माझं गुणगान करत होती. अगदी जाईल तिथं. त्यामुळे घरी येणाऱ्या रुग्णांची गर्दी हळूहळू वाढायला लागली होती. मी बाजारात ऑफिस भाड्यानं घ्यायचं ठरवलं. बातमी पसरत गेली तसं मला शोधत माझ्या जुन्या संस्थेतले रुग्णही आले.

लवकरच माझ्या लक्षात आलं की, मानसोपचाराकडे बघायचा माझा दृष्टिकोन

आमूलाग्र बदललाय. पूर्वी मी औषध देऊन लक्षणं आटोक्यात आणायचा प्रयत्न करायचे; आता जेव्हा शक्य होईल तेव्हा रुग्णांना खूप वेळ देऊन, त्यांच्या लक्षणांपलीकडे खोलवर लपलेल्या संघर्षाचा अंदाज घेण्याचा मी प्रयत्न करायला लागले.

बऱ्याचदा परस्परविरोधी भावनांना तोंड न देता स्वतःला खोल दडपून टाकलेलं असायचं. लक्ष दिलं नाही की त्या निघून जातील असं त्यांना वाटायचं; पण प्रत्यक्षात ही ताणतणावाची केंद्रं टिकून राहतात आणि पिकून ठसठसायला लागतात. त्यांना बंधनात ठेवतात. आजार निर्माण करतात. काळजी, खिन्नमनस्कता, निराशा, भ्रम, दृष्टिभ्रम. काही काळानंतर मूळ समस्येपेक्षा त्याचा आविष्कारच भयानक रूप धारण करतो.

या साऱ्या गुंतागुंतींचं मूळ खूप जुन्या भूतकाळात, अगदी बालपणापर्यंत गेलेलं मला आढळायचं. अर्थात त्यात काही नवलही नव्हतं. लहान मुलं फार चटकन दुखावली जाणारी, परावलंबी, असहाय असतात. मोठ्या लोकांना खूश करण्याची, समाधान देण्याची त्यांना फार गरज वाटते; कारण त्यांच्याच प्रेमावर आणि दयेवर मुलांचं आयुष्य चांगलं जाणं अवलंबून असतं.

या दडपून टाकलेल्या अपायकारक भावना शोधून काढल्या आणि त्यांच्यावर काम केलं की फार फायदा व्हायचा.

आई-वडिलांना मुलांच्या बाबतीत काय अपेक्षा आहेत आणि मुलांच्या स्वतःच्या महत्त्वाकांक्षा काय आहेत, या दोन्हीतील तफावत हे या संघर्षाचं मूळ कारण आहे, असा मला शोध लागला. आई-वडिलांच्या मनासारखं करायला जावं तर त्यांना स्वतःला वाटणारं असमाधान आणि स्वतःच्या इच्छेसारखं वागायला जावं तर वाटणारी अपराधीपणाची भावना, या कोंडीत सापडून बरेच जण निराशेच्या दलदलीत अडकायचे आणि बऱ्याचदा त्यांना मानसोपचारतज्ज्ञाकडे जायची वेळ यायची. विशेषतः आपल्या आज्ञापालनाचा पुरस्कार करणाऱ्या समाजात असंच व्हायचं.

असल्या केसेसनी माझ्या फायली फुगायला लागल्या होत्या.

एक हुशार विश्लेषणात्मक संशोधनाची आवड असणारा, पण वडिलांच्या सुरक्षिततेच्या कल्पनेला मान्यता देऊन आता बँकेची कंटाळवाणी नोकरी करत घुसमटणारा माणूस.

एक छिन्नमनस्क बाई कधी अगदी स्वस्थ बसून राहायची तर कधी हिंस्र बनायची आणि या वर-खाली होणाऱ्या मनःस्थितीनुसार एका डॉक्टरकडून दुसऱ्या डॉक्टरकडे जात राहायची. तिच्या दुःखी कहाणीचा अर्थ लावण्याचा मी प्रयत्न करत होते. त्या वेळी ती अगदी अपयशाचा पुतळा बनून माझ्यासमोर मख्खपणे बसून होती. मला समजलं की, अगदी लहानपणी ती बारीकसारीक तपशिलासह कागदाची

किंवा कापडाची अतिशय सुंदर फुलं बनवायची.

तिच्या दुर्दैवानं, तिच्या या कलेचं कौतुक कोणीच केलं नाही. तिनं पुस्तकी ज्ञान मिळवावं यावरच घरी पूर्ण भर दिला जायचा आणि तिचे आई-वडील किंवा शिक्षक, कोणाच्याच लक्षात आलं नाही की तिच्यात अभ्यास शिकण्याची क्षमता नाही. तिला ज्या छंदानं खरं वाचवलं असतं तो सोडून ती धीर करून परीक्षा देत राहिली आणि नापास होत राहिली आणि शेवटी तिनं स्वतःची धडपडच सोडून दिली.

एक तीन मुलांची मध्यमवयीन आई, अजूनही प्रेम वाटत नसलेल्या संसाराबद्दल दुःख करत होती आणि आई-वडिलांसाठी अनेक वर्षांपूर्वी ज्या प्रियकराला सोडून दिलं, त्याच्यासाठी झुरत होती.

ज्याला सुतार बनायचं होतं तो कायदा शिकायची धडपड करत होता.

उदयोन्मुख पत्रकार कौटुंबिक व्यवसायात पडला होता.

यादी लांबतच गेली.

काही जणांसाठी विशेषतः लहान वयाच्या रुग्णांसाठी या बाहेरून लादल्या जाणाऱ्या अपेक्षांचं बंधन तोडून स्वतःच्या आतल्या आवाजाकडे लक्ष देणं सोपं गेलं. काही जणांसाठी मात्र हा लढा चालतच राहायचा. आणखी काही जण दुर्दैवानं या ओझ्यापुढे मान तुकवायचे आणि हार मान्य करायचे.

मला असं दिसून आलं की, माझी मदत शोधणाऱ्या या पीडित व्यक्तींपैकी बरेच जण खरंतर डॉना आणि सुक्कोरिनासारख्या गुणी व्यक्ती होत्या. त्यांना काही ना काही कला येत होती; पण त्यांना त्याचा शोध लागला नव्हता किंवा वाव द्यायला मिळाला नव्हता आणि तो सगळा कलेचा खजिना दडपला गेला होता. त्यामुळे त्यांचं नुकसान झालं होतं. त्यामुळे अस्वस्थ करणाऱ्या, असमाधानाच्या भावना त्यांच्या मनात धुमसत होत्या.

माझ्या कामाचा महत्त्वाचा भाग हाच होता की त्यांना स्वतःच्या मितीत खोलवर उडी घ्यायला लावायची. दुर्लक्षित राहिलेल्या त्यांच्या कलागुणांना जागं करायचं आणि हात धरून वर आणायचं. त्याला फुलवण्यासाठी आणि सफल होण्यासाठी शेवटची संधी द्यायची. त्यांना आनंद आणि समाधान मिळवून द्यायचं. आपल्यालाही काही किंमत आहे याची जाणीव करून द्यायची.

या कामात मला आव्हान वाटायचं आणि समाधानही. लोकांच्या मनातल्या गोंधळाचा उलगडा करण्यात माझी प्रगती होत होती आणि मला त्याचा आनंद वाटत होता. विशेषतः मला जेव्हा दिसून आलं की त्यामुळे लोकांच्या कार्यक्षमतेची पातळी वाढायची आणि कधीकधी त्यांच्यात पूर्ण बदल घडून यायचा, तेव्हा हा आनंद जास्त असायचा. त्यामुळे पुढे जे काही घडलं, त्यासाठी माझ्या मनाची तयारी अजिबातच नव्हती.

माझी प्रॅक्टिस जोरात चालली होती. अचानक माझ्या लक्षात आलं की, माझे काही रुग्ण ठरवून दिलेल्या वेळेला येत नाहीयेत. पण वक्तशीरपणा हा काही स्थानिक लोकांचा गुण नव्हता, हे मला माहीत होतं.

लोकांचं सल्ला घ्यायला येणं आणखी कमी व्हायला लागलं. अनेकदा मी दवाखान्यात एकटीच बसलेली असायचे. पण लोकांची गर्दी ही कारणानुसार कमी-जास्त होत असायची. त्यामुळे मी त्याचा फारसा विचारही केला नाही.

मग माझ्या रिकाम्या दवाखान्यात सौ. फर्नांडिस दबकत दबकत आली. ती अस्वस्थ दिसत होती.

"मला तुम्हाला भेटायला यावंच लागलं," ती म्हणाली, "मला फारसं बरं वाटत नाहीये. माझी खिन्नमनस्कता वाढलीय असं मला वाटतं."

"औषध घ्यायचं थांबवलं नसलंस तर बरं," मी म्हणाले, "तू मागे आली होतीस त्याला बरेच दिवस झालेयत."

तिनं अस्वस्थपणे चुळबुळ केली. "त्या तर मी घेतच नाहीये."

"का बरं?"

ती अवघडून गप्प झाली. मला खरं सांगावं की नाही याचा ती विचार करत होती हे उघड होतं.

"तुम्ही दिलेल्या गोळ्या घ्यायच्या नाहीत आणि परत तुमच्याकडे यायचं नाही असं मला सांगितलं होतं," शेवटी ती म्हणाली.

अशा प्रकारच्या उत्तराची मला अपेक्षा नव्हती आणि माझ्या चेहऱ्यावरचा रंग उडाला असला तरी मी तो हसराच ठेवला.

"तुला तसं कोणी सांगितलं?"

"माझ्या नवऱ्याच्या नातलगांनी."

"का?" मी अस्पष्टच बोलले.

"ते म्हणाले, की तुम्ही चांगल्या नाही आहात आणि मी दुसऱ्या डॉक्टरकडे जावं. मी त्यांचा उपचार घेतला, पण तुमच्या औषधांचा मला जसा फायदा झाला तसा त्यांच्या झाला नाही. म्हणून मी परत तुमच्याकडे यायचं ठरवलं." ओशाळवाणं हसत तिनं मला चुचकारायचा प्रयत्न केला.

नंतर आणखी एक पेशंट आली आणि तिनंही तीच कहाणी परत सांगितली. माझ्याकडे जायचं नाही अशी तिला शेजारपाजारच्या लोकांनी तंबी दिली होती. मी त्याचं कारण विचारलं तेव्हा ती म्हणाली, 'डॉक्टरांनी फक्त औषध द्यावं, इतर गोष्टींत लुडबुड करू नये.'

"कोणत्या इतर गोष्टी?" मी प्रश्न केला, पण तिच्याकडे उत्तर नव्हतं.

ती गेल्यानंतर बराच वेळ मी सुन्नपणे बसून होते. माझ्याविरुद्ध काहीतरी मोठं

कटकारस्थान शिजत असल्यासारखं दिसलं. पण का? मी लोकांना बरं करण्यासाठी झटत होते आणि कोणालाही दुखवत नव्हते. निदान जाणूनबुजून तरी दुखवत नव्हते. मग माझा सत्यानाश करायला हे का टपले होते?

याचा उलगडा होण्यासाठी मला फार वेळ थांबावं लागलं नाही; कारण एके दिवशी सकाळी चिडलेल्या गावकऱ्यांचा घोळका अचानक माझ्या दवाखान्यात घुसला आणि मी प्रॅक्टिस बंद करावी अशी त्यांनी मागणी केली.

"पण का?" मी बावचळून विचारलं, "मी काय चूक केली?"

"तू काय चूक केलीस?" महागडी सिल्कची साडी नेसलेल्या आणि सोन्याचे भरपूर दागिने घातलेल्या एका बाईनं खवचटपणे म्हटलं. तिचा चेहरा ओळखीचा वाटत होता; पण मी तिला कुठे पाहिलं होतं ते आठवत नव्हतं. तीव्र संतापानं तिचा चेहरा चमत्कारिक दिसत होता.

"तू काय केलंयस?" ती फूत्कारली, "तुला काय वाटतं, मुलांना त्यांच्या आई-वडिलांविरुद्ध चिथावणी देणं चांगलं असतं? ज्या आईनं जन्म दिलेला असतो आणि त्यांना सर्व गोष्टी मिळाव्यात म्हणून जे वडील कष्ट करत असतात, त्यांचा तिरस्कार करायला शिकवणं चांगलं असतं?"

"मी कुणालाही, कुणाच्याही विरुद्ध..." मी माझी बाजू मांडण्याचा व्यर्थ प्रयत्न केला, पण त्यांनी मला संधीच दिली नाही.

"तू कुटुंब उद्ध्वस्त करतेयस."

"आणि लोकांना त्यांच्या धर्माविरुद्ध आणि संस्कृतीविरुद्ध जायला प्रोत्साहन देतेयस."

"लोकांना दुष्ट आत्म्यांनी पछाडलेलं नाही असं सांगण्याचा तुला काय अधिकार आहे? तुला काय कळतंय त्यातलं?" एका बुटक्या वाकलेल्या म्हातारीनं जळजळीत आरोप केला.

"आमच्या मुलांना सांगायचं की त्यांचे निर्णय त्यांनी घ्यावे. म्हाताऱ्या, शहाण्यासुरत्यांनी, ज्यांनी चार पावसाळे जास्त पाहिलेयत, ज्यांना जास्त कळतं त्यांचं ऐकण्याची गरज नाही."

सर्व बाजूंनी माझ्यावर आरोप होत होते. बोलायचं असतं तरी मला बोलता आलं नसतं. माझ्यावर आरोप ठेवले होते, निवाडा झाला होता आणि मला दोषीही ठरवलं गेलं होतं.

"आम्ही यापुढे तुला प्रॅक्टिस करू देणार नाही."

"जर केलीस – " एका दांडग्या माणसानं धमकावलं, "तर ही जागा जाळून टाकू." आणि आपल्या म्हणण्यातील सत्यता पटवण्यासाठी त्यांनी खुर्च्या उचलल्या आणि वेटिंगरूमच्या भिंतींवर आपटून त्यांची तोडमोड केली.

हार मानून मी अविश्वासानं बघतच बसले.

ते गेल्यानंतर मला अचानक एक नाव आठवलं- सौ. तायरंतीकर. नक्कीच एका स्थानिक राजकारण्याची बायको.

मला आठवलं, वर्षभरापूर्वी हीच बाई खूप बापुडवाणेपणानं याच खोलीत आली होती.

"डॉक्टर, प्लीज माझ्या मुलाला मदत करा," तिनं विनंती केली होती, "तो एक हुशार मुलगा आहे. डॉक्टरी शिकतोय. पण आता त्याला काय झालंय तेच कळत नाही. तो खूप प्यायला लागलाय आणि आम्हाला शंका येते की तो ड्रग्जही घेतो. झपाटल्यासारखा मोटारसायकल चालवतो. भीती वाटते की मरेलबिरेल. प्लीज, मदत करा त्याला."

माझ्या मते तिच्या मुलाची केस, सहजपणे यश आलेल्या केसेसपैकी होती. पहिल्याच भेटीच्या वेळी त्यानं आवेशानं सांगितलं होतं की त्याला वैद्यकशास्त्राचा तिटकारा होता. "मला खरंतर काय करावंसं वाटतं... माहितेय... तर घरं बांधावीत. माझ्या डोक्यात खूप कल्पना आणि आराखडे असतात आणि माझी खात्री आहे की मी खूप छान इमारती बांधेन. पण माझ्या आईची इच्छा आहे की मी डॉक्टर व्हावं आणि मला तर त्याचा फार तिटकारा आहे."

"याविषयी तू तिच्याशी बोलत का नाहीस?"

"तुम्ही माझ्या आईला ओळखत नाही," तो खिन्नपणे उद्गारला, "कुटुंबात एकतरी डॉक्टर असला पाहिजे असं तिच्या मनानं घेतलंय आणि नाही हे उत्तर तिला कधीच मान्य नसतं."

मला वाटलं होतं की, ती समस्या मी समाधानकारकपणे हाताळली होती. कारण मला माहीत होतं की तो आता आनंदानं आर्किटेक्चर शिकत होता आणि त्याचं आत्मघातक वागणं थांबलं होतं.

पण त्याच्या आईनं मला माफ केलं नव्हतं हे उघडच होतं आणि ज्यांना मी नकळत दुखावलं होतं, त्यांनीही.

माझ्या तुटक्याफुटक्या करिअरच्या गोंधळात मी बसले होते. नुकतंच जे घडलं होतं ते समजणं माझ्या आवाक्याबाहेरचं होतं.

का?

उपसंहार : **अंतिम सामना**

थोडीशी मूर्ख आणि भाबडी होते की काय मी? म्हणूनच माझ्यावर केलेल्या आरोपांची व्याप्ती माझ्या नीट लक्षात आली नव्हती. कारण काही दिवसांनंतर मला एक फोन आला. डॉ. मार्क डिसूझा आणि त्यांच्या बायकोनं भेटण्याची इच्छा व्यक्त केली तेव्हा मला नवल वाटलं, आणि आनंदही. मला महिन्याभरापूर्वीच डॉनाचं पत्र आलं होतं आणि वेड्यासारखी माझी समजूत झाली की, ते माझे आभार मानण्यासाठीच येतायत. त्यांच्या मुलीला मदत केल्याबद्दल. नाहीतर त्यांना काय कारण होतं मला भेटण्याचं?

ते फाटक उघडून घराकडे आले. सुंदर पोशाख आणि रुबाबदारसुद्धा- आणि अगदी... उचित, योग्य. मला डॉनाचे शब्द आठवले. पुढे होऊन मी हसून त्यांचं स्वागत केलं, पण ते तुटकपणेच 'गुड मॉर्निंग' म्हणाले आणि त्यांचे चेहरेही गंभीर होते. मी पुढे केलेल्या हाताकडे कॅथरिननं थंडपणे दुर्लक्ष केलं. माझा उत्साह मावळला. ही आभार मानण्यासाठीची भेट नव्हती तर!

मी त्यांना आत बोलावलं आणि ते रुबाबात खाली बसले. मी त्यांच्याकडे प्रश्नार्थक नजरेनं पाहिलं.

"डॉना शेवटची गोव्याला आली होती त्या वेळी तिच्यावर उपचार करणाऱ्या मानसोपचारतज्ज्ञ तुम्हीच का?"

मी मान हलवली, "हो, मीच."

"जेव्हा डॉना इंग्लंडला परतली तेव्हा तिनं आमच्यावर नाही नाही ते आरोप केले. निखालस खोटेनाटे आणि वाईटसाईट. माझी बायको आणि मी – आम्ही दोघंही त्यानं उद्ध्वस्त झालो, आणि..."

"आम्ही तिच्यासाठी इतकं केलेलं असताना," डोळ्यांना रुमाल लावत कॅथरिन मध्येच बोलली, "इतके खोटे भयानक आरोप ऐकायला लागले."

भावनावश झाल्यामुळे तिला पुढे बोलता येईना.

"आम्हाला वाटतंय की, इतके वाईट विचार तुम्ही तिच्या मनात भरवलेत." सगळा दोष माझाच आहे या नजरेनं त्यांनी माझ्याकडे पाहिलं.

त्या एकाच आठवड्यात दुसऱ्यांदा माझी भीतीनं बोबडी वळली. स्वतःची बाजू मांडण्यासाठी मला शब्दच सापडेनात. स्वतःचा विजय वाटून त्यांना आनंद झाला होता. पुढे ते म्हणाले, "आम्ही आमच्या मुलांना चांगल्यात चांगल्या गोष्टी देण्यासाठी प्रयत्नांची पराकाष्ठा केली. आमचा मुलगा डॅनियल अगदी आदर्श मुलगा आहे.

आमच्या अपेक्षेपेक्षाही त्यानं उच्च पातळी गाठली. आम्ही जर वाईट आई-वडील आहोत, तर त्या गोष्टीचं काय स्पष्टीकरण देता येईल तुम्हाला?'' ते सोफ्यावर मागे रेलून बसले. शेवटचा विजयी टोला हाणल्याबद्दलचा आनंद त्यांच्या चेहऱ्यावर दिसत होता.

कॅथरिन पुढे झुकली, मैत्रीपूर्ण बोलण्यासाठी. ''डॉनानं तुम्हाला सांगितलं नाही का, तिला एक चांगली व्यक्ती बनवण्यासाठी मी किती प्रयत्न केले?''

मला परत आवाज फुटला, ''डॉक्टर आणि सौ. डिसूझा, मुलं जशी आहेत तसंच त्यांना आपलं म्हणायची गरज असते, आणि भौतिक गोष्टींपेक्षा जास्त त्यांना प्रेम हवंसं वाटतं आणि सगळी मुलं सारखीच नसतात. काही इतरांच्यापेक्षा जास्त हळवी असतात.''

कॅथरिनच्या चेहऱ्यावरचा मैत्रीपूर्ण भाव पुसला गेला. ''काय सांगितलं मी तुला?'' तिनं आपल्या नवऱ्याला विचारलं, ''त्यांच्याशी काहीही बोलण्यात अर्थ नाही, उगाच वेळ फुकट घालवतोय आपण.'' ती जाण्यासाठी उठली; पण तिचा नवरा पुढे बोलतच राहिला.

''डॉना, मुळातच काही कामाची नाही,'' ते म्हणाले, ''उपलब्ध असणाऱ्या चांगल्या चांगल्या संधी आम्ही तिला दिल्या; पण तिनं काय केलं? त्या सगळ्या वाया घालवल्या आणि आता तिच्या नाकर्तेपणाच्या अवस्थेसाठी ती स्वतःला जबाबदार मानण्याऐवजी, दुसऱ्याला दोष द्यायला बघतेय.''

''मी नेहमी म्हणायचे, ती काही करू शकणार नाही आणि खरंच ठरलं,'' कॅथरिनला स्वतःचं बोलणं खरं ठरल्याचं आत्मसमाधान वाटत होतं.

माझ्या हळूहळू लक्षात आलं होतं की डॉनाच्या आयुष्यातील हल्लीच्या घडामोडींची त्यांना काहीच माहिती नव्हती. ''तुमचा तिच्याशी शेवटचा संपर्क कधी झाला होता?'' मी विचारलं.

''आमच्यावर खोटेनाटे आरोप करून तिनं घर सोडलं त्यानंतर आमचा संपर्कच झाला नाही.''

मी उठले आणि माझ्या ड्रॉवरमध्ये अस्ताव्यस्त पसरलेल्या, उत्तरं न दिलेल्या पत्रांच्या गठ्ठ्यांतून शोधून एक लिफाफा बाहेर काढला. त्यात फोटो होते. मी काहीच न बोलता ते बघण्यासाठी त्यांच्यापुढे केले. डॉनानं मला सगळ्यांत शेवटी पाठवलेले फोटो होते ते.

डॉनाचे कुरळे केस भुरभुरत होते. ती कॅमेऱ्याकडे पाहून आनंदानं हसत होती. तिच्या चेहऱ्यावर टवटवी होती.

एका मोठ्या तपकिरी घोड्याबरोबर त्याच्या गालाला गाल लावलेली डॉना.

आनंदी दिसणाऱ्या डॉना आणि डेव्हचे अनेक फोटो. त्यांच्या नजरेत एकमेकांविषयीचं

प्रेम. रंग लागलेला ओव्हरऑल घातलेली डॉना चित्र रंगवताना, पसारा असलेल्या स्टुडिओत. त्या फोटोतूनच सगळं समजत होतं.

"ती फाइन आर्ट्स शिकतेय... ऑस्ट्रेलियात." मी त्यांना माहिती दिली, "आणि तिचं पहिलं प्रदर्शन भरवून झालंसुद्धा. त्याच्याबद्दल चांगलं लिहून आलं असं ऐकलंय मी."

त्यांचे खांदे खाली पडले आणि चेहरे उतरले. एकदम म्हातारे दिसायला लागले ते. एक शब्दही न बोलता ते जाण्यासाठी उठले. मला त्यांची दया आली.

ते गेल्यानंतर मी समोरच्या भिंतीवर लावलेल्या चित्राकडे बघत बसले. डॉनानं पाठवलं होतं ते मला.

चमकत्या नदीच्या काठी एक मुलगी बसलीय. ती निळ्या, लाल आणि पांढऱ्या धीवर पक्ष्याकडे टक लावून बघतेय. तो तिच्या जवळच झाडाच्या एका फांदीवर बसलाय. पार्श्वभूमीला पाचूसारख्या हिरव्या भातशेतात झावळ्यांचं एक झोपडं आहे.

मी हसले. "तुझ्या नव्या मंजुळ गाण्याचा आस्वाद घे," मी मोठ्यानं म्हणाले. मला अजूनही स्वतःचं गाणं शोधायचंय.

◆